दोन जातीचे घर

ओबीसींच्या जीवनातील भसळ

पुष्पेय

Cover Design:

एकलव्य गोंदुळे आणि उज्ज्वल कुमार

Typographic Design:

प्रद्युम्न गोंदुळे आणि डॉ थारुल गोंदुळे

Editor:

कल्पेश सिंगनजुडे आणि बहीण रेणू मासुलकर.

समर्पण

माझा भाऊ 'मोहित'

आणि माझे 'पप्पाजी...'

तुमच्यासाठी.

लेखकाचे मनोगत

हे पुस्तक कुणाची बायोग्राफी/ जीवन परिचय नसून एक फिक्शन आहे. पण कहानीला सजविण्यासाठी गावाच्या व्यवस्थेला व गावाच्या नावांना जसेच्या तसे उपयोगात आणण्याचा प्रयत्न केलेला आहे. लेखक खैरी, मोहाडी, कामठी, नागपूर, कोरबा येथे वास्तव्यास होता आणि म्हणून कथेत या स्थानांना पुस्तकीत जागा देऊन लेखकाने त्या जागेबद्दल आपले प्रेम दर्शविण्याचा व ऋण फेडण्याचा प्रयत्न केला आहे.

कथेतील प्रसंग काल्पनिक आहेत, जर कुणाच्या जीवनाशी जुळत असल्याचे आढळल्यास तो केवळ योगायोग समजावा. जरी ही आत्मकथा नसली पण सामाजिक कथा तर आहेच, इथे समाज स्वतःशीच बोलताना आढळतो.

कथा कुठल्याही सामाजिक बंधनांना ठेच पोहोचवण्याचा प्रयत्न करत नसून ओबीसींच्या जीवनातील गोंधळ आणि भसळ दर्शविण्याचा प्रयत्न आहे. क्रीमीलेयर आणि नॉन-क्रीमी लेयरच्या भेदामुळे घरातील वातावरणात आढळणारा तणाव व चतुर्थश्रेणी (ओपन, ओबीसी, एससी आणि एसटी) व्यवस्थेबाहेर नवीन साडेचवथी श्रेणी व्यवस्था निर्मीती होत आहे, तसेच ओबीसीमध्ये तुटतुटा होऊन हा वर्ग बाकी वर्गाच्या तुलनेत कमजोर आणि संभ्रमित होत आहे. तसेच यामुळे इतर अल्पसंख्याक समाजामध्ये अप्रत्यक्षरीत्या होणारी चलबिचल दाखविण्याचा प्रयत्न आहे. इथे कुठल्याही सामाजिक व पारिवारिक नात्याला कमी लेखणे व जास्त महत्त्वाचा सांगणे हा दृष्टिकोन नाहीच आहे.

कथेतील जिल्हा परिषद शाळा- मोहाडी, नवोदय विद्यालय, सेठ केसरीमल पोरवाल कॉलेज- कामठी, डिपार्टमेंट ऑफ केमिस्ट्री- नागपूर युनिव्हर्सिटी, एनटीपीसी टाऊनशिप कोरबा-

छत्तीसगढ, तसेच शिक्षकांची नावे आदरणीय धोंडगे सर, आदरणीय घोषाल सर, आदरणीय टेंभुर्कर सर, आदरणीय पंडित सर यांना लेखकाच्या जीवनात घडविलेल्या सार्थक आशीर्वादासाठी धन्यवाद देण्याचा प्रयत्न आहे.

काही कॅरेक्टर रंगवताना घरातील, आपसातील संबंध, प्रेम, बोलण्याची तऱ्हा उपयोगात आली आहे आणि ते नैसर्गिक पण आहे. पुस्तकी मागचा उद्देश्य एवढाच की भरकटू पाहणाऱ्या ओबीसी समाजाला आपसातील प्रेमाची जाणीव असावी.

पुस्तकाच्या सुरुवातीचे कारण कदाचित माझा मोठा मुलगा 'प्रदुम्न गोंदुळे', हा वर्ग दहावी-अकरावीत असताना त्याच्या डोक्यात होणारी घुसमट व तिथून बाहेर पडणारे सार्थक/निरर्थक संभाषण आणि त्याचा छोटा भाऊ एकलव्य गोंदुळे 'भाई, सही बोल रहा हैं' हे ब्रीद वाक्य आहे.

पुस्तक लिहिताना विविध मुद्यांवर सार्थक इनपुट दिल्याबद्दल धन्यवाद ज्ञापन करतोय:-

1. मोहम्मद इरशाद, स्कॉलर अलाहाबाद युनिव्हर्सिटी, प्रयागराज,

2. प्राध्यापक शैलेश वालदे, धरमपेठ विज्ञान महाविद्यालय नागपूर,

3. डॉक्टर अशोक मेश्राम, इंडियन आर्मी,

4. न्यायाधीश योगेश रहांगडाले, नागपूर,

5. माझे मामा उपप्राचार्य सतीश नांदगावे, तुमसर,

6. दिलीप कुमार, स्कॉलर बनारस हिंदू युनिव्हर्सिटी,

7. माझा मोठा मुलगा प्रदुम्न गोंदुळे,

8. तसेच कव्हर पेज डिझाईनसाठी माझा छोटा मुलगा एकलव्य गोंदुळे आणि त्याचा मित्र उज्वल कुमार,

9. एडिटिंगमध्ये मदत करण्यासाठी भाऊ कल्पेश सिंगनजुडे, उद्योजक,

10. बहीण रेणू मासुलकर, शिक्षिका- व्याकरण दुरुस्त करण्यासाठी,

10. सोबतच माझी मैत्रीण डॉक्टर थारूल यांना धन्यवाद ज्ञापित करतोय.

साभार :-

1.पुस्तक- रामचरितमानस तुलसीदासकृत (जीवन शिकवणारे),

2.पुस्तक- माझी आत्मकथा डॉक्टर बाबासाहेब आंबेडकर (प्रेरणास्थान)

3. पुस्तक- डॉ. आंबेडकरांच्या सहवासात, माईसाहेब आंबेडकर,

4. पुस्तक-हिंदू, भालचंद्र नेमाडे (आवडते लेखक)

5. गुगल आणि इंटरनेट,

6. माझी कंपनी- एनटीपीसी.

7. गुगल ट्रान्सलिटरेशन टायपिंगमध्ये मदत करण्यासाठी.

-----------*----------*-------------

आमुख

जाती शब्द आपल्या असीम पण निराकार रूपात प्रत्यक्ष न दिसता अप्रत्यक्षपणे आपला आकार दाखवत असतो. कधी समाजातील जुन्या रूढ झालेल्या परंपरेतून तर कधी नवीन तयार करण्यात येत असलेल्या लिखित वा अलिखित धोरणातून आपली जात दाखवत असतो. समाजाच्या भेगातून दूर जाऊ पाहणारी जात, दूर जाण्याच्या प्रयत्नात त्याच भेगांमध्ये चिपकलेली आढळते.

लहानपणी व कॉलेजपर्यंत येता-येता जाती व धार्मिक भेदभाव संपवू पाहणारी पिढी लग्न झाल्यावर वा बाप बनल्यावर तीच जात व धार्मिक बंध पूर्ण शक्तीनिशी स्वतःकडे ओढताना आढळते. चतुर्वर्ण व्यवस्थेतून बाहेर येऊ पाहणारा समाज श्रीमंत आणि गरीब या जातीमध्ये विभागला दिसतो. प्रत्येक जातीत व प्रत्येक समाजात एक नवीन चतुर्वर्ण व्यवस्था आढळते, जिथे एक सवर्ण आणि एक दलित असतोच फक्त पेपरवर त्याची जात सारखीच दिसते आणि बहुसंख्याक ओबीसी हा सँडविचसारखा समोर गेलेल्या सवर्णाकडे व समोर जाऊ इच्छित दलितांमध्ये संभ्रमित दिसतो, जो नेता म्हणून कुणाला हवा नसतो आणि कार्यकर्ता म्हणून सर्वांना हवाहवासा असतो. आणि हाच ओबीसी स्वतः भुजबळ न बनता स्वतःमध्ये एक वेगळीच दुफडी निर्माण करण्यात व्यस्त असतो.

लेखक: पुष्पेय (06/02/2026)

स्वीकृति

“बुरा जो देखन मैं चला,
बुरा ना मिलिया कोय,
खोजा मन जो आपना,
मुझ से बुरा ना कोय ...”

कबीरवाणी

1. कोण आहे मी?

आजचा दिवस...

च्या मायला! काही समजून नाही राहिला. इकडे-तिकडे स्वतःच फिरत आहो, तरीही प्रश्न पुन्हा पुन्हा डोक्यात फिरून रायला... “कोण आहे मी- मी कोण हो?”

साला हा ‘गोला कॅब वाला’ कोठी मेला?

आतून आवाज, ‘अहो आला का?’

“माहित नाही साला कोठी मरून पडला तर?”

अजून एक आवाज आला, “पप्पा लोकेशन ट्रक करा ना?”

“हम्म...साला माझी नेट स्पीड स्लो आहे आणि हे मोबाईल नेटवर्कवाले, वेळेवर बिल नाही भरले तर आउटगोइंग कॉल बरोबर बंद करतेत, मग साला नेटची स्पीड वाढवितांना ह्यांची नानी मरते का बे?”

स्वतःशीच बोलत होतो. कुणी ऐकेल तर पागल समजेल मला. जास्त परेशान असलो की आपली झाडीपट्टीचीच मराठी निघते. पण साला प्रश्न अजून तसाच राहिला. “कोण आहे मी?”

“कोण होस बे तू, गज्या?”

हो, मी गजानन.

पण तू कोण आहेस?

बायकोचा नवरा?

पोराचा बाप?

दोन जातीचे घर

माईचा लेक?

बाबाचा पोरगा?

बहिणीचा भाऊ?

भारताचा रहिवासी?

दिल्लीचा निवासी?

हां... हां... अच्छा.... फ्लाइट पकडण्यासाठी जाणारा प्रवासी?

कोण हो बे मी ?

अजून गोला कॅब पोहोचली नाही..

आतून पुन्हा एक आवाज आला, "'अहो गोला कॅब आली का?"

हे आले मोबाईल नेटवर्कवाले.... आपसामध्ये दोस्ती नाही करत अन आम्हाला सांगतेत- कनेक्ट पीपल.... xxxx...

पुन्हा घडीत डोकावलो... "साली फ्लाइट सुटल त नाही?"

प्रश्न अजून अनुत्तरीत राहिला... 'कोण हो मी?'

एनटीपीसीचा मोठ्ठा पदाधिकारी? मन अजूनही घनडर-मनडर करतच होते...

मला गॅलरी बाहेर फिरताना पाहून बाजूच्या बंगल्यात राहणारा बोलला, 'सर, कुछ परेशानी हैं क्या? तबसे यहीं किसी का इंतजार कर रहे हैं?'

मी बोललो, 'वेटिंग फॉर गोला कॅब.' आणि त्याला एक वेस्टर्न स्टाईलची स्माईल दिली, जशी मोठे पदाधिकारी

पुष्पेय

मीटिंगमध्ये ज्ञान पेलताना देतात किंवा इंटरनॅशनल कॉन्फरन्समध्ये विदेशी प्रेजेंटर काही विचारले की गुड क्वेश्चन म्हणून 'पिका फैलवतात' तशी.

अजून गोला कॅब पोहोचली नाही.

मागील 10 मिनिटांपासून असाच फिरत होतो. इंडिगोची दिल्ली-नागपूर फ्लाईट 12 वाजताची आहे, साला चेकिंग करायला खूप वेळ लागते. कायची दिल्ली हो बे... एवढी मोठी?

आपला गावच बेस आहे- 'खैरी', दहा मिनिटात पुरा मोजून होते.

जीवनात पहिल्यांदा दिल्लीला शिव्या घातल्या होत्या. नाहीतर आतापर्यंत मिरवत होतो, 'दिल्लीवाला साहेब' म्हणून. आपल्या परिवारात पहिला माणूस जो सर्वप्रथम ट्रेनच्या एसीमध्ये डब्यामध्ये बसला, सर्वप्रथम फ्लाइटमध्ये चढला की उडला? चढला जास्त लॉजिकल वाटून राहिले. ॲटिट्यूड पाहून... उडला पण ठीक आहे, पाय जमिनीवरच राहत नव्हते.

जाऊ दे.

कोण आहे मी? पुन्हा तोच प्रश्न वारंवार समोर येत होता आणि जात होता.

गोला कॅब आली.

मी 'गजानन', बायको 'जया' आणि लहान मुलगा 'पार्थ.' शिरलो सामानासकट.

"भाऊ, टर्मिनल वन घेजो."

"भैय्या, टर्मिनल वन लेना..." - पार्थ.

दोन जातीचे घर

“पप्पा कशाला मराठी मारता हो? टॅक्सीवाल्यासोबत पण.”- पार्थ

“मराठी आहे का ही? टर्मिनल वन घेजो, शीss झाडीपट्टी.”- जया.

“भैय्या बुकिंग में मेंशन हय ना, चिंता मत कीजिए.” टॅक्सीवाला बोलला.

‘साला लेट आला, अन ज्ञान पेलते- चिंता मत कीजिए?’ मनातच बोललो.

हृदयाचे ठोके थोडे स्थिरावले होते. आता गावी पोहचण्याची हुरहूर लागली होती.

आजी बीमार आहे, आजी म्हणजे माझी ‘माँ’. सगळेच माँ म्हणतात. शेवटच्या घटका मोजत आहे अन गोला कॅब लेट आली.

पहिल्यांदाच ‘साला गोलावाला’ ऐवजी ‘गोलावाला’ पुटपुटलो. फक्त मनातच.

पण अजूनही प्रश्न अनुत्तरीत होता- कोण आहे मी?

बायकोचा नवरा...?

बाप...?

आणि वरचे सारे प्रश्न तेच.

तशीच हृदयाच्या गर्तातून एक आवाज आला- “भाऊ, मले नाही मोजलास ना?” संजूची आवाज होती. संजू म्हणजे संजय, माझा लहान भाऊ. गावाकडे राहायचा, माझ्यापेक्षा चार वर्षे लहान.

हो यार, संजू का सुटला? माझ्या मनातील प्रश्नांच्या यादीतून.

कोण आहे मी?

'भावाला विसरणारा भाऊ?'

2. एअरपोर्ट

नोएडावरून कॅब समोर निघाली. जरी विद्युतगतीने नसेल पण ध्वनीच्या गतीने तर नक्कीच वाढत होती. हम्मss आपल्याच गतीने होती.

ग्रेट इंडियन मॉलच्या जवळून कॅब पुढे वाढली. सेक्टर अठराचा मेट्रो स्टेशनला पार केले.

सेक्टर सोळाचा मेट्रो स्टेशन जवळ पोहोचताच डोळे निपचित बंद करणार तसाच कॅबवाला बोलला, “साहेब, थोडासा लेट हो गया, रेटिंग खराब मत कर देना साहेब, बेटी को स्कूल छोड दिया ना साहेब. बहुत मुश्किल से दाखिला मिला साहेब...”

'साल्या आमची फ्लाइट सुटते की काय? अन आपल्या पोरीचे चोचले पूर्ण करून राहिला.' मनात स्वतःशीच बोललो.

“अब, जल्दी चलो भैय्या.”- जया बोलली.

जवळपास पस्तीसशी असणारा हा ड्राइवर कदाचित बिहारी असेल कारण एवढ्या आपुलकीने बोलत होता आणि अदब होती बोलण्यात. “कुछ परेशानी हैं क्या साहेब? गड़बड़ी में लग रहे हैं, आप लोग?”

डोळ्यासमोर आजीची प्रतिमा झळकली. माझी आजी... आमची 'माँ'.

"कसा होतास? अन कसा झालास रे गजू?" तिचे शब्द कनपट शेकून गेले.

डोळे खाडकन उघडले, "तुम अपना ध्यान गाडी चलाने पर दो. चलो जल्दी, मेरी फ्लाइट ना निकल जाए, पहिले ही बहुत लेट आया, तुम."

"पप्पा! सहज बोलतो तो, कशाला असं वागता." -पार्थ बोलला.

कॅबमध्ये तो ड्राइवरच्या बाजूला बसला होता. त्याच्या आवडीच्या रंग होता कारचा, फक्त पांढरा... फक्क पांढरा.

त्याला आणि पप्पाला फक्त पांढराच रंग आवडतात. माहित नाही का? आणि सिद्धार्थलाही. सिद्धार्थ, माझा मोठा मुलगा.

नीरस आहेत का ही लोक? स्वच्छ ही असतील मनातून ही लोक... काय माहित? स्वतःच पुटपुटलो.

कोण स्वच्छ आहे या जगात? नेहमीच मला हे कोडे पडायचे.

तसाच पार्थ बुदबुदला, "आपण लवकरच पोहचणार पप्पा."

त्याला रागात डोळ्याच्या माध्यमाने हळकवायला दृष्टी वर केली. तशीच जया बोलली, "सगळ्यांशी रागाने बोलतात रे. कित्येक वर्षे झाली असतील यांनी माझ्याशी प्रेमाचा एक शब्द बोलला असेल तर सांग?"

मन पुन्हा बोलले, "कोण आहे मी? साला कोणीच खुश नसे. का झाला व?"

स्वतःला थांबवण्याचा खूप प्रयत्न केला, पण जिभेने साथ सोडली.

“बघ कशी भाषा ह्यांची? मला अव-तूव असे म्हणतात. शीssss कशी ही भाषा? मला असे बोलत जाऊ नका.”

‘साला, नागपूरले रायनारी लोक काही वेगळे आहेत का बे?’ पुन्हा पडणारा, दररोज पडणारा, कधी पिच्छा न सोडणारा प्रश्न.

ज्याचे उत्तर मला माहित असूनही, पुन्हा वारंवार, स्वचलित, विद्‌युतगतीने, अनपेक्षित, अनावधानाने. कितीही जोरात दाबून ठेवला तरी फोर्स ऑफ बायोंशीने वर येणारा प्रश्न... यक्षप्रश्न.

“आई, तू नेहमी का सुरू होते ग?” पार्थ बोलला.

ड्रायव्हर कधी आम्हाला बघायचा तर कधी पुन्हा निरखून बघायचा प्रयत्न करायचा, पण ट्रॅफिक त्याला समोर बघण्यास भाग पाडायचा.

ट्रॅफिक... रेड लाइट, फ्लायओवर वगैरे.

“कौनसी भाषा बोलते हैं, आप?”

‘काऊन बे?’ मन बोलूं लागले.

“मी झाडीपट्टीची... भंडाराची-बालाघाटची भाषा बोलतो, आणि हे पुण्याची बोलतेत- बामणी भाषा.”- मनातच.

“मराठी बोलते हैं भैय्या, आप क्या बोलते हो?” - पार्थ

“हम बिहार से हैं- भागलपुरवाले, भोजपुरी-हिंदी ही बोलते हैं.”

पहिल्यांदाच त्याला कुणी छान सुशिक्षित, आदरयुक्त काही बोलले या आजच्या यात्रे दरम्यान.

टर्मिनल वनजवळ त्याने आम्हाला सोडले.

दोन जातीचे घर

विमानतळ पालम हे टर्मिनल वन म्हणून ओळखले जाते.

आता फ्लाइट पकडायची ओढ लागली होती. अबब ! काय ही गर्दी? नेहमीसारखीच.

आज पहिल्यांदाच ही गर्दी चावल्यासारखी वाटत होती, माहित नाही का?

इंडिगोच्या किओस्कवर चेक-इन करून, टिकिटचे प्रिंट घेतले. एस्कॅलेटरवर चढण्यासाठी सरसावललो. तसाच पार्थ बोलला, “पप्पा, फ्लाइट चार तास लेट आहे.”

तशीच जया सुटली, “अहो निघायच्या आधी बघितले नव्हते का?”

खिशात हात टाकला. मोबाईल लवकर सापडेना. भेटला एकदाचा, एसएमएस दिसले.

‘अरेच्या! मॅसेज तर होता.’ स्वतःलाच मनातून खडसावले.

“कुठे असतो बे मी?”

जया: किती घाईने तयारी केली, आधी सांगितले असते तर इतकी धावपळ झाली नसती.

जया सुरू झाली होती.

मला धावू की पळू तिच्यावर वा तिच्या जीवनातून? कळत नव्हते.

पार्थ बोलला: चला तोवर लाऊंजमध्ये बसु या.

तीन क्रेडिट कार्ड वापरले, लाऊंजमध्ये तिघांच्या एंट्रीसाठी.

पापा काही खाणार का? पार्थ बोलला.

किती समजूतदारीने वागत होता. मला कळत नव्हते.

“आण काहीही... काय बी आण.”

“अहो एअरपोर्टवर आहात. इथे तरी चांगले बोला. कुणी ऐकेल, काय म्हणेल? एवढा सूट-बूट घालून कशी भाषा वापरतात शीSS.”

मन बोलले, “जाऊ दे भोकात. कोणाले समजते बे माझी भाषा?”

तसा आज पार्थ बोलला, “आई तू थोडी थांब ना ग.”

तिने तोंड मुरकटले, “पप्पाचा पिट्टू, कधीपासून रे?”

पार्थने खांदे उचकवले. चेहरा बनवला आणि हात पसरले.

समोर दहा वर्षाचा एक मुलगा आपल्या आजीचा हात धरून तिला खुर्चीवर बसवीत होता. आजी बसली. त्याने रुमाल दिले, तसेच आजीने आपल्या साडीचा कोपरा पकडून त्याच्या माथ्यावर फिरवले व घाम पुसला.

मला माझी आजी आठवली.

3. काही वर्षाआधी

मी आणि माझी आजी... नदीकडील आमच्या शेतात आंब्याच्या झाडाखाली बसलो होतो. मीही दहा वर्षांच्या असेल.

आजीला ‘माँ’ किंवा माय किंवा अम्मा म्हणायचे कारण पप्पा पण तिला माय म्हणायचे.

महाराष्ट्रात आजीला ‘माँ’ म्हणून संबोधने, हे थोडे कठीण आहे. पण आमच्या झाडीपट्टीत माँ आणि माय नेहमीच

जवळचे वाटतात, आम्हाला, मला आणि माझ्या आसपासच्या लोकांनाही.

धुऱ्यावर माती टाकण्याचे काम सुरु होते. काका आणि घरच्या कामासाठी ठेवलेला एक गडीमाणूस कुडाळ आणि लोखंडी साबरच्या मदतीने वावरातून माती काढत होते. मी आणि माझा आतेभाऊ बबलू मातीला धुऱ्यावर नेऊन ठेवत होतो. मातीला धुऱ्यावर ठेवत असताना, एक काळ्या रंगाचा विंचू पायावर चढताना दिसला.

“माँ व... इच्चू चंगला पायावर.” आणि धाय मोकलून रडू लागलो.

माँ धावली आणि हातानेच त्याला दूर झटकून, एकदम रडकुंडीला आल्यागत बोंबलली, “चावला असता व, माझ्या नातवाले.”

तिच्या चेहऱ्यावर एकाएकी राग अवतरू लागला. तिने उजव्या पायात घातलेली चप्पल काढली. उजव्या हातात धरली आणि तरतर चार-पाच पावले धपाधप टाकत, त्या विंचवावर सपासप प्रहार करू लागली.

मला झाडाखाली बसवून माझे डोके, आपल्या मांडीत ठेवून, आपल्या तांबड्या रंगाच्या लुगड्याच्या पदराने माझा घाम पुसू लागली. आता माझ्या जीवात जीव आला होता. माझ्या चेहऱ्यावर उमटलेल्या दुःखाच्या रेषा मिटल्या होत्या.

“जर चावला असता बेटा, बहुत दुखला असता. डोरे उघडून काम करावा मा”, बोलता-बोलता तिने माझ्या गालावर पप्पी दिली.

नंतर दादाजींच्या जुन्या धोतराचा उपयोग करून बनवलेल्या कपडय़ात बांधून ठेवलेली शिदोरी उघडली. ज्वारीची भाकर आणि बेसन.

एक कोर माझ्या तोंडात भरवत आणि एका हाताने केस सावरत बोलली, “बेस लागला का?”

‘हो हो.’

आंब्याच्या लोणच्याची फोड धरून तिला भाकरीच्या दुसऱ्या टोकावर पुसत, तेल आणि चटणीचे प्रमाण कमी करून मला भरवली.

“मस्त खट्टा-खट्टा आहे, माँ.” एकदम डोळे मिचकावत मी बोललो.

लगेज तिने एक कांदा हातात धरला, इकडे तिकडे काही शोधू लागली. कदाचित चाकू किंवा पावशी शोधत होती. काही सापडले नाही. तशीच वावरात काम करणाऱ्या एका बाईशी बोलली, “बायाबाई, पावशी नाही त इरा धरलीस का?”

“भुललू व बाई.” बायाबाई.

“एक बी काम धड नाही करा व. माया नातवाले अच्छा खावाले नाही भेटे, तुमच्या पायी.”

“जल्दी जल्दीच्या चक्करमध्ये सुटला व बाई.” बायाबाई.

माँ, तिच्याकडे न बघताच, बाजूला ठेवलेला स्टीलचा ग्लास धरून त्याच्या काठाने कांद्याचे दोन भाग करू लागली. मग दोनचे चार, चारचे आठ करत एक तुकडा माझ्या तोंडात तिने कोम्बला. मी थू-थु करून उठलो. तशीच माझ्यावर ओरडली, “खा ना बकऱ्या. तपन नाही लागे, कांद्यान.”

तेवढ्यात बायाबाई पण बोलली, "खा न गा. तुयी माय सांगते त. एका सालाचा होतास तई पासून करते तुया."

माँ ने लगेच आंब्याच्या लोणच्याची चटणी माझ्या जिभेवर लावली. कांद्याच्या तिखटपणा गायब झाला. आणि आंब्याचे लोणचं तना-मनात सुख देऊ लागली."

"अच्छा बनला का व अचार?" बायाबाई विचारू लागली.

"याच झाडाचा हो ना?" पुन्हा बोलली.

माँ म्हणाली, "हो, याच झाडाचा हो. पण अच्छा नाही मुरला."

"मुरल ना बाई धीरू धीरू." - बायाबाई.

बायाबाई आणि माझी माँ... पक्या मैत्रिणी, एकदम जीवलग- पाच टक्के मालक-नोकर आणि पंच्याण्णव टक्के बहिणी.

पप्पा, आत्या आणि काकाजी तिला 'मोठी माँ' म्हणायचे.

मोठी माँ म्हणजे मोठी आई किंवा आईच्या मोठ्या बहिणीसारखी.

अहो, पनीर टिक्का खाता का?- जया.

तंद्रा तुटली.

भाकर-बेसन-लोणचं-कांदा एकाएकी अदृश्य झाले. पण जीभेवर त्यांचा स्वाद तरंगतच होता. त्या स्वादाला जीभेवरून संपवायची ताकद नाही होती आणि इच्छाही नव्हती.

डोळे मिटले.

"कई येजो त गा?" माँ चे शब्द कानात गुंजन करू लागले.

पुष्पेय

"पप्पा डोळ्यात काही गेले का? पाणी वाहत आहे." -पार्थ.

"काही खूपसले तर नाही हो डोळ्यात?"- जया.

मीच खूपसत होतो... स्वतःलाच. कोण आहे माझ्यापेक्षा जास्त तीक्ष्ण- खूपसण्याजोगा?

डोळे उघडून पार्थला बघितले. तो पण काही डोळ्यांतच बोलला, "तुमची आजी ठीक होईल, पप्पा."

खिशातून झक्क पांढरे रुमाल काढून त्याने, माझ्यासमोर ठेवला.

पांढराशुभ्र म्हणजे माझे पप्पा.

नीरस की स्वच्छ?

कदाचित नीरस असेल..

पार्थही असाच... नीरस की स्वच्छ?

"छे-छे नीरस कसा असेल? पोरगा आहे माझा, बाप नाही.

अनाउन्समेंट झाली- 'इंडिगो सिक्स ई xxxxxxx गेट नंबर ३२ xxx.'

फ्लाइटमध्ये बसलो आणि मावलोही.

फ्लाइट भुरभुर... भुर्रर्र.

"कशी आहेस माँ?"

"निघालो. पोहचता, जलदीच. दादाजी ले बी सांगजो."

4. वाढदिवस...

पांढरकवडा एक गाव.

एक परिवार.

एक घर, किरायाचे.

कुठल्यातरी एक मोहल्ला.

दोन चिमुकले... एक मुलगी म्हणजे 'ताई.' आणि एक मुलगा बारकासा, 'गजानन म्हणजे मी.'

आणि घरात एकच कारभारीन, 'पार्वती' म्हणजे आई.

दोन भाऊ. मोठा... माझे पप्पा-शंकरराव, छोटा... कृष्णराव, माझे काका आणि एक आक्का- बेबी. आक्का म्हणजे आत्या.

नागपूर- हैंदराबाद मार्गावर स्थित यवतमाळ जिल्हयातील हे एक गाव. गावाजवळ एक नदी "खुनी नदी."

आई आणि आक्का साफसफाईमध्ये भिडलेल्या, काका आपले 'रेडियो सिलोन' लावून पुस्तकात तोंड खुपसून एका खुर्चीवर.

मांडीवर तीन वर्षाची ताई- बाली, लाल रिबीनमध्ये घुसलेली वेणी.

दरवाजाच्या चौकटीत एक वर्षाचा गजू. रांगत आणि चिरीक शिरीक नाक वाजवत साऱ्या घरात येरझारा मारत होता.

रांगता-रांगता सारे घर डोक्यावर, फिरता-फिरता दरवाज्याच्या चौकटीमध्ये फसला. चौकट आणि बाहेरची छपरी यांच्यामध्यें अर्ध्या फुटाचे अंतर आणि त्याच्यामध्ये फसला गज्या, आणि उभ्याने भ्या-भ्या रडत सुटला.

तशीच एक आजीबाई त्याच्याकडे धावली आणि त्याला उचलून एकदम आपल्या छातीशी चिपकवून थोपटू लागली, “पडला असतास ना बेटा, कायले एवढ्याना रिंग-रिंग करतेस रे?”

पाठ थोपटणे सुरू होते. थोपटणे अलगद, निश्चल प्रेमाने. आणि थोपटल्याला प्रतिसाद हो-हो करत गजू देऊ लागला. कदाचित त्याला झोप येत होती वा पडण्याची भीती गेली होती... कुणास ठाव.

गजू, खांद्यावरून हळूहळू चेहरा उचलून आता आजीला निरखून पाहू लागला. आपल्या चिमुकल्या हाताने तिच्या डोक्यावरील पदर खाली सरकवू लागला. तशीच आजीने पुन्हा पदर डोक्यावर ओढला.

तिच्या गळ्यातील स्वर्णभरीत काळी गरसोली म्हणजे मंगळसूत्र आणि त्यात सोन्याचे मणी व काळे काळे मणी. तो मण्यांशी खेळत होता .

तशीच आजी बोलली, “इचकु नको, तुटून जायल.”

मग स्वयंपाक खोलीच्या दिशेने तिचा जोराचा आवाज निघाला, “पार्वता याले देखना. पडला असता माझा नातू. तुमचे कामच नाही सरत. का करता व दिवसभर?”

आजीने तशीच जोरात हाक मारली, “बेबी, कोटी मटकुन राहिलीस व? येथी वावराची काम बी नसत, लहानसा घर आहे. तरी का करत राहता व दिवसभर?”

“किसना, तू कोठी आहेस, तुझी किताबच नाही सुट का? किताब, पढाईसाठी धरतेस का कामातून बचावासाठी नाही समजे मले?”

तशीच ताई ठुमक ठुमक पायांनी पैंजण वाजवत आली. गजूला आपल्या आजीच्या कुदरावर शिरला पाहून, तीही कुदरावर बसायची इच्छा करत, दोन्ही हात वर उचलून आजीकडे आशा भरलेल्या नजरेने पाहू लागली.

"तू थांब गे, बाद मंधी धरता. हा सीदला आहे ना."

आरडा-ओरडा ऐकून पार्वता, बेबी आणि कृष्ण पोहोचले.

गजूला आजीजवळ शांत पाहून आवाक् नजरेने पार्वता बोलली, "बाप्पा, आपल्या आजीला ओळखतेस, एकाच दिवसात. नाहीतर दिवसभर किन-किन करत राहते, रोंट्या कोठचा."

आजीची छाती फुगली. पुन्हा त्याला मिरवू लागली. ताई, आजी कशी धरेल तिला यासाठी प्रयत्न करू लागली पण आजी आपल्या नातवासोबतच खुश होती.

ही माझी आजी- "जनाबाई."

तसेच पांढरा धोतर, पांढरा कुरता आणि डोक्यावर नेहरू टोपी लावून, पायातील जोड्यांच्या टक-टक आवाज करत, गळ्यातून मुद्दाम खोकल्याच्या आव आणत माझे दादाजी म्हणजे "गंगारामजी" पोहोचले.

बेबी आली, हातात पाण्याचा ग्लास घेऊन. आई आणि माँ म्हणजे माझी आजी डोक्यावरच्या 'सेव' म्हणजे पदर सरळ करून उभ्या राहिल्या.

तशीच माँ बोलली, "याले धरा काऊन नाही"?

दादाजी: अरे अभी आया हूँ, हाथ गंदा हैं... धरता. थांब घडीभर.

ग्लासाच्या पाण्याने समोरच्या अंगणात हात धुवून, पांढऱ्या दुपट्ट्याने हात पुसत, “आजाss, मेरे शेर.”

तसाच गजू किन-किन करून रडू लागला.

माँ जोरात बोलली, “अखिन रडवल्या का? आताच पुचकारून चूप केलू होतु.”

बोलता-बोलता तिने दादाजीच्या हातातून हिसकले. गजु शांत. ताई, पुन्हा आजीकडे पाहू लागली.

दादाजी ताईला जवळ करत, “आजा, मेरी झांसी की रानी.”

ताई खुश, एकदम जाम खुश.

माँ, मला घरून घरात फिरता-फिरता किचनमध्ये पोहोचली. आई भाजीपाला साफ करत होती. बेबी आक्का झाडूने कचरा साफ करून बसली होती.

“याची मालिश-गिलिश नाही करा का व? कसा मरा-टूरा दिसते. आन जरसा सरसोचा तेल गरम करून, एका वाटीत अन लसणाच्या दोन किरल्या बी टाकजो.”- माँ.

स्वयंपाक खोलीच्या मागे छोटे आंगण होते. बाजूच्या घरी एक देशपांडे काकू राहायची.

घरातील झाडीपट्टी भंडारा-बालाघाटवाली, हिंदी-मराठी युक्त म्हणजे गावठी मराठी संवाद ऐकून ती समजण्याचा प्रयत्न करायची.

पण आमच्या घरचा बोलण्याचा वेग आणि ओघ कधी-कधी तिच्या डोक्यावरून जायचा, तेव्हा आईला विचारायची, “अजून दुसरी कुठली बोली उपयोग करता तुम्ही?”

आई, ‘नाही ग ताई’ बोलून मोकळे व्हायची.

दोन जातीचे घर

कदाचित आईला पण तिकडची मराठी पाहिजे तशी नाही जमायची. पण आई हुशार होती, दोन भाषांमध्ये समन्वय जोडण्याचा प्रयत्न करायची.

दुसऱ्या दिवशी, गजूचा पहिला वाढदिवस धूमधडाक्यात साजरा करण्यात आला.

पापाच्या ऑफिसचे मित्र, काकांचे कॉलेजचे मित्र, बेबीच्या मैत्रिणी, आईच्या आमंत्रणावरून देशपांडे काकू, माँ-दादाजी, ताई सर्व पोहचले होते.

आधी केक कापण्याची परंपरा रूढ नव्हती म्हणून श्रीखंडपुरी, आमच्या 'खैरी' गावातील वर्ल्ड फेमस खोव्याचे गुलाब जामुन, दह्याची कढी आणि भाजी वगैरे मेजवानीसाठी बनवले होते.

आईने ओवाळण्यासाठी तुपाच्या दिव्याची आरती, चंदनाचा तिलक आणि सोन्याची आंगठी म्हणजे मुन्दी आणली होती. आणि आई मुन्दी शरीरावरून फिरवताना कुठले तरी रक्षा स्त्रोत पुटपुटत होती.

माँ: पार्वता, ओवाळ ना गे जलदी, आपल्या पोराले अच्छा रंगवलीस.

आई, सासूच्या तोंडातून सर्वांसमोर निघालेले तारीफ वचन ऐकून खुश होत बोलली, "तुम्हीच करा पहिले, तुमचा पहिला नातू हो ना."

सगळे हसून मोकळे झाले.

दादाजी: (ताईला समोर घेत) सबसे पहले मेरी झांसी की रानी करेंगी.

पुष्पेय

आक्का आणि ताई दोघांनी सर्वप्रथम ओवाळणी घातली. सासू-सून पहिले आप पहिले आप करत दुसऱ्या, तिसऱ्या नंबरवर ढकलल्या गेल्या.

फेब्रुवारीत वाढदिवसाचा सण. आसपासची घनदाट जंगले, झरझर वाहणारी थंडी हवा. त्यामुळे गजाननकडे थोडे दुर्लक्ष झाले. याचा परिणाम असा झाला की त्याच्या नाकात शेंबडाची वर्दळ वाढली आणि किन-किन सुरू झाली... सवयीप्रमाणे, सतत.

दुसऱ्या दिवशी, माँ आणि दादाजी शेतीची कामे आहेत म्हणून, गावाकडे जाण्यास तयार झाली होती. प्रवासाचा आराखडा तयार केला होता. पांढरकवडा-नागपूर-भंडारा एसटी बसने नंतर भंडारा-बालाघाट खाजगी बस यात्रा.

पप्पा आणि काका सामान तयार करून सायकलवर बसस्टँडला नेणार होते.

आई आरती सजवून त्यात कुंकवाचा करंडा, डोक्यावर पदर म्हणजे आमच्या गावाच्या भाषेत 'सेव', जमिनीकडे डोळे करून आजी (माँ)ला यात्रेपूर्व ओवाळणी घालण्यासाठी समोर वाढली, घरची जुनी पद्धत.

एकाएक बेबी बोलली: माँ, आज कायले जातेस व?

दादाजी: खेती के काम हैं ना बेटा.

गजानन अजूनही माँ च्या कुदरावर शिरून फन फन करणाऱ्या नाकाचा आवाज करत दोन बोट तोंडात टाकून, डोके तिच्या छातीवर टेकून निश्चिन्त, निपचित, निशंक मुद्रेत आराम करत होता.

माँ: जातो व पार्वता. चल ना गा भैय्या... लाइकी कर.

असे बोलून माँ ने गजूला, बेबीचे हातात देण्यासाठी आपल्या छातीपासून दूर केले तसाच तो 'भ्या-भ्या' करत उठला.

'हो-हो-हो माया नातू' म्हणत पुन्हा हाताने हळुवार थोपटत आपल्या छातीशी लावले तसाच तो शांत होऊन चिपकला. जसे काही झालेच नाही.

पुढची 2-3 मिनिटे काहीतरी चर्चा सुरुच होती.

पप्पा: चल ना माँ, बस सुटून जाईल.

माँ: हो भैय्या, हा चिलबिल करते न. थांब घडीभर.

खैरी गाँव, महाराष्ट्र-मध्य प्रदेशला जोडणारा, वैनगंगा नदीच्या काठावर वसलेले आहे. अर्धे लोक हिंदी आणि अर्धे मराठी बोलतात, एकदम झाडीपट्टीवाली- खाल्लू-पिलू, येता-जाता, काईले-काहून अशी मनाच्या गाभाऱ्यातून निघणारी आणि अंतरी जाऊन पोहोचणारी बोली... आमची भाषा. पुणेरी मराठी भाषेच्या करोडो किलोमीटर दूर पण हृदयाच्या कपाटाच्या अगदी जवळ.

गीतरामायण आणि रामचरितमानस दोघांनाही सांभाळणारी माणसं.

मोठ्या भावाला 'दादा' म्हणण्यापेक्षा 'भैय्या' म्हणून मिरवणारी संस्कृती आणि म्हणूनच आमच्या घरचे 'भैया' म्हणजेच सर्वशक्तिमान, राजदंडधारक आमचे पप्पा. त्यांच्या भावंडासोबतच त्यांचे आई-वडील आणि आसपासची माणसेही भैय्या बोलायची. अर्ध्या गावाला तर त्यांचे खरे नावही 'भैय्या' आहे, असेच वाटत होते.

इकडे गजाननची चिलबिचल, नाकातून निघणारा ओलेरी सुर-सुरचा ध्वनी स्पष्ट जाणवत होता.

पप्पा बस सुटेल म्हणून घाई करू लागले. गजू, माँचा खांदा, अन तोंडात ठुसलेले बोट सोडत नव्हता. बोट म्हणजे असे तसे बोट नाही, थेट तर्जनी आणि मध्यमा. तर्जनी दिशा दाखवणारे बोट बाबासाहेबांच्या पुतळ्यासारखे—सर्वात जास्त गंभीर, स्पष्ट आणि रुबाबदार वाटणारे... तेच.

तशी आईसमोर सरसावली, गजूला धरायला. गजूला, आजीच्या खांद्यावरून ओढले. त्याचबरोबर तो 'भ्या-भ्या' करत रडत सुटला. तसेच आजीला तिच्या जीवातून काहीतरी सुटल्यासारखे वाटले आणि चेहऱ्यावरची हवा उडल्यासारखे झाले.

माँ आश्चर्य व भयमिश्रित नजरेने पार्वताकडे बघू लागली. माँ चा चेहरा पार उतरला होता. माँ, गजूकडे एकटक बघत होती. तिचे कान गजूच्या रुदनरागाच्या दिशेने टवकारलेले होते.

दादाजी कधी माँ कडे, तर कधी गजूकडे, तर कधी आईकडे बघत होते. काही क्षण विचार करत आईला बघता-बघता दादाजी उद्गारले, "बेटा! देख तो, इसकी तब्येत तो ठीक आहे ना?"

असे म्हणता-म्हणता त्यांनी गजूच्या माथ्यावर हात धरला.. "यह तो गर्म लग रहा हैं, बुखार हैं क्या?"

आई: हो ना, गरम वाटून राहिला.

तशीच माँ समोर सरसावली... थेट गजूकडे, "दाखव मले." तिलाही तोच अनुभव आला.

माँ: म्हणूनच तर किन-किन करून रायला व. काल वाढदिवसाच्या गर्दीमंधी त चांगला रायला. कोणाची दीठ (दृष्ट्) त लागली नसल?

बोलता बोलता आज तिने गजूला आईच्या हातातून हिसकले आणि ठेवले सरळ आपल्या कुदरावर.

बाहेर, काका सायकलची घंटी वाजवत होते, अंतिम वैधानिक चेतावणी दिल्यासारखी. पप्पाही काही-बाही पुटपुटत होते.

इकडे, आई आणि माँ एक दुसऱ्याकडे पाहत होत्या आणि एक नजर गजूकडे लागून होती.

दादाजींनी, सासवा-सुनामधील अबोल संभाषण हेरले आणि तसेच बोलले, "भैय्या, माँ को यही रहने दो, कुछ दिन बाद भेज देना. मैं अब चला जाता हूँ, खेत के बहुत सारे काम अटके हैं..."

तशीच, आई आणि आक्का एकाच वेळेस उद्गारले, "थांबून जा ना, माँ."

एकाएकी, योजना बदलल्या गेली आणि सर्वांनी दादाजीला 'सार' म्हणजे टाटा केले, खैरीसाठी. पप्पा आणि काका, त्यांना सरळ बस स्थानकावर घेऊन गेले.

इकडे गजूला सर्दी, खोकला आणि ताप वारंवार त्रास देऊ लागला. मोहल्ल्यातील डॉक्टरांची औषधं सुरू झाली, तर माँने "दीठ लागली असेल" म्हणून गावाकडचे टोटकेही करून पाहिले–फिटकरी फिरवून जाळणे, सेंधा मीठ पुरणे... आई आणि माँ दोघीही औषधं, घरगुती उपाय आणि टोटके सगळंच करत होत्या, पण काहीच फरक पडत नव्हता. उलट गजूची छाती घरघरू लागली आणि काळजी वाढत गेली.

घरच्यांची धावपळ सुरू झाली–पप्पा अर्धी सुट्टी घेऊन आले, काका कॉलेजला गेले नाहीत, सगळे चिंतेत. ताप वाढत होता. शेवटी "चला डॉक्टरकडे" असा निर्णय झाला. रिक्षा आली–आई, माँ आणि गजू रिक्षात; पप्पा-काका सायकलवर. काही

वेळात आम्ही “कुळकर्णी दवाखाना” येथे पोहोचलो. दवाखाना म्हणजे घरासारख्या दिसणाऱ्या एका इमारतीत उपचाराची व्यवस्था. पांढरा दरवाजा, दरवाज्याला मधात लोखंडाची कडी, आतमध्ये मोठा पडदा, खादीचा.

दवाखान्यात गर्दी, औषधांचा वास आणि नावनोंदणीसाठी धावपळ. कंपाउंडरच सर्वकाही ठरवणारा. आतमध्ये लाकडी बाक व्यवस्थित रचलेले, भिंतीच्या बाजूला. जेणे करून पाठ भिंतीला टेकता येईल. त्यावर माणसे अव्यवस्थितरीत्या बसली होती.

काकाने डॉक्टरांच्या भावासोबत ओळख सांगितली आणि गजूला आत नेण्यात आले. तपासणीनंतर डॉक्टरांनी गंभीर आवाजात सांगितले–“अँडमिट करा, न्यूमोनिया झाला आहे.”

आईचे डोळे पाणावले, पण पप्पा शांत. उपचार सुरू झाले. मात्र गजू इतका अशक्त होता की नस सापडत नव्हती– हातावर अनेक प्रयत्न अपयशी ठरले. परिस्थिती गंभीर होत चालली. डॉक्टरांनी पप्पांना फॉर्म भरायला सांगितला– धोक्याची जाणीव करून दिली. पप्पांनी क्षणाचाही विलंब न करता सही केली–“तुम्ही पूर्ण प्रयत्न करा.”

डॉक्टरांनी अखेरपर्यंत प्रयत्न चालू ठेवले. हात, पोट– सगळीकडे प्रयत्न करूनही नस सापडत नव्हती. वेळ निघून जात होती, श्वास मंदावत होता. शेवटी डाव्या पायात नस सापडली... आणि सलाईन सुरू झाले. जणू आशेचा किरणच मिळाला.

दोन दिवसांनी गजूच्या डोळ्यांत हालचाल दिसू लागली. तिसऱ्या दिवशी त्याने हलकेच “माँ” आणि मग “आई” म्हटले आणि दोघींच्या डोळ्यांत आनंदाश्रू वाहू लागले.

दोन जातीचे घर

घरी परतल्यावर हळूहळू दिनचर्या पूर्ववत झाली होती पण आता गजूभोवती सगळ्यांचे प्रेम अधिकच वाढले होते- आजी त्याची सावलीच बनली. डॉक्टरांनी हवामान बदलाचा सल्ला दिला, आणि घरात पुन्हा हालचाल सुरू झाली... पुढचा निर्णय काय, याची उत्सुकता सगळ्यांना लागली होती. एके दिवशी पापा, ऑफिस मधून थोडय़ा हलक्या मूडमध्ये घरी आले. एरवी गंभीर राहणारे पप्पा आज खूप हसून गप्पा मारत होते.

आज तसाच दिवस उत्तम. संध्याकाळी जेवणानंतर सगळे बसून गप्पा मारीत होते. तिकडे काकांचा रेडियो सिलोन आणि हातात पुस्तक आणि सोबतीला ताई.

तशीच माँ बोलली, 'भैय्या, मी कई जाईन त गा?'

आक्का: थांब ना व, अजून काही दिवस.

माँ: वावराचे काम उरावर बसून रायतेते, जाऊ दे बाई.

पापा: माँ, गजानन ले बी नेशील का आपल्यासोबत? काही तरास त नाही होयल ना?

माँ (हसत): लहानसाच आहे, रायल का बाई, आपल्या आई बिगर?

गजू, आपल्या आजीच्या मांडीत बसून तिच्या लुगडय़ाच्या पदरासोबत काहीतरी खेळत होता. माँ त्याच्या डोक्यावर हात फिरवत म्हणाली, “मले कायचा त्रास होयल त गा? त्याचाच घर हो. आज नाहीत उद्या त्याले येवाच लागल. चार लोकांचा केलू, एक अखिन.”

आणि ती हसू लागली, सोबत पप्पाही हसत होते.

अचानक आईला बघून पप्पा म्हणाले, “गजू को भेजेगी क्या खैरी?”

आई गंमत-गंमत सुरू आहे म्हणून, गंमतीत अजून मीठ टाकावा म्हणून हसत बोलली, “जाईल त जाऊ द्या, नाहीतरी दिवसभर किन-किन करत असतो.”

बोलता-बोलता तिने आपल्या पदराने त्याचे नाक साफ केले. पप्पा कुठे तरी निघून गेले.

माँ (आश्चर्याने): रायल का बाई गावामंधी? लहानसाच आहे, अजून दूधच पिते.

आई: नाही ते असेच म्हणतात, गंमत करून राहिले असतील.

ऐकून सर्व जोराने हसू लागले- आई, माँ आणि आक्का.

होळीच्या आधी माँ, गावी जाण्याचा हट्ट घेऊन बसली होती. पप्पानी येत्या गुरुवारी, तिला गावी पाठवू असे सांगितले आणि सोबतीला काकाही जातील असा फर्मान सुनावला.

माँ, माझी आणि ताईची मालिश करणे, जेवण भरवणे, घराबाहेर फिरणे हेच कार्य नित्याने करायची.

आजकाल, गजू दुपारी माँ सोबतच झोपू लागला होता आणि तसाही दिवस भर तो तिच्या कुदरावर सीदला राहायचा.

बुधवार उजाडला. बुधवार तसाही काही खास दिवस नसतो, पण आज खास होता कारण उद्या आजी गावी जाणार होती, आपल्या घरी. आमच्या सर्वांच्या घरी म्हणजे खैरीला.

पप्पा, सायंकाळी ऑफिसवरून लवकर परत आले. येतानी त्यांनी एक मोठे कार्टन आले होते.

रात्रीचे जेवण आटोपले.

नेहमीप्रमाणे सर्व समोरच्याच छपरीत येऊन बसले होते. ताई, जोराजोराने आपले डोके खाजवत होती. तिचे डोके खाजवणे बघून माँ, आक्काला बोलली, “बेबी, इचा डोकसा पाय त, ऊवा झाल्या असतील. घडी-घडी डोकसा खाजवते.”

तशीच आक्का, ताईला घेऊन बाजूला बसली. हातामध्ये कंगवा, पॅराशूटची निळ्या रंगाची शीशी म्हणजे नारळाचे तेल आणि एक फनी. फनी, दोन्ही बाजूला बारीक दात असलेली... कंगव्यासारखी.

विद्युतगतीने आक्काने ताईला आपल्याकडे ओढले आणि तिने आपल्या दोन्ही पायामध्ये ताईला धरून बसवले आणि ताईच्या केसांमध्ये फनी फिरवत होती आणि फनीमधून काळ्या ऊवा निघाल्या की ती त्यांना त्याच फनीवर अंगठ्याच्या नखाने ठेचून मारत होती.

रेडियो सिलोनवर काहीतरी आवाज सुरु होता, काकांच्या रूममधून. त्यांनीं दार उघडला. आवाज स्पष्टपणे बाहेर येऊ लागला.

“भाईयों और बहनों, मैं आपका दोस्त ‘अमिन सयानी’ बोल रहा हूँ... आप सुन रहे ‘बिनाका गीतमाला’.”

ही मखमली आवाज ऐकताच, सर्वांचे कान तिकडे रेडिओकडे टवकारले, नेहमीप्रमाणे.

अमिन सयानी 1970 चे टॉप गाणे वाजवू लागला. गाण्यांची पायदान खाली-वर कुठे चढली-उतरली, हे सांगता-सांगता रेडिओवर गाणेही वाजवू लागला.

मधात ***‘ईश्वर सत्य है’***, हे “सत्यम शिवम सुंदरम” पिक्चरचे गाणे वाजत होते आणि इकडे पप्पा सायंकाळी आणलेला कार्टन उघडत होते.

आई, लाकडाच्या खुर्चीवर बसून उत्कंठेने त्या डब्याकडे बघत होती. माँ, जाण्याच्या हिशोबाने 'पिवशी' तयार करत होती, 'पिवशी' वर नाळा असलेली. पिशवीला आमच्या गावाकडे 'पिवशी' म्हणतात.

माँ च्या ह्या पिवशीमध्ये काही सिक्के, ₹ 5-10-20 च्या नोटा व्यवस्थित जमवली होत्या. सोबतच तंबाखू आणि बंगला पानाची डबी तयार झाली होती.

पप्पाच्या सांगण्यावरून आक्काने एक बॅग आणून ठेवला होता, त्यात कपड्या-लत्त्यासोबतच पप्पा औषधांच्या-बैद्यनाथच्या वेगवेगळ्या बाटल्या- कुमारीआसव, अशोकारिस्ट आणि काही आयुर्वेद औषधी वगैरे जमवत होते.

आई बोलली, 'इतक्या साऱ्या बाटल्या, कशाला आणल्या?'

पप्पा: गजूसाठी... तो जाणार आहे ना माँसोबत, आपल्या गावी.

पप्पांनी जणू एक बॉम्ब सोडला होता. आई आवाक... पाणी डोळ्यातून सरसर-झरझर वाहू लागले होते.

माँ आवाक, मोठे-गोठे डोळे इकडे-तिकडे पाहू लागली होती.

काका, हिम्मत करून बोललें, "भैय्या! बहुत छोटा हैं वह, कैसे रहेगा?"

काका हिम्मत करून पहिल्यांदाच पप्पांसमोर काही बोलले होते.

आक्का, एकाएकी जाऊन आईला चिपकली. ताईच्या केसांत फनी फसलीच होती.

आई: बाप्पाsss काही पण सांगता का?

पप्पा थोड्या कठोर आवाजात बोलले, “अरे! उस दिन बात हुई थी ना?”

ओल्या डोळ्यांनी माँ बोलली, “आपून त गम्मत समजून रायलून. तू, त्या तेव्हढ्याशा पोराले धाडून रायलास, काही समजते का नाही?” एरवी माँ कधी अशी बोलायची नाही.

आई: कसा रायल माझा लहानसा लेकरू?

आई, सतत रडत होती. पण पप्पांनी तिला फर्मान सुनावला, “डॉक्टरने उसका मौसम बदलने को कहा हैं, यहाँ की हवा उसको बीमार बना रही हैं... बस कुछ दिनों की बात हैं. मजबूत बन कर आ जाएगा मेरा बेटा.”

बोलता-बोलता त्यांच्या आवाजात पण थोडा भार वाढल्यासारखा वाटला. त्याला सावरून ते कठोर नजरेने आईकडे पाहू लागले.

आईचा कंठ अजूनही दाटला होता, हुंदके सुरूच होते.

पप्पा, परत बोलू लागले, “यहाँ की हवा से उसे दूर जाना ही होगा, उसके लिये ये जगह सही नही हैं.”

आईचे रडणे, माँ ची हळहळ, काकांची चिलबिचल आणि पप्पांची बडबड सुरूच होती.

माँ (काहीतरी पुटपुटत): तुले त्याचा हेम नस का?

बोलता-बोलता ती आईकडे गेली, “बॅग भर व, हा कोणाच्या बापाची नाही आइकल.”

रात्री तशीच गेली.

पलंगावर आई, माँ आणि मधात गजू.

गजू, बिनफिकर-मस्त दोघांच्या मध्ये यशोदा आणि देवकीच्या मध्ये. तो कधी आईचे पोट बघत होता तर कधी माँ ला हात लावत होता. आणि त्या दोघ्यांही उघड्या डोळ्यांनी छपराकडे बघत होत्या. कधी रागात तर कधी देवाला विनवणी करण्याच्या मुद्रेत.

गुरुवार उजाळला.

बस आली आणि आसवांच्या पाण्याने भिजून निघून गेली. सोबत होते 2-3 पिशव्या, कपडे- दवाई- फळ- दुधाची बाटली आणि माँ, गजू व काका.

माँ आणि काका, फक्त निशब्द. गजू फक्त स्वतःशीच बोलत होता... कुठल्या कुठल्या बोबळ्या शब्दांनी.

गजू, खैरीला चालला होता... कधी आपल्या आजीच्या लुगड्याच्या पदरासोबत खेळत तर कधी दुधाच्या बाटलीसोबत खेळत.

गाव अजूनही यायचे होते. खैरी पोहचण्यासाठी भंडारा-बालाघाट मार्गावर मध्य प्रदेशच्या सीमेत घुसल्यानंतर बावनथडी नदीला पार करून खैरलांजीला उतरावे लागते. खैरी ते खैरलांजीचा पट्टा, मातीचा उघडा रोड, रस्त्याच्या दोन्ही बाजूला माती आणि कवेलूची घरे.

खैरलांजी ते खैरीच्या मध्यात साडेतीन किलोमीटरच्या भाग बहुतेक पायांनीच तुडवावा लागतो. जर कुणाची बैलगाडी भेटली तर त्यावर लटकून वा जर ओळखीची सायकल दिसली तर मागे बसून पार करावा लागतो. जर पूर्व सूचना असली तर घरून बैलगाडी किंवा खाचर सजवून पाठवली जाते.

खाचर म्हणजे बैलगाडी, जिच्यावर बांबूच्या पत्र्याचे छप्पर असते. आतमध्ये गादी किंवा धानाची तनिस टाकून त्यावर

एक चादर ठेवून सजवली जाते. आणि सोबतीला असतो एक विश्वासू गडी, घरचे काम बघणारा.

अशा माणसाला वर्षभरासाठी ठराविक धान, दोन जोडी कपडे, एक जोडी चप्पल, दररोज दुपारी जेवण आणि प्रेमाचे शब्द, अशी ठराविक मजुरी दिली जाते. गावात अजूनही 'काम के बदले अनाज' हीच व्यवस्था, पैसे देणे अजूनही गावाच्या अर्थव्यवस्थेचा भाग नव्हताच.

आम्ही उतरलो, खैरलांजी बस स्थानकावर. काका सर्व सामान घेऊन उतरले आणि माँ तिच्या सर्वात मौल्यवान सामान घेऊन खाली आली- तो सामान म्हणजे मी म्हणजे गजू.

पूर्व सूचना नसल्यामुळे आम्हाला आणायला बैलगाडी किंवा खाचरची व्यवस्था नव्हती.

गावाकडे एक विशेष आत्मीयता होती. तुम्ही जर कुणाचे आपले नसले तरी, तुम्ही कधीही कुणाची परके नसता.

आम्ही बस स्टँडवर उभे होतो. कसे जायचे असा विचार सुरू होता. तशीच खैरीकडे जाणारी एक बैलगाडी दिसली. मा म्हणाली, "तो साधू लोधी दिसते, आपल्या गावचा हो. त्याले विचार."

'लोधी लोक' म्हणजे आमच्यासारखेच शेतकरी. काका तेवढे सामाजिक प्राणी नव्हते पण माझी आजी एकदम समाजात मिसळलेली, गावातील सर्व लोकांना ओळखायची आणि सर्व लोक तिला. काका धावत गेले. त्या दोघांमध्ये काहीतरी संभाषण झाले. मग ती दोघेही बैलगाडी घेऊन आमचेकडे वळली.

काका सामान ठेवू लागले, साधू माझ्या आजीला बोलला, "बड़ी माँ, कहां गई थी?"

माँ: “भैय्याच्या गावी गेलू होतु, पांढरकवडा. आपल्या नातवाले आणावासाठी.”

बोलता-बोलता ती माझ्या डोक्यावर हात फिरवू लागली. सोबत माझ्या नाकाला आपल्या लुगड्याच्या पदराच्या डाव्या कोपऱ्याने पुसू लागली. तिचा हिरवा लुगडा, माझ्या नाकाच्या रसायनामुळे पांढरट दिसत होता.

औद्योगिक क्रांतीच्या काळात कुणबी-तेली-लोधी समाजाने शेतीत खूप मेहनत केली. ज्या शेतकऱ्याकडे जास्त जमीन होती, त्याला ‘पाटील/महाजन’ म्हणतात, आणि आम्हालाही तसंच संबोधलं जायचं– आम्ही स्वतःला, जणू मुकुट नसलेले राजाच समजत होतो.

रस्त्याच्या दोन्ही बाजूने चने, मुरमुरे, पेरू आणि नड्डा अशी दुकाने होती. दुकान म्हणजे एका पोत्यावर बसून आणि समोर दुसऱ्या पोत्यावर सामान ठेवून विकणे.

माँ ने माझ्यासाठी चार आणे खर्च करून मुरमुरे घेतले.

घरी पोहोचलो.

घरी दादाजी, दादाजीची आई म्हणजे ‘बुड्ढी आई’, आमच्या घरी सर्वात वरिष्ठ म्हातारी असल्यामुळे तिला ‘बुड्ढी आई’ म्हणायचे. आणि घरचे काम करणारे गडी हजर होते.

मला बघून सर्वांना खूप मोठा धक्का बसला, आश्चर्याचा. धक्का सुखद नसेलही कारण बिना आईचा आलेला लेकरू आणि हातात दुधाची बाटली, हे बघितल्यावर कुणालाही आनंद होणे, कठीण होते.

दादाजी एकदम आश्चर्याने बोलले, “भैय्या कहाँ हैं? पार्वता नहीं आयी क्या?”

बुड्ढी आई (दादाजीला): पहिले हात पाय धुवू दे, आल्याबरोबर मंगा भिडलास?

ती पण खुश नव्हती, तिला काहीतरी शंका वाटत होती.

बायाबाईला बघून, काका "बड़ी माँ- नमस्ते" बोलले.

तसेच दादाजी व आजीला, त्यांनी नमस्कार घातला. बायाबाई लाकडाचे पाट घेऊन, पाय धुण्यासाठी समोर आली.

बुड्ढी आई, दिवा-आरती-कुंकू घेऊन आली.

माझ्या माथ्यावर कुंकवाच्या तिलक लावून काहीतरी मंत्र बोलू लागली...नंतर तिने आजीलाही कुंकू लावले.

बिना आई वडिलांचा लेकरू आला, म्हणून दादाजींनी पूर्ण घर, डोक्यावर घेतले. काकांनी त्यांना सांगितलं की, "डॉक्टरने बच्चे की जगह बदलने को कहा, ताकि इसकी सेहत में सुधार हो सके."

दादाजींना, काकाजीने सांगितलेले बिलकुल आवडले नव्हते, लेकिन क्या करें? दादाजीचे बोलणे सुरू होते,तसेच बाजूच्या घरून दादाजींचे मोठे भाऊ आणि त्यांचा पूर्ण परिवार आला. गजबज सुरू झाली. मोहल्यातील इतर कुटुंब येऊ लागले, "बिन माँ-बाप का एक साल का बच्चा" बघायला.

बाजूला वाढई, लोहार आणि इतर परिवार राहायचे, सारा मोहल्ला जमा झाला होता.

गर्दी बघून माँ आणि बुड्ढी आई वैतागू लागली.

माँ बोलली, "मी तर नाही म्हणलू, भैय्या काही आइकतच नव्हता. पार्वता लगीत रडत होती पण भैया मानला नाही, म्हणून आणलू.

माँ पहिल्यांदाच, आपल्या भैयाच्या निर्णयाचा पुरजोर विरोध करत होती. बुड्ढी आईने मला आपल्याजवळ घेतले.

बाजूच्या घरची, माझी मोठी आई म्हणाली, “कसा रायल व हा? लहानच आहे, कायल पाठवलन त्याच्या आईना.”

तशीच बुड्ढी आई ओरडली, “घरी एवढ्या गाई-भशी आहेत. एवढा दूधही होते, नाही पुरावाचा का?”

तिला कदाचित तिच्या मोठे नातवाबद्दल, म्हणजे माझ्या वडिलांबद्दल, म्हणजे भैय्याबद्दल लोकांचे बोलणे आवडत नसावे. माझे पप्पा म्हणजे सर्वांत प्रिय नातू. ती त्यांची अंध समर्थक होती.

माझ्या मोठ्या आईला बघून म्हणाली, “गिरजा! तू नाही करजो का त व? तुया पोरगा हो का नाही?”

आतापर्यंत पप्पांच्या विरूद्ध बोलणारी माझी मोठी आई, मला कुरवाळू लागली. मोठी आई म्हणजे आजोबांच्या मोठ्या भावाच्या घरची सून.

ती बोलली, “माझ्या पोराचा मी नाही करीन, त कोण करल?” बोलता-बोलता ती बुड्ढी आईच्या शेजारी बसली.

गर्दी बघून गजू घाबरला, जोराजोराने रडू लागला. कुणीतरी बोलले, “भूक लागली असल. कधीपासून निंगाला त बिना माँ-बाप्पाचा.”

तसेच माझ्या आजीने मला धरले, आणि जोरात ओरडली, “का लावल्या व बिना मा-बाप्पाचा, आम्ही मरून गेलून का?”

आजीच्या स्पर्श आणि ऊब भेटताच गजूचा रेडियो बंद झाला.

आजूबाजूचे लोक बोलले, “बाप्पा, आपल्या आजीले पहचानलन.”

आजोबा, आता थोडेफार सावरले होते. त्यांनी सर्व लोकांना घरी जाण्याचा इशारा केला आणि बोलले, “आता हूँ बढई के घर से, नया झूला बनाने के लिये बोलता हूँ.” आणि ते वेगाने निघून गेले.

आमच्या घरी जमलेली सभा विसर्जित झाली.

माँ, बुड्ढी आई, मोठी आई, बायाबाई हळूहळू बोलु लागल्या आणि मी डोळ्यांचे बुबुळ हलवून त्यांना निरखून पाहण्याचा प्रयत्न करू लागलो.

5. आजचा दिवस

सर व्हॉट यु वॉन्ट इन कॉर्पोरेट मिल प्लॅन?

कोण हो? मी पुटपुटलो.

एअर होस्टेस होती.

साला खैरी पोहोचलो होतो पूरा... लहानपणी. ह्या बाईने जागवलन मले.

"जो असेल तो दे."

जया समोरच्या सीटवर बसली होती "अहो! कसे बोलता?"

‘व्हॉट?’- एअर होस्टेस बोलली.

"एनीथिंग व्हेज ओन्ली.” मी म्हणालो.

ज्यूस संपवून, पुन्हा डोळे मिटवून निश्चित पडलो होतो.

खैरी जायचे होते मला पण हे विमान आपल्याच गतीने वाढत होता, साला स्पीडच नव्हती.

माँ, कशी असेल?

चल पोहचल्यावर पाहू. पुन्हा डोळे मिटले.

6. शिंगरी

"गजू-गजू, कोटी एंगून राहिलास?" माँ ओरडली. बाजूला दादाजी उभे होते, "अरे! भागवान वह बड़ा हो रहा हैं. चढने दो गाय के उपर, उसिका दूध पीता हैं."

"चार सालाचाच आहे माझा लेकरू"- माँ.

"शिंग लागला आणि खाली पडला त?" माँ ओरडली.

"तू चढ बेटा." दादाजी प्रोत्साहन देऊ लागले.

"माँ चंगू का व?" गजू, माँ कडे बघू लागला.

"लागला तर मले नको सांगू." चिंताग्रस्त माँ त्याला बोलली.

"माँ, जरसा... नकभर बशीन ना गायीच्या पाठीवर." - गजू.

"हात पाय मोडल त, तुया आजा करल का?"

"'कुछ नहीं होगा, क्यूँ परेशान हो?"

गजू, माँ कडे बघून खाली उतरू लागला. त्याचे छोटे-छोटे हात गायीच्या माने जवळच होते आणि त्याचे छोटे-छोटे पाय, बसलेल्या गाईच्या शरीरावर होते.

लांब शिंगाची गाय 'शिंगरी' बसून रवंथ करत होती, जसे ती ह्या तिघांचे संभाषण काही भावना न दाखवता ऐकत आहे.

गायीचे लांब, मोठे आणि सुंदर शिंगे तिला नाव देऊन गेले होते... 'शिंगरी.'

गजू पाय खाली मांडणार तसेच गायीने मान हलवली, कदाचित माशा तिला बेभान करत होत्या.

मान हलली पाहून माँ धावत आली आणि गजूला धरून तिने ओढले आणि आपल्या उराशी चिपकवून टाकले. तसाच तो "भ्या-भ्या" करून रडत सुटला.

दादाजी थोड्या अंतरावर होते. गजूला रडताना पाहून माँ ओरडलेली "कायले गरा फाडतेस?"

"मले चंगावाचा होता" गजूचे रडण्याचे काम सुरूच होते.

माँ ने त्याला आपल्या कुशीतून काढून दोन्ही हातांनी उचलले आणि शिंगऱ्या गाईच्या पाठीवर बसवले.

"मर बकऱ्या" म्हणता-म्हणता तिने दोन्ही हात जोडून गाईला नमस्कार केला, "गोमाता माझ्या नातवाले अडचण नको आणजो. तूयाच दूध पिते, तु बी त्याची माँ होस, जरसा पायजो."

गजू "हे... हे" करत हसत होता आणि थोड्या अंतरावर दादाजीही आपले हसू आवरत होते.

7. मी तुझी माय नव्हे बकऱ्या

दिवाळी आली होती.

आक्का आणि गजू, चुन्याचा पाणी करून घरातील सगळीकडे लागलेल्या फोटोंचा ग्लास पुसत होते.

पुष्पेय

गजूच्या मोठ्ठ्या आत्याच्या घरून आते बहीण-भाऊ आले होते.

गावात नेहमीच दिवाळीची गजबज राहत होती.

समोरच्या छपरीपासुन रोडपर्यंत आंब्याच्या पानाचे तोरण लावले जात होते.

शेणाने घर सारवले होते. मातीच्या भिंतीला पण शेणाने लिपले होते. समोरच्या अंगणात उन्हात चणे व इतर दाळी वाळायला ठेवल्या होत्या.

काका, आक्का आणि सर्वजण घरातील कुठल्या ना कुठल्या कामात व्यस्त होते. संध्याकाळी गाई-म्हशी येण्याची वेळ झाली होती. गाईच्या गळ्यातील घंटांचा आवाज कानावर येऊ लागला होता. गाई-म्हशीच्या पायाच्या हालचालीमुळे धूळ आकाशी उडत होती.

गजू घरच्या अंगणातून घरी येणाऱ्या गाई-म्हशींची वाट पाहत होता, तो विशेष करून 'शिंगरी' गाईची वाट बघायचा. नेहमीप्रमाणेच त्याने शिंगरीसाठी छोट्याशा बाल्टीमधे पाणी जमा करून ठेवले होते. तो रस्ता निहारतच होता. एक एक करून घरच्या गाई-म्हशी आणि त्यांचे बछडे गोठ्यामध्ये घुसत होते, पण अजूनपर्यंत शिंगरीचा पत्ता नव्हता.

गजूला काहीतरी चिंता होऊ लागली आणि तो एकाएकी ओरडला, "माँ, शिंगरी नाही आली व."

आक्का मधात बोलली, "येयल, तू घडीभर दम ठेव."

तरी तो पुन्हा ओरडला, "मी जाऊन पाहता" म्हणता-म्हणता तो घरातून पळत सुटला. रस्त्यावर खूप साऱ्या गाई-म्हशी पूर्ण रस्ता घेरून चालत होत्या.

तिथे चिमुकला गजू लपल्यासारखा दिसत होता.

गाई म्हशी धूळ उडवत होत्या. तो जोरा-जोराने ओरडत होता "शिंगरी... शिंगरी."

गाई म्हशीच्या पायात गजू दबला जाऊ नये म्हणून आक्काने घरच्या एका माणसाला त्याच्यामागे पाठवले होते.

घरचा गडी माणूस ओढून घरी तर नेणार नाही या भीतीने गजू अजून जोराने पळू लागला. "शिंगरी-शिंगरी" ची ओरड सुरूच होती.

गायीच्या पायाचा आणि गळ्यातील घंट्यांचा टण-टण असा नाद वाढतच होता. गावातील इतर घरच्या गाई-म्हशी पण त्याच रस्त्याने पुढे येत होत्या आणि रस्त्यावर सगळीकडे धूळ उडत होती. तो गोरज मुहूर्तच होता. शोधता-शोधता गजू चौकात पोहोचला पण अजून शिंगरी त्याला दिसली नव्हती. तो रडकुंडीला आला, आसवे वाहू लागली आणि तो आता जोराने रडू लागला.

समोरून एक खाचर येत होते. खाचर सजवलेले होते. बैलाच्या पाठीवर कपड्याची रंगीत झुल ठेवलेली होती. गजूने पाहिले, त्याला जुंपलेली बैलाची जोडी घरचीच होती, तो ओल्या डोळ्यांनी शिंगरी-शिंगरी करत त्या खाचरीकडे पाहू लागला.

गजूला पाहून ती खाचर थांबली. एक माणूस उतरला आणि त्यांनी गजूला उचलत खाचरमध्ये बसवले.

त्या खाचरीमध्ये एक छोटेसे बाळही होते. तो आपल्या आईच्या मांडीत बसून होता. बाळाची आई गजूकडे दाखवत म्हणाली, "भैय्या म्हण- भैय्या."

“हे...हे” करत ते बाळ हसत होते. ती गजूची आई होती पण गजू ‘शिंगरी नाही दिसली’ म्हणून रडत होता.

पुन्हा बाळाची आई म्हणाली "भैया म्हण...भैया."

रडता-रडता गजू त्या बाळाकडे पाहू लागला "हा कोण हो?" आणि पुन्हा "माझी शिंगरी नाही दिसली" म्हणून रडू लागला. "तुझा भाऊ हो- संजू" असे म्हणत आई त्या दोघांत भेट घालवण्याचा प्रयत्न करू लागली. पण गजू "माझी शिंगरी-माझी शिंगरी "म्हणून रडत होता.

खाचर आतून सजवलेले होते. खाचरीत गजूचे पप्पा आणि ताईही होते.

"चलो घर, शिंगरी आ जायेगी" कडक आवाजात पप्पा बोलले. आईने गजूला कुरवाळले. खूप दिवसानंतर त्याला बघून तिने आपल्याकडे ओढले, त्याच्या माथ्यावर एक पप्पी केली.

पप्पी पुसत गजू बोलला, "हा बोलते?" तेवढ्यात ताई बोलली "गजू." पण गजू ‘माझी शिंगरी नाही आली’ म्हणून आठवण करून देत होता.

आई; ‘भेटेल बेटा.’ म्हणून त्याचे सांत्वन करत होती.

गजू, आईला सांगत होता की ‘शिंगरी गाय नेहमी अंधार पडण्याच्या आधीच घरी येते. पण आज आली नाही.’

तो शर्टाच्या कोपऱ्याने आपले नाक पुसत संजूकडे पाहू लागला. त्याच्या गालावर हात लावू लागला. संजूकडून पॉड्स पावडरची सुगंध येत होती, "मस्तss खुशबू आहे."

आईने, गजूचे नाक पुसले.

गजूने, 'तू राहू दे... मी करता' म्हणत, पुन्हा शर्टने आपले नाक पुसले.

आई: तुला सर्दी झाली.

गजू: नाही, नाकातून पाणी निघते. सिताफळ खाल्लू अन पाणी पिलू होतू.

ताई हसत होती, कदाचित तिला माझी गावठी बोली वेगळी वाटत होती. पप्पांनी काहीतरीच विचारले, पण गजूने काही उत्तर नाही दिले. "शिंगरी दवडली" तेवढच बोललो.

खाचर घरी आली.

घरभर दिवे सजवण्याची तयारी सुरु होती.

ताई, आक्काकडे धावत गेली आणि लगेच रांगोळी काढायला तिच्या बाजूलाच बसली. दादाजींनी, संजूला दोन्ही हातात धरले "मेरा छोटा शेर..."

माँ आणि बुड्ढी आईने, माझ्या आईचे स्वागत करंड्यातील कुंकू माथ्यावर लावून केले.

आई, गजूला पाहून, "चलss तुला आंघोळ घालते."

गजू: तू राहू दे, माझी माँ करून देईल.

माँ, आईकडे पाहू लागली.

आईचे डोळे पाणावले होते.

माँ गजूला रागावत बोलली, "मी तुझी माय नव्हे बकऱ्या. पार्वता हो तुझी माय."

गजू: नाही ते माँ नव्हे, सिर्फ आई हो. जशी बुड्ढी आई, मोठी आई आणि तशी हे आई हो, अन तू माँ होस.

दादाजी आईकडे पाहून, "ठीक हो जाएगा बेटा, छोटा है, उसकी बातों को दिल से नही लगाते."

दिवाळी धमाकेदार साजरी झाली.

पप्पा निघून गेले. आई, ताई, संजू गावीच होते.

मग, पप्पा पुन्हा कार्तिक पौर्णिमेसाठी आले.

गावी कार्तिक पौर्णिमेसाठी वैनगंगा नदीवर आपले बस्तान एका दिवसासाठी घेऊन जाण्याची प्रथा होती. तिथे प्रत्येक घरचा एक मोठा मंडप उभारला जात होता दिवसभर राहण्यासाठी. नदीवरच आंघोळ, स्वयंपाक आणि पूजा. दिवसभर तिथे साजरा होणारा हा एक उत्सव. पूजेसाठी नदीकडल्या वाडीतून आणलेली गवार शेंगांची भाजी आणि खीर-पुरी बनवण्यात आली होती.

दिवाळीनंतर, जाता जाता पप्पा बोलले, "गजूला वाढदिवसानंतर तिकडे घेऊन जाऊ, शाळा तिकडे शिकेल."

माँ, रडू लागली. दादाजी ओरडले, "नहीं पढ़ेगा शहर में, तुम भी तो साहब यहीं से पढ़कर बने हो."

मला काही कळत नव्हते. कुणी काही सांगत नव्हते.

पण, माँ मला आता आधीसारखी रागावत नव्हती. कित्येक दिवस झाले तिने मला "बकऱ्या-घुबडा" म्हणून हाक दिली नव्हती. दादाजी, रात्री दररोज एक नवीन कहाणी सांगून झोपवायचे आणि कहाणी सांगता-सांगता सकाळी उठवायचे.

दोन जातीचे घर

बघता-बघता तूप-लोणी-दही-दूध-पेरू-बोर-चना खाता-खाता आणि गाई-म्हशी-बैल हाकता-हाकता, माझा वाढदिवस आला.

याच दरम्यान पप्पांची बदली पांढरकवडावरून भंडारा जिल्ह्यातील मोहाडीला झाली होती. पांढरकवड्याच्या तुलनेत मोहाडी हे गाव खैरीपासून जवळ होते. आता खैरी आणि मोहाडी म्हणजे फक्त सहा तासाची यात्रा, पांढरकवडाच्या तुलनेत अर्धी झाली होती.

वाढदिवसाच्या पूर्व रात्री जेवणानंतर, पप्पा आणि दादाजी समोर बसले होते. त्यांची चर्चा गजूला गावातून बाहेर नेणे यावर झाली असावी, कदाचित. मागच्या अंगणातील चुलीवर भट्टी लावून घरच्या दुधाचा खोवा बनविण्यात आला. त्याचे गुलाब जामुन बनवायचे होते.

घराच्या मागच्या बाजूला काका, माँ, बुड्ढी आई, मोठी आई, आई, मोठी आक्का, बेबी आक्का, बायाबाई आणि इतर सर्व सहृदय लोक जमली होती.

आम्ही पोरं आसपास खेळत होतो.

मोठ्या आईने, चूल पेटवली होती. आई, खोवा आणि मैदा यांचे मिश्रण करून मोठा गोळा तयार करत होती. सर्वजण चुलीच्या आसपास एक मोठा घोळका करून बसले होते. सर्व इकडची तिकडची बातमी आपसामध्ये वाटत होते.

सर्वांसमोर एक ताट ठेवले होते. तिथे आधीच्या बनलेल्या खोवा-मैदा मिश्रित गोळ्यामधून थोडा-थोडा घेऊन छोटे छोटे उंडे किंवा लहान गोळे बनवले होते. बायाबाई, खोवा-मैदा मिश्रित बनविलेले उंडे मोठ्या आईकडे घेऊन जात होती.

मोठ्या आईच्या समोर स्वयंपाकाची चुल होती. त्यात लाकडे जळत होती. चुलीवर, एक मोठी लोखंडी कढाई होती, त्यात

तेल टाकलेले होते. ती छोटे छोटे गोळे टाकून त्यांना तळायची आणि बाजूच्या चासणीमध्ये ओतायची.

मोठ्या घरची भावंडही होती आणि मोठ्या आक्काच्या घरचीही. खेळता-खेळता ताई बोलली, "तू मोहाडीला चलणार आहेस, पप्पा म्हणत होते."

मी बोललो, "मी कायले जाईन, मले ईकळच रावाचा आहे."

ताई, 'तिकडे असे बोलत नसतात तुले-मले. तूला-मला बोलावे.' सांगून हसू लागली.

मी रडकुंडीस झालो आणि नाक पुसत आपल्या आजीच्या कुशीत शिरलो.

"माँ, आपण नाही जाऊ कोटी." आणि रडू लागलो.

माँ: कोटी जावाच्या आहे तुले?

"मले कोटीच नसे जावाचा, येथेच राहीन."- गजू.

माँ: हा तर तुयाच घर हो गा, रायजो.

आजीचे डोळे पानावले होते आणि आवाज नरम पडला होता.

केसरी लुगड्याच्या पदराने तिने माझे डोळे पुसले आणि नंतर स्वतःचेही पुसू लागली.

आई आणि छोटी आक्का डोळ्यातून पाणी लपवण्याचा आटोकाट प्रयत्न करत होती. तशीच मोठी आक्का बोलली, "कई वरी राहील त व हा, येती? आपल्या माय-बापाकड नाही जायल का?"

मी इकडे-तिकडे सर्वांचे डोळे आणि चेहरा पाहत होतो, त्यांना पाहता पाहता माझे डोळे पुन्हा ओले झाले होते. तसाच मी

दोन जातीचे घर

माँ ला चिपकलो आणि म्हणालो, "तू कायले रडतेस त व, मी कोटीच नाही जा."

मग माँ, मला समजावण्याची पराकाष्टा करत होती. आईकडे बोट दाखवीत,"ते तुझी माँ हो, बेटा."

गजू उच्चारला, “नाही ते आई हो, अन तू होस ‘माँ’."

आई आमच्याजवळ आली, मला आपले करण्याच्या हेतूने बोलली कदाचित, "साहेब कसा बनशील येथे राहून."

"मले नसे बनाचा साहेब, मी दादाजीसारखा अच्छा किसान बनीन. गाई-भशी चारीन."

पुन्हा आई काही बोलणार, तसेच काका बोलले, "पढ़ाई कर और वापस आजा ना, फिर किसान बनना. अच्छा पढ़ोगे तो, अच्छे किसान बनोगे."

मोठी आक्का आजीला समजावू लागली, "तू मन मोठा कर आणि जाऊ दे याले."

मा (रडता रडताच): “मी नको जाऊ म्हणतो का, पण रड येऊन राहिला तर का करू? येथी माझी चालते तरी का? सब भैय्याचा चालते. एक गन म्हणते गावाला घेऊन जा अन एक गन म्हणते गावातून घेऊन जातो. आम्हाले काही समजेच नाही.”

इकडे चुलीपाशी चासणीमध्ये कथ्थे गुलाब जामुन भिजत होते, गोडवा यावा म्हणून आणि आम्ही सर्व अश्रूमध्ये भिजत होतो. रंग कथ्था होता की लाल की निळा हे नक्की माहित नाही. पण सर्व रडत होते नात्यातील गोडवा टिकावा म्हणून.

तेवढ्यात संजू छोट्या-छोट्या पावलांनी आला. त्याच्या हातात तळलेला पण थंड झालेल्या कथ्या रंगाचा एक गुलाब जामुन होता. तो गुलाब जामुन मला दाखवीत आणि समोर हाताने ढकलत "खा-खा" असं बोलू लागला.

सर्वजण त्याला आश्चर्याने पाहू लागले, संजूने वातावरण थोडे हलके केले होते.

मी त्याला थोडंसं ढकलत "मले नसे खावाचा."

संजू अनभिज्ञ नजरेने इकडे-तिकडे पाहू लागला.

तसेच माँ ने त्याच्या हातातील गुलाब जामुन घेतला आणि माझ्या तोंडात ठुसला, "खा ना बकऱ्या."

अर्धा तिने संजूलाही दिला.

खूप दिवसानंतर माझ्या कानावर 'बकऱ्या' शब्द पडला होता.

वाढदिवस साजरा झाला.

8. हिटलर

आम्ही मोहाडी पोहोचलो.

आम्ही मधून मी हरवलो होतो, सोबतच हरवले होते- माँ-दादाजी, बुड्ढी आई, मोठी आई, घरच्या गाई-म्हशी, वावर, विहीर, चिंचेचे झाड, वैनगंगा नदी आणि सर्व काही... अख्खी खैरीच. सोबत उरले होते- अश्रू आणि आठवणी.

शाळा सुरू झाली.

माझी शिक्षण व्यवस्था बदलली होती... खैरी ते मोहाडी, 'अ आ इ ई' आणि नवीन घरची पद्धती.

आई, मला तिच्याकडे चांगले वाटावे आणि प्रेम स्थापित व्हावे म्हणून ती प्रयत्नांची पराकाष्टा करत होती.

तीन खोल्यांचे घर होते आमचे आणि मागे अंगण व तुळशी. समोर फुलांची झाडे.

संजूला माझे येणे जास्तच आवडले असावे, कारण तो नेहमी माझ्या अवतीभवतीच फिरायचा. मी पुस्तक काढले तर तेच पुस्तक त्याला हवे असायचे, माझी पाटी-पेन्सिलही सांभाळण्याचा प्रयत्न तोच करायचा. मी तुळशीकडे गेलो की संजूही माझ्या मागे यायचा. पूजेत बसलो की तोही माझ्याच बाजूला बसायचा. मला त्याचा जाम वैताग यायचा. खैरीत एकुलत्या एक राजपुत्रासारखे जीवन होते माझे, कधी कुणी रागवायचे पण नाही. कधीही उठा, कधीही झोपा, कधीही खा- सर्व आपलीच मालकी होती.

इथे सर्व काही होते. नव्हते माँ, दादाची, खैरी आणि माझे स्वातंत्र्य... जे मी उपभोगत आलो होतो, इतके वर्ष.

पण मी लिहिणे शिकत होतो. दररोज झोपताना माँ हवी असायची, मला. दादाजींच्या कहाण्याही हव्या होत्या. आई प्रयत्न करायची पण झोपताना माँ च्या पोटावर हात ठेवणे, तिचे मला कुरवाळणे, हातपाय चेपणे, यांची फार आठवण यायची. पण ती आठवण अश्रूंद्वारे मी वाहून काढत होतो. रडताना आवाजही निघू देत नव्हतो.

पण आई पूर्ण शक्तीने, पूर्ण आपुलकीने मला आपलेसे करण्यास सज्ज झाली होती. आई जेवताना मला घास भरवायची. दररोज माझे पोट भरल्यावर एक घास दादाजींचा, एक माझ्या माँ चा, शिंगऱ्या गाईचा, वैनगंगा नदीचा म्हणत-म्हणत मला जास्तीत जास्त भरवायची.

एक दिवस, आई मला पत्र लिहायला शिकवत होती. 35 पैशाचे आंतरदेशीयपत्र आणले होते.

आईने लिहायला सांगितले:

"आदरणीय माँ आणि दादाची,

तुम्ही कसे आहात?"

पत्र सुरूच होते की संजूने कुठून तरी पेन्सिल आणली व मी लिहिलेल्या ओळीवरच काही-काही गोदागादी सुरू केली.

मी रागा भरलो, त्याला मागे ढकलले. तो पडला आणि रडू लागला. मी रागात पाय आपटीत पूजेच्या खोलीत ठेवलेल्या तांदळाच्या पोत्याजवळ जाऊन बसलो होतो- दोन्ही हात गुंडून, तोंड फुगवून एका रागीट मुद्रेत.

पप्पा ऑफिसला गेले होते. आई समजवण्याचा प्रयत्न करत होती. ताई बघत होती पण मी हलत नव्हतो. थोड्याच वेळात पाय आपटत संजू स्वतः अवतरला आणि माझ्या बाजूला बसला आणि "भैय्या-भैय्या" करू लागला.

मी पुन्हा त्याला ढकलले तर तो पण रागात माझ्या बाजूला बसला- तोंड फुगवून माझ्यासारखा, हात गुंडाळून अगदी माझ्यासारखा. आई 'उठा-उठा' करू लागली पण आम्ही दोघेही हलत नव्हतो.

आईलाही राग येऊ लागला होता. ती संजूला उठवू लागली. शेवटी वैतागून तिने 'उठ बकऱ्या' म्हणत संजूला ओढले.

'बकऱ्या' हा शब्द ऐकताच मी खैरीला पोहोचलो- माँ आठवली. आणि आईमध्ये मला माझी 'माँ' थोडीफार दिसू लागली.

मी, आईकडे प्रेमळ भावाने बघू लागलो. तिने दोघांनाही जवळ ओढले. ती रडू लागली. माहित नाही कशामुळे. मी आई-आई म्हणत होतो, संजूही माझ्या मागे-मागे आई-आई करत होता. ताई पण आली आणि आम्हाला बिलगली होती.

हळूहळू पत्र व्यवहार सुरू झाला होता- एकदम सुरळीत.

प्रत्येक महिन्यात मी आवर्जून पत्र लिहायचो आणि संजू त्याच्यात काही ना काही गोदागादी करायचा.

परीक्षा संपली.

निकाल आला- मी प्रथम आलो होतो.

सर्व खुश, मोहाडी पण आणि खैरी पण. कारण खैरीचा गजू आता मोहाडीत प्रथम आला होता. गजू आणि मोहाडी यांच्यात समन्वय वाढू लागले होते. पण गजूची बोली अजूनही खैरी सारखीच होती. त्याची भाषा तर सुधारत होती, पण तीही फक्त परीक्षेपूर्तीच.

मित्र वाढू लागले. वर्ग पुढे सरकू लागले. वय वाढू लागले. पण खैरीची ओढ, आजीची ओढ, आजोबांची ओढ तशीच होती. पण इकडे संजूची ओढ वाढत होती... गजूसाठी.

संजू, शाळेत जायला लागला होता. तो सर्व अभ्यास मला विचारूनच करत असे. पप्पांचे बोलणे, आईचे बोलणे पटण्याआधी तो माझे बोलणे स्वीकारायचा.

आई, त्याला काही समज देण्यासाठी गजूच्या आवाजाचा उपयोग करायची. सकाळी उठणे, धावणे किंवा खेळायला जाणे. सूर्य नमस्कार घालणे, पूजा आणि मग शाळा. संध्याकाळी खेळ आणि मग अभ्यास हाच नित्यक्रम सुरू होता.

पुष्पेय

गजूने पाचव्या वर्गात नवोदयची परीक्षा उत्तीर्ण केली होती. सहाव्या वर्गापासून तो होस्टेलला जाणार म्हणून घरात कुजबूज सुरू झाली. संजू, नेहमी अभिमान मुद्रेत सांगायचा की त्याचा भाऊ अभ्यासात काहीही करू शकतो.

गजू नवोदय विद्यालयाच्या होस्टेलला गेला.

पप्पांचे कार्यालयीन गतीविधी आणि कार्यालयीन ताप वाढत होते. कित्येकदा पोरांनी इंजिनियर बनू नये म्हणून ते वारंवार समज देत असत. पोरांनी इंजिनियर बनू नये हीच त्यांची भूमिका ठाम बनली होती.

ऑफिसमध्ये ताण वाढला होता. जगात सर्वात जास्त भ्रष्टाचार त्यांच्या विभागात होतो, असे त्यांना वाटायचे. ते पूजा पाठ जास्त करू लागले, कदाचित कार्यालयीन मानसिक संताप दूर करायचा त्यांना तोच उपाय सापडला असावा.

गजू सुट्ट्यांमध्ये आला की ते शिस्त, पूजापाठ, व्यवस्थित भोजन, व्यायाम याच मुद्द्यावर बोलायचे.

गजू दहावीत पोहचताच त्यांनी घोषणा केली की "गजू इंजिनियर नहीं बनेगा" पण गजूला त्याच्या वडिलांबद्दल एकच गोष्ट आकर्षित करत होती- 'वडिलांचे इंजिनियर होणे.'

त्याला फक्त इंजिनियरच बनायचे होते. तो आईमार्फत संदेश देऊ लागला की त्याला इंजिनियर बनायचे आहे पण वडिलांनी कधीही त्याला जास्त तोल दिला नाही. त्यामुळे त्यांचे वैचारिक मतभेद आता मनभेदांमध्ये बदलू लागले होते.

आई, चक्कीसारखी दोघांच्या मधात पिसायची. माँ-दादाजी आले की गजू फक्त वडिलांची तक्रार करत असायचा.

वडिलांना कार्यालयीन ताण अशक्य वाटू लागला पण त्याच्या त्यांनी कधीही शरीरावर वा मनावर परिणाम होऊ दिला नाही.

पण त्यांच्यात आणि गजूमध्ये सामंजस्य खंडित होऊ लागले होते. त्यांची जिद्द बघून गजू म्हणजे मी... त्यांना 'हिटलर' म्हणू लागलो.

इतिहासाचा अभ्यास करताना, एकच नाव माझ्या लक्षात राहिले होते, ते म्हणजे 'हिटलर.'

बाराव्या वर्गात असताना गजू पुन्हा एकदा 'इंजिनियर बनायचे आहे' असे बोलला. वडिलांनी त्याला बीएससी कर आणि यूपीएससीची तयारी करून आयएएस बन अशी आज्ञा केली पण त्याने काही उत्तर दिले नाही. त्याने वडिलांचे बोलणे टाळणे सुरू केले होते. 'हिटलर जे म्हणेल ते मी करणार नाही,' अशी त्याने अघोषित प्रतिज्ञा केली.

बारावीचा निकाल आला. गजूने इंजीनियरिंग कॉलेजसाठी प्रवेश पात्रता आणली होती. त्याला चांगल्या इंजिनिअरिंग कॉलेजमध्ये ॲडमिशन भेटणे शक्य होते. पण त्याला इंजिनिअरिंगमध्ये दाखिल होण्याची परवानगी नाही मिळाली.

वडिलांनी नागपूरच्या सर्व मोठ्या कॉलेजचे बीएससीचे फॉर्म्स आणले होते.

माझे मित्र इंजिनियर किंवा डॉक्टर बनणार होते. त्या सर्वांना माझ्यापेक्षा कमी गुण होते पण कदाचित त्यांच्या वडिलांना माझ्या वडिलांपेक्षा जास्त गुण होते म्हणून त्यांनी पोरांसाठी डॉक्टरचे आणि इंजिनिअरचे फार्म्स आणले होते.

दादाजी आले की माझी अडचण ते अनुभव करायचे 'सब भगवान की माया हैं- कहीं धूप कहीं छाया हैं' असे म्हणायचे तर कधी म्हणायचे 'भगवान की लीला न्यारी हैं, कोई राजा कोई भिकारी हैं...' आणि काहीतरी समजवायचे.

मी काय बनणार होतो राजा की भिकारी माहिती नाही? पण हिटलर जे बनवू इच्छित आहे ते तर नक्कीच बनणार नाही अशी ताठर भूमिका माझ्या मनाने घेतली होती. आई कधी माझ्याकडे असायची तर कधी पप्पांच्या बाजूला.

संजू माझ्याकडे होता- अंधभक्तासारखा.

हिटलरचा विरोध करायची सुरुवात करायची होती.

नागपूरचे फॉर्मस हातात होते पण आता नागपूर जायचे नाही, मी ठरवले. नागपूरपेक्षा कामठीला जावे कारण कामठीमध्ये खूप बदमाशी होते, असे ऐकले होते. मग मी कामठी जाणार आणि बदमाश होणार, असे मनातल्या मनात घोषित करून कामठीला जाण्याचे ठरवले.

गजू म्हणजे मी आता बीएससी करणार होतो आणि माझे मित्र ज्यांना कमी गुण होते ते डॉक्टर किंवा इंजिनिअर बनणार होते.

9. पोरवाल कॉलेज

माझी रूम येरखेडा नावाच्या गावात होती. येरखेडा म्हणजे कामठीच्या बाहेरचे एक गाव. पण शहर विस्ताराच्या गतिविधित ते कामठीत समाविष्ट झाले होते.

एस के पोरवाल कॉलेज कामठी, हे नागपूर जबलपूर हायवेच्या बाजूला, कामठीच्या सरते शेवटी कन्हान नदीच्या आसपासच होते.

माझी यात्रा सायकलने व्हायची. सायकल- बीएसए एसएलआर, रंग हिरवा. हिरवा म्हणण्यापेक्षा काई कलर जास्त चांगला. समोरच्या दांडा वेल्डिंग केलेला.

दोन जातीचे घर

मुख्य म्हणजे एके काळी पप्पा ह्या सायकलने ऑफिसला जायचे. म्हणून मी जुनी सायकल वापरतो. बापाच्या जमान्याची सायकल वापरतो म्हणून न्यूनगंड मनात साचलेला होता, हिमालयाएवढा. पण उपाय नव्हता. बापासमोर जीभ नाही पालटत, त्याचीच सजा म्हणायला काही हरकत नव्हती. कॉलेज ते घर हे अंतर जवळपास पाच ते सहा किलोमीटर होते.

आमचे वास्तव एका काकूच्या घरी किरायाने केले होते. अडीशे रुपये महिना, रूमचा किराया- राहणे, पाणी आणि वीज. बाजूची 'रोकडे काकू' आमची लोकल गार्जियन. ती माझ्या रूम पार्टनर रमेशची दूरची नातलग होती. खूप प्रेमळ, सोज्ज्वळ, प्रसंगी रागावणारी स्त्री- जनु काही आईच.

पहिला दिवस.

माझा रूम पार्टनर रमेश आणि मी सायकलने निघालो होतो.

रमेश आधीपासून त्या भूभागाची माहिती असणारा, माझा लोकल गाईड बनला होता.

येरखेडा चौकात एका आमदाराचा बंगला, त्याच्यासमोर आलो, एक डॉक्टरचे क्लीनिक, त्या भागात आढळणारा तो एकमेव डॉक्टर- 'फीस दहा रुपये.'

दवाखाना पार केला तर एक मज्जिद डाव्या हातावर. नंतर आईस फॅक्टरी. असा दीड किलोमीटरचा पल्ला पार केला की हायवे. पण हायवेवरून जाणे म्हणजे भरधाव वेगाने जाणाऱ्या मोठ्या-मोठ्या ट्रक, बसेसच्या बाजूने जाणे सुरक्षेसाठी सदाबहार खतरा असायचा.

रमेशने दुसरा मार्ग शोधला- भाजीपाल्याच्या मार्केटमधून कॉलेजकडे जाणारा.

या रस्त्यात नाकाच्या समोर सरळ रेषेत गोयल टॉकीज होती. भिंतीवर येणाऱ्या फिल्मचे मोठे मोठे पोस्टर्स चिपकवलेले होते- पोस्टर्सवर अजय देवगन, अक्षय कुमार तर कुठे शाहरुख खान, सलमान खान आणि मध्ये ***"आ गले लग जा"*** पिक्चरचा भला मोठा पोस्टर होता. पोस्टरवर उर्मिला मातोंडकर, जुगल हंसराज आणि खूप सारे विलेन माझ्याकडे बघताना दिसत होते.

दुसरीकडे अजय देवगन आणि तब्बूचा "विजयपथ", थोडा जुनाट पोस्टर होता.

बाजूला दुसरी टॉकीज श्री टॉकीज. त्यात ***"नाईंटीन फोर्टी टू लव्ह स्टोरी"*** चे पोस्टर चिपकवलेले होते. मनीषा कोइराला-अनिल कपूर यांचे एवढे मोठे पोस्टर मी पहिल्यांदाच एवढ्या जवळून पाहून थक्क झालो. एक सुरसुरीच भरली आणि मनाच्या कोपऱ्यात एक उमंग संचारली की बिना रोखठोक फिल्म बघता येतील.

तसाच रमेश उद्गारला, 'नागपूरमध्ये पिक्चर रिलीज झाली की पंधरा दिवसात इथे लागतात.'

आतापर्यंत नवीन पिक्चर फक्त मोहाडीत व्हिडिओवर बघितले होते- तिकीट एक रुपयं फक्त.' आगच्या मोहाडीत टॉकीज नव्हते. टॉकीज तर मोहाडीच्या बारा किलोमीटर अंतरावर तुमसर नावाच्या गावी होती. पिक्चरसाठी तब्बल बारा किलोमीटर दूर सायकलने जाणे आणि सहा महिने आधी रिलीज झालेली पिक्चर बघणे हा विचार एकाएकी त्रासदायक वाटू लागला होता. आणि आता एकदम नवीन पिक्चर फक्त पंधरा दिवसात बघायला भेटेल म्हणून आनंद गगनात मावेनासा झाला होता.

पंचवीस-तीस मीटर पुढे गेलो. डावीकडे 'आशिष बुक डेपो' एक स्टेशनरीचे दुकान- "बाकी जगह से वाजीब दाम" अशी त्या दुकानाची जाहिरात झळकत होती.

त्या दुकानाच्या बाजूला दोन व्हिडिओ पार्लर होते- फक्त इंग्रजी पिक्चर.

इंग्रजी पिक्चरचे पोस्टर पहिल्यांदाच जवळून बघितले. मनात अजून सुरसरी संचारली, अजूनपर्यंत इंग्रजी पिक्चर अंतर्मनात बघितले होते वा अनुभवी मित्रांच्या तोंडी ऐकले होते. पण स्वतःचा अनुभव नव्हता आणि आता ही संधी आता उपलब्ध झाली होती.

रमेश: आज पाहून का पिक्चर?

मनात ख़ुशी झाली, पण तोंडात हो म्हणण्याची हिंमत अद्याप आली नव्हती.

इच्छा झाली की 'हो' म्हणू, पण 'हो' म्हणू नाही शकलो. वाटले रमेश बोलेल माझ्यावतीने, पण तोही गप्पच. कदाचित तो हीच अपेक्षा माझ्याकडून बाळगत असावा. आम्हा दोघांपैकी जो आधी 'हो' म्हणेल इंग्रजी पिक्चरसाठी, तो दुसऱ्यापेक्षा कमतर बनेल- चरित्र भूमिकेत. मनात कुठेतरी असे गणित सुरू होते. पण 'हो' कुणी बोललेच नाही, दोघांनाही निराशा- घनघोर निराशा झाली होती.

पुन्हा नागपूर-जबलपूर हायवेवर पोहोचलो- सायकल स्टोअर्स, किराणाची दुकाने, भाजीपाल्याची दुकाने रस्त्याच्या दोन्ही बाजूने होती. पुढे वाढलो.

रमेशने सांगितले, "कामठीत कुठेही सरळ जा, कुठल्याही एका रोडवर. समोर गेले की तो नॅशनल हायवेवर जाऊन

भेटतोच, म्हणजे नवीन व्यक्ती पण इथे कधी हरवू शकणार नाही."

पुढे डावीकडे "वाडीभष्मे सायकल स्टोअर"- इथे सायकल रिपेरिंग केली जाते आणि किरायाने दिली जाते, अशी पाटी लावलेली दिसली... जाहिरात स्वरूपात.

उजवीकडे एक रेल्वे फाटक क्रॉस केला. समोर एक छोटा रस्ता होता, पुन्हा डांबरी रोड आणि अर्धा किलोमीटर समोर गेल्यावर एक भव्य इमारत. इमारतीच्या माथ्यावर लोखंडी अक्षरांनी लिहिलेले- **'एस के पोरवाल कॉलेज.'**

बापरे! इतका मोठा कॉलेज. आजूबाजूला झाडे हिरवीगार, समोर एक मैदान.

कॉलेजच्या गेटवर पोहोचलो. सायकल पार्क केली आणि किल्ली खिशात.

नवीन जागा, नवीन व्यक्ती, नवीन कॉलेज, नवीन धास्ती. सरळ नोटीस बोर्डकडे गेलो.

बीएससी फर्स्ट ईयरचे क्लासेस दुसऱ्या माळ्यावर लागणार म्हणून पायऱ्यावर चढू लागलो.

नवोदयच्या हॉस्टेल लाईफमुळे नवीन ठिकाणी गेलो तर मनात घर करून बसलेली भीती कशी लपवावी आणि बिना हिम्मतीचे 'कॉन्फिडन्स' कसे दाखवावे, याचा उत्तम सराव होता.

फर्स्ट इयरमध्ये माझे भौतिकशास्त्र, रसायनशास्त्र आणि गणित (फिजिक्स, केमिस्ट्री, मॅथ्स) हे मुख्य विषय आणि सोबतीला इंग्रजी व मराठी.

रमेश प्राणिशास्त्र आणि वनस्पती शास्त्र शिकणार, बाकी तीन विषय आम्हा दोघांचे एकाच ठिकाणी, एकाच वर्गात, एकाच वेळेस होणार होते. फक्त दोन विषयांसाठी दुसऱ्या ठिकाणी बसावे लागेल.

कॉलेजला फिजिक्स आणि मॅथ्ससोबत दोन वेगळे ग्रुप होते- इलेक्ट्रॉनिक्स आणि कम्प्युटर. म्हणजे कम्प्युटर आणि इलेक्ट्रॉनिक्सचे विद्‌यार्थी माझ्यासोबत फिजिक्स आणि मॅथ्स शिकणार. म्हणजे दोन अजून वेगळ्या ग्रुपसोबत भेट होणार होती.

इंग्रजीचा पहिला पिरियड होणार. इंग्रजी कंपल्सरी विषय म्हणजे सर्व बीएससीवाल्यांसाठी. सर्व वेगवेगळ्या ग्रुपचे, फर्स्ट इयरचे विद्‌यार्थी, एकाच ठिकाणी बसणार.

कुणाशी, कशी काय भेट होईल? असा विचार करत एक-एक पायरी चढू लागलो. पप्पांचा चेहरा आठवला आणि शब्दही "अच्छे से रहना."

मन बोलले "क्या! खाक अच्छे से रहना?" साला! इंजिनिअरिंग करायचे होते मला नागपुरात. आणि इथे मी कामठीत बीएससी करतोय.

दुसरे मन बोलू लागले 'साले, बीएससी कोण करते बे? ज्याले काही नाही भेटे, तो करते. माझा बाप नागपूरच्या इंजिनिअरिंग कॉलेज सोडून, माझ्यासाठी बीएससीचे प्रोस्पेक्ट घेऊन आला- शिवाजी सायन्स नागपूर आणि इन्स्टिट्‌यूट ऑफ सायन्स नागपूर, सारख्या कॉलेजचे. बापाची इच्छा पोरगा नागपूरमध्ये शिकावा, पण इंजिनिअरिंग नाही शिकावा. अबे हिटलर आहे तो, आपल्याच दिमाखाने सर्वाले हाकते.'

माझी इच्छा मोडलास अन म्हणते 'अच्छे से रहना- कायचा अच्छे से रहना? देखो कैसे रहता हूँ तो?'

तुम्ही नागपूर म्हणाल्या- मी नाही गेलो नागपूर, म्हणून कामठीला आलो.

'तुम्ही अच्छे से रहो म्हणाल्या, मी नाही राहणार अच्छे से. तुम्ही पत्र लिहा म्हणाल्या, मी नाही लिहिणार पत्र. तुम्ही एक्सरसाइज करशील म्हणाल्या, नाही करणार एक्सरसाइज. रात में जल्दी सोना म्हणाल्या, मी नाही झोपणार लवकर. तुम्ही बीएससी करून यूपीएससीच्या कोचिंगसाठी दिल्ली पाठविण्याची प्लॅनिंग करताय, मी यूपीएससी देणारच नाही. यूपीएससी करण्यासाठी बीइ किंवा बीटेक नाही करता येत का?'

साला, गावचे शेंबडे पोर इंजिनियर- डॉक्टर बनतील आणि मी मोहाडीचा हुशार विद्यार्थी बीएससी करेन... हट साला.

तुम्ही पूर्व म्हणाल, मी पश्चिम म्हणेन.

तुम्ही दिवस म्हणाल, मी रात्र म्हणेन.

मनात द्वंद्व सुरूच- प्रत्यक्षात बापासमोर हो- नाही म्हणण्या व्यतिरिक्त दमच नाही, मग द्वंद्व मनातच होणार नाही का??

पहिला माला चढलो. दुसऱ्या मालावर चढण्यासाठी पावले टाकली. द्वंद्व संपायचे नाव घेत नव्हते.

मनात आले, 'आज जातो साला इंग्रजी पिक्चर पाहाले, का फायदा बे चांगला बनून? चांगल्याचा कोण ऐकते रे? सीधा झाड पहिले कापतेत लोक.'

संजू जे म्हणायचा, ते त्याच्या मनासारखे व्हायचे आणि माझ्या वेळेस बापाच्या मनासारखे व्हायचे.

दिवाळीचे कपडे असोत की फटाके असोत- त्याच्या वेळेस रंगीत टी-शर्ट आणि माझ्या वेळेस पांढरा सदरा. पप्पा, तुम्हाला काळे कपडे नाही आवडत, आता काळे घेईल आणि मी पैसे उडवीन, तई समजेल तुम्हाले बीएससीची किंमत.

एरवी नाका तोंडात रागाची वास दरवडायची आणि त्या नाकात एकाएकी कुठून तरी गुलाबाचा अत्तर घुसला.

एक लांब श्वास घेतला डोळे बंद करत.... अत्तर अजून बेफाम करून गेला. पुन्हा एक श्वास ओढला डोळे बंद करूनच. तसाच एक गोड आवाज कानात पडला, “एक्सक्यूज मी, बीएससी फर्स्ट ईयर इंग्लिश की क्लास कहाँ होगी?”

‘साला, येथे कोण एक्सक्युज मी म्हणते रे?’ डोळे वर करून पाहिले. ‘च्यायला गुलाबाचे अत्तर - एकदम गुलाबी.’

पुन्हा आवाज आला, “एक्सक्युज मी, बीएससी फर्स्ट इयर इंग्लिश क्लास कहाँ होगी?”

गुलाबाचे अत्तर आणि आवाज भी गोड. भोकात कोण हो बे?

भानावर आलो.

"रूम नंबर टू वन सिक्स. मी बी चालतो, आय मिन आई एम आलसो गोइंग देअर."

‘साला इलेच येते का बे इंग्लिश? मले बी येते, मी बी बोलतो. असा तसा थोडी आहे मी? पण ‘मी बी चालतो’ हा बेकार आहे. हट भडव्या दाखवलास आपली.’- मनातच बोलत होतो.

तशीच ती, पुन्हा काही न बोलता एकाएकी अनोळखी बनून सँडलच्या टप-टप-टप आवाज करत विद्युत गतीने पसार झाली. मी आणि रमेश डोळे फाडून तिला फक्त बघत राहिलो.

वर्गात शिरलो. वर्गात शिरणे भागच होते, उपाय नव्हता.

रूम नंबर 216- पहिला दिवस आणि पहिला तास-

केवढी गर्दी होती? प्रत्येक बाकावर हाउसफुलची तक्ती लागल्यासारखी.

उजव्या बाजूला मुलींची गर्दी, पहिल्या बाकापासून शेवटपर्यंत. एकंदरीत चार रेषा, बाकाच्या प्रत्येक रेषेत किमान बारा बाक, प्रत्येक बाकावर किमान चार ते पाच विद्यार्थी म्हणजे जवळपास अडीचशे विद्यार्थी एकाच वर्गात.

एवढे तर आमच्या नवोदयमध्ये पूर्ण शाळेत होते, सहावी ते दहावीपर्यंत.

वर्गातील उजवी दिशा इंद्रधनू रंगानी व विविध अत्तरांनी भरलेली होती.

एकदम डाव्या दिशेला गंभीर शांतता. बहुतेक सर्व वही आणि पेन काढून बसलेले व शिक्षकांची वाट बघत असल्यासारखे, आपसामध्ये काही संभाषणच नाही, बाहेरचे विद्यार्थी असावेत.

मधल्या दोन बाकांवर खूप हलचल, एकदम व्हायब्रंट. काही शाहरुख खान सारखी अदा दाखवीत, बडबड करत तर कुठे हर्षोउल्लास आणि ठहाके, जुने लोकल मित्र बारावीनंतर कदाचित पहिल्यांदा भेटत असावेत.

दोन जातीचे घर

एका कोपऱ्यात मुला-मुलींच्या घोळका आपसात डोळे मटकऊ-मटकऊ बोलणारे, प्रत्येक वाक्यात इंग्रजी ठुसणारे आणि अधामधात हिंदी मारणारे, सर्वांचे लक्ष वेधणारे व सर्वांना स्वतःकडे बघण्यास भाग पाडणारे. त्यांच्यात गुलाबाचे अत्तरही शामिल होती, म्हणून मनात थोडी निराशा झाली.

मन म्हणाले 'जाऊ दे ना बे', मग आम्ही स्वतःसाठी स्वतःच्या ऐपतीसारखी जागा शोधण्यात सुरुवात केली. स्कॅनिंग सुरू झाली आणि शेवटी डावीकडे सर्वात शेवटी जाऊन बसलो.

अजून लेक्चरर येण्यास अवधी होता. पण वर्ग वेगवेगळ्या भावनांच्या सीमेत आखला गेला होता.

कुठे जुन्या मैत्रीला पुन्हा प्राप्त करण्याच्या आनंद, कुठे नवीन मित्र मैत्रीण शोधण्याची तीव्र इच्छा, कुठे आपली अदा सर्वांपर्यंत पोहोचविण्याची धडपड, तर कुठे स्वतःची उलाढाल कुठे लपवू, कुठे पोहोचवू याची धडपड, कुठे जगात आपले जग निर्माण करण्याची इच्छा, तर कुठे आपली दुनिया कुठे सुटली, हे शोधण्याची इच्छा.

आणि मी 'जो होते- तो होऊ दे साला' अशी इच्छा बाळगून होतो.

तसे कुणाला माझ्यासाठी काही फरक पडत नाही, ही स्वतःला वारंवार समजावून देण्याची धडपड, इच्छा प्रयत्न... पराकाष्ठा. कधी कुणी आपली कदर करत नाही व कोणी आपल्याला मोजत नाही, ही गोष्ट स्वतःला पटवून देण्यात एक वेगळाच सार्थ अभिमान वाटतो.

वर्ग सुरू झाला.

मॅडम आल्या... माधुरी मॅडम, फाड फाड इंग्रजी. 'गुड मॉर्निंग' म्हणत, त्यांनी स्वतःबद्दल खूप काही सांगितले, वाटले अजून आम्ही इंग्रजी शिकलोच नाही की काय?

आम्ही भंडारा झाडीपट्टीवाले, नवोदयमध्ये इंग्रजी शिकलो पण इंग्रजी एक्सेंट नाही शिकू शकलो, ही भावना बळवती झाली.

गुलाबाचे अत्तर आणि काही विद्यार्थी इंग्रजीला, इंग्रजीमध्ये उत्तर देऊ लागले, आम्ही उत्तराची मांडणी मराठीतून करत इंग्रजीमध्ये बदलण्यास वेळ घालवली.

वर्ग संपला.

पुढचा तास केमिस्ट्रीचा- कॉमन क्लास प्राध्यापक श्री धोंडगे सर.

काळा जीन्स, पांढरा शर्ट, चमकणारे काळे जूते, घनदाट केश, रोबदार मिशी आणि आवाजामध्ये जोश. मिलिटरी मधून कोणी आला तर नाही असा भास झाला आणि साहेब इंग्रजीतून व्याख्यान देऊ लागली. फिजिकल केमिस्ट्री शिकवण सुरू केले. सरळ 'थर्मो डायनामिक्स' पासून सुरुवात.

कॉमन क्लास संपली.

जीवशास्त्र विभागातील विद्यार्थी आणि गणित विभागातील विद्यार्थ्यांचा विभागणी झाली. म्हणजे अजून एक वर्ग बदल, नवीन विद्यार्थी जुडणार आणि रमेश नसणार.

रूम नंबर 218

क्लास भौतिकशास्त्र- श्री टेंभुरकर सर, एनसीसी कॅडेटसारखी एन्ट्री, ग्रे पेंट आणि चेकचा सदरा, पण पोट थोडे सुटलेले.

हिंदी-मराठीमध्ये संभाषण चालू, राष्ट्रभाषा व मातृभाषेचा कोणीतरी उपयोग करतोय याची खात्री पटली.

फिजिक्ससाठी इलेक्ट्रॉनिक्स आणि कम्प्युटर ग्रुपचे विद्‌यार्थी जुळले. मुली कमी-मुले जास्त, इंग्रजी कमी-हिंदी जास्त आणि मराठी नाहीच्या बरोबर.

कामठी हे स्थान नागपूरवरून सोळा किलोमीटरच्या अंतरावर आणि जबलपूर रोडवर स्थित आहे, म्हणजे इकडे मध्यप्रदेशची सीमा जवळपास चाळीस किलोमीटर नंतर सुरु होणार.

इंडियन आर्मी म्हणजे भारतीय सेनेची छावणी असल्यामुळे, आर्मीची टाऊनशिप लागलीच होती. त्यामुळे हिंदीचा उपयोग जास्त व्हायचा.

हिंदी म्हणजे आम्ही झाडीपट्‌टीवाल्यांना आधार. इंग्रजी जास्त बोलावी लागणार नाही आणि शुद्‌ध मराठी म्हणजे पुणेरी मराठी जास्त बोलावी किंवा ऐकावी लागणार नाही. आमच्या विदर्भाच्या भाषेत बोललो तर जास्त एलारण्याची गरज पडणार नाही. शुद्‌ध मराठी ऐकवून व बोलण्यास लावून कोणी बेशुद्‌ध करणार नाही, ही भीती कमी झाली. थोडे हायसे वाटले.

पुढचा वर्ग श्री पंडित सरांचा गणितांचा.

सर आलेच नाही.

सर्व शिक्षक नागपूरवरून येतात. कॉलेजच्या पहिल्याच दिवशी त्यांची कार खराब झाली, अशी सूचना देण्यात आली.

केमिस्ट्रीमध्ये हजर असलेली काही चेहरे आता थोडी ओळखीची वाटू लागली. म्हणून स्कॅनिंग करता-करता स्माईलही देऊ लागलो. तसाच एक मुलगा वर्गात शिरला.

थोडा धाडधिप्पाड वाटणारा, पण घामात आंघोळ करून आल्यासारखा वर्गात शिरला.

वर्गात शिक्षक नाही बघून त्याला खूप बरे वाटले, तो माझ्या बाजूलाच धडकला, वाटले खूप मेहनत करून आला की काय?

कारण शरीरातून गरम वाफा निघत होत्या, असा भास झाला. त्याने खिशात हात टाकून रुमाल काढण्याचा प्रयत्न केला पण रुमाल सापडले नाही. म्हणून निळ्या रंगाच्या हाफ शर्टच्या कोपऱ्यातने चेहऱ्यावरील घाम पुसू लागला. मी शांत बसूनच होतो.

तसाच तो बोलला, “क्या... क्लास नहीं होगी?”

मी, माझे सामान आपल्या पॉलीथिनमध्ये भरत होतो. त्याला न बघताच मी “नहीं हैं क्लास” म्हणून मोकळा झालो.

“चलो बढ़िया हैं”- तो बोलला.

मी आश्चर्याने त्याला बघू लागलो.

तसाच तो उद्‌गारला, “कॉपी-किताब भूल गया था, यार.” म्हणत ‘हा हा’ करून हसू लागला. मीही स्मितहास्य केले.

तसाच तो बोलला, “मैं... आमोद नायडू.”

आपला परिचय देत त्याने हात समोर वाढवला.

“गजानन...”- मी हात मिळवला.

किती मोठा होता त्याचा हात? हातभर हात, म्हणता येईल तेवढा.

'कहाँ से आया?'

'मोहाडी.'

त्याला ते गाव नवीन वाटले.

'कहाँ हैं यार?'

'भंडारा के पास.'

'बारावी कहाँ से किया?'

'जवाहर नवोदय विद्यालय... जेएनव्ही.'

'जेएनव्ही' ऐकताच तो थोडा आश्चर्यचकित झाला.

'अबे! नवोदयsss बापरे तू तो पढाकू लगता हैं? हा हा.'

मी निशब्द झालो. नवोदय म्हणून... पढाकू ऐकून.

"मैं भी परीक्षा दिया था, लेकिन नहीं हुआ", अचानक त्याने मराठीत शिफ्ट केले, "तुला किती पर्सेंट मिळाले?"

"75%...पंच्याहत्तर."

"बापरे! पंच्याहत्तर? फिर यहाँ क्या कर रहा हैं, भाई?"

पुन्हा मनातल्या मनात वडिलांबद्दल आदर न असल्याचा भाव येऊ लागला.

मैं कहाँ आ गया? इंजिनिअरिंग करायची होती आणि इथे बीएससी करतोय. बापाच्या जिद्दीमुळे वा हिटलरच्या आदेशामुळे, मनात निराशा घर करू लागली.

चला अभ्यासच करणार नाही. फक्त पैसे नाश करीन आणि बापाच्या अपेक्षाही हा निर्धार मजबूत केला.

तसाच तो उद्गारला, “अबे! खरंच 75% आहेत का तुला? भाई बेवकूफ तो नहीं बना रहा हैं? हा हा...”

तो हसू लागला. मी त्याला इग्नोर केले पण मला थोडा राग येऊ लागला होता.

“कौन 75 प्रतिशत ले कर बीएससी करता हैं?”

मला राग जास्त येऊ लागला, पण शांतच होतो.

मन बोलू लागले, ‘ज्याचा बाप माझ्या बापासारखा असतो- तो करतो बीएससी.’

तसाच तो पुन्हा माझी परीक्षा घेतल्यासारखा बोलू लागला, “चल बेंजीन का स्ट्रक्चर बना?”

‘साला, मेरे को चॅलेंज करता हैं’- मी मनातच बोललो.

त्याला वैज्ञानिक केकुलेने सांगितल्याप्रमाणे बेंजीन रिंग बनवून दाखवले.

“चल फिनाल बनाकर दिखा?” एका परीक्षकासारखा तो पुन्हा बोलू लागला.

माझीच पेन, माझीच वही, माझी परीक्षा. त्याला मी बनवून दाखवले.

त्याने पुन्हा प्रश्न उठवला, “अबेss 75% हैं क्या?”

मी रागाने त्याला बघितले. 'बढीया हैं भाई' म्हणत त्याने माझ्या खांद्यावर हात ठेवले. "तेरे को दोस्त बनाना पडेगा" पुन्हा 'हा हा' हसू लागला.

कॉलेजचा पहिला दिवस संपला.

रामगोपाल वर्मा निर्मित व नागार्जुन अभिनेत ***'शिवा पिक्चर'*** बघून कॉलेज जीवनाबद्दल असलेली उत्कंठा, जिज्ञासा, भीती थोडी कमी झाली.

रमेश आणि मी रूमवर परतलो.

येताना रोकडे काकूंकडे हजेरी लावली.

सायंकाळी पिक्चर बघण्यासाठी गोयल टॉकीजमध्ये धडक दिली कारण व्हिडिओ पार्लरकडे जाण्याची अजूनही हिम्मत आली नव्हती.

'आ गले लग जा' पिक्चर बघून रात्री साडे नऊपर्यंत पुन्हा रूमवर पोहोचलो. सिनेमा बघून उर्मिला मातोंडकरसारखी एक तरी गर्लफ्रेंड असावी, अशी भावना निर्माण झाली. पण त्यातले विलन बघून, गर्लफ्रेंड नसली तरी चालेल असा भाव निर्माण झाला.

रमेश खुश होता की गुलाबाचे अत्तर त्याच्या जीवशास्त्र विभागात आहे. एकंदरीत सायन्सचे तिन्ही विषय ती त्याच्यासोबत शिकणार. म्हणून, त्याची शिक्षणाबद्दल ओढ पहिल्याच दिवशी वाढताना दिसली. त्याची खुशी बघून, माझी खुशी कमी होत आहे, असा भास झाला.

मग पप्पांचा चेहरा आठवला. हातात इंजिनिअरिंगची डिग्री ऐवजी बीएससीची डिग्री दिसली. बापाबद्दल राग आणि

दुरावा पुन्हा वाढू लागला व त्यांना काहीही करून दुखी करणार हा निर्धार पुन्हा दृढ केला.

नवीन दिवस उजाडला.

कायचा नवीन दिवस रे?

उठल्या बरोबर हातात झाडू धरायचा, घर साफ करायचा- याला नवीन दिवस म्हणतात का?

दूध आणणे, पाणी गरम करणे, त्या आधी पंधरा मिनिट स्टोव्हवर पंप मारणे, प्रक्रिया करून त्याची ज्योत निळी होईल, याची काळजी घेणे वगैरे वगैरे. ह्याला नवीन दिवस म्हणतात का?

तरीही दिवस नवीन होताच.

नवीन ठिकाणी असल्यामुळे रोकडे काकूंकडे सुरुवातीचे काही दिवस जेवणाची व्यवस्था होती.

नंतर काकूंनी आमच्या रूमसाठी स्वयंपाक करण्यासाठी एका म्हाताऱ्या आजीला कामावर रुजू केले. आमच्यासाठी सकाळचे आणि संध्याकाळचे जेवण बनविणे. ती नाश्ता बनवायची नाही.

कॉलेज जाणे सुरू झाले सायकलने. पायडल पॅट पॅट पॅट... रमेश आणि मी.

सोबत त्याच भागातील एक-दोन विद्यार्थीही आम्हाला दिसू लागले. 'हाय-हॅलो, स्माईल' सुरू झाले.

कधी कधी आमोद आपली रेंजर सायकल घेऊन येऊ लागला. वर्गात येताच तो माझ्याजवळ बसायचा आणि

प्रश्नांची तोफ सुरू करायचा. कधी कधी तो 'खी- खी' करून हसायचा तर कधी 'हा-हा' करून डरकाळी फोडायचा.

आमोद हा दक्षिण भारतीय. वडिलांच्या नोकरीमुळे महाराष्ट्रीयन बनला. अधिकांशता फक्त हिंदीतच बोलायचा. त्याला मराठीही बोलता यायची.

तो हॉकीचा मोठा खेळाडू होता. मीही शाळेत कधी हॉकी खेळायचो, म्हणून त्याच्याशी मैत्री वाढू लागली. त्याच्यामुळे लोकेश, रामू, कॅन्टोन्मेंट मधले राजीव, संदीपक, रामटेकमधला अभय यांच्याशी मैत्री होऊ लागली, संगोपा वाढू लागला आणि आपसामधील वेळही वाढू लागली.

सध्या रमेशसोबत कॉलेजमध्ये भेटीगाठी कमी होऊ लागल्या. जे काही व्हायचे ते फक्त रूममध्ये कारण जीवशास्त्र संबंधित ग्रुपमध्ये त्याचा वेळ वाढू लागला आणि मैत्रीही.

लोकेश एका फिल्मी हिरोसारखा, रामू एका गरीब घरचा मुलगा. वडील रोजगार हमी योजनेत काम करून घर चालवायचे. तो खूप हुशार आणि सर्वात जास्त शिस्त बाळगणारा विद्यार्थी. राजीवचे वडील मिलिटरीमध्ये पदाधिकारी, उत्तरप्रदेश मधून आलेले. तो अमीर खानसारखा हँडसम.

संदीपकचे वडील एअरफोर्सचे अधिकारी. त्यामुळे एअर फोर्स टाऊनशिप मधून वाढलेला, उंच आणि स्वतःच्या लुक बद्दल अधिक जागरूक असणारा प्राणी.

कामठी म्हणजे एक ग्रामीण मेट्रोच. एक गवळी मोहल्ला म्हणजे युपी-बिहारमधील यादव वंशी लोकांचा बाहुल्ले असलेला मोहल्ला, ज्यांचा मुख्य व्यवसाय म्हणजे दूध, दही, तूप अशा पदार्थांचा व्यापार.

दुसरा मेहतर मोहल्ला. अधिकांश साफसफाई करणारा, शहराला स्वच्छ व लोकांना बिमारीपासून दूर ठेवणारा श्रमिक वर्ग.

तिसरा इलाका, मोंढा. मुख्यतः नोकरी करणारे व काही व्यवसाय करणारे मध्यमवर्गीय लोक तिकडे राहायचे.

चौथा मुस्लिम इलाका.

पाचवा नो मान्स लँड म्हणजे जिथे सर्व जाती धर्मातील लोक, सर्व आर्थिक श्रेणीतील लोक राहायचे आणि सहावा आमचा येरखेडा, कामठीचे एक्सटेंशन. अधिकांश गाडी-ट्रक चालविणारी जनता, छोटी-मोठी दुकान सांभाळणारी आणि हात ठेवल्यावर सामान विकणारी जनता.

एके दिवशी कॉलेज जाताना, टीएफआर-लुना चालविणाऱ्या एका इसमाने माझ्या सायकलला कट मारली.

मी पडलो. तो सुद्‌धा संतुलन राखू शकला नाही, म्हणून रागात शिवीगाळ करत माझ्या दिशेने धम-धम पाय पटकीत येऊ लागला.

मी कसा बसा उभा होणार, तसाच त्याने माझ्या सायकलीला धक्का दिला.

सायकल पुन्हा पडली. माझा राग अनावर होऊ लागला.

'हात पाव में दम नहीं- पर हम किसीसे कम नहीं' मीही भांडणात सामील होणारच होतो, तसाच एक उंच सळपातळ शरीरयष्टी राखणारा मुलगा, शर्ट इन न करणारा आणि छोटीशी दाढी असलेला, धावत माझ्याजवळ आला आणि थेट माझ्यासमोर ढालीसारखा उभा झाला, मला पाठीमागे लपवून माझ्यावतीने लुनावाल्याला बोलला, 'मियां, गाडी ठीक से चला नहीं सकते क्या?'

तसाच लुनावाला ओरडला, 'सायकल चलाता हैं और गाडी से पंगा लेता हैं?' तेंव्हा लुना पण गाडीच होती.

माझ्या समोरील मुलगा माझ्यावतीने पुन्हा बोलू लागला, 'कट तो आप मार रहे हो?'

लुनावाला त्याला निरखून बघू लागला. मग त्याला ओळखत बोलला, 'तुम रजी हो ना. तुम तो मेरे मोहल्ले में रहते हो, फिर इसका साईड कायकु ले रहा हैं?'

'आप गलत किया ना, मैं तो सही का साईड ले रहा हूं, आप सायकल तो ठीक करा दो...'

लुनावाला: छोड ना कुछ नहीं हुआ.

'सायकल को उठाकर ठीक से खडा कर दो और माफी मांग लो.'

लुनावाला: छोड ना बे.

'वसीम भाई, आप बड़े हो... बड़े के तरह बात करो ना?'- रजी.

लुनावाला: मन्सूर के भाई हो ना?

'हां, मैं मन्सूर का भाई हूं.'- रजी.

वसीम: छोड ना, रजी. मन्सूर मेरा दोस्त है.

रजीने त्याच्या लुनाची चाबी काढली. मी त्या दोघांना बघतच होतो.

मी रजीला बोललो, 'रजी... छोड़.'

रजी: नहीं, माफी तो मांगणी पडेगी.

मी मनात घाबरत होतो. भांडण करण्याची हिम्मत तशी नव्हतीच.

सुरुवातीला आलेला ताव, आता भीतीच्या रूपात परिवर्तित होऊ लागला होता. गर्दी जमा होऊ लागली होती.

वसीम: मन्सूर को बोलता हूं कि तेरा छोटा भाई, कामठी का डॉन बन रहा हैं.

रजी: वसीम भाई माफी मांगो, सायकल ठीक करो और चाबी ले लो.

मी बोललो: मैं उठा लेता हुं.

रजी माझ्याकडे बघत बोलला, “आप नहीं उठाओगे.”

वसीमने, रजीची जिद्द पाहून नाइलाजास्तव माझी सायकल उभी केली आणि ‘सॉरी’ बोलला.

रजीने चाबी त्याला दिली. गर्दी संपली.

ही माझी पहिली भेट होती, रजीसोबत. तो माझ्या वर्गात शिकत होता. पण बोलणे कधीही झाले नव्हते.

तसाच मागून कुठून तरी रामू आपली सायकल घेऊन अवतरला. रजी आणि तो दोघंही एकाच शाळेत होते म्हणून त्यांची मैत्री घट्ट होती.

रामू: क्या हुआ?

रजी: कुछ नहीं यार. गाडी चलानेवाले, सायकलवालों की कदर नहीं करते.

आणि त्याने रामूला सर्व घडलेली घटना सांगितली.

आम्ही वर्गात पोहोचलो.

हळूहळू आमच्या मैत्रीचा आणि मित्रांचा विस्तार होऊ लागला- आमोद, संदीपक, राजीव, अनुपम, रजी, रामू, अभय वगैरे वगैरे.

आमच्या गँगमध्ये काही केमिस्ट्रीवाले, काही इलेक्ट्रॉनिक्सवाले तर काही कम्प्युटरवाले होते. फिजिक्स आणि मॅथ्स कॉमन असल्यामुळे आम्ही सर्व जुळलो होतो.

10. गुलाबाचे अत्तर

कॉलेजच्या मागे एक कॅन्टीन होती. संचालन एक बुजुर्ग महिला करायची. ती आणि तिचा मुलगा ही दोघीच ती व्यवस्था सांभाळायचे. सर्वजण तिला 'आई' म्हणून संबोधायचे.

क्लास संपला किंवा दोन क्लासच्यामध्ये वेळ असला तर आमची मैफिल, आईच्या कॅन्टीनमध्ये जमू लागली.

एके दिवशी समोस्यावर ताव मारीत होतो. संदीपक, आणि राजीव मिळून आमोदची खिचाई करत होते. आज आमोद मुकेश के नगमें रंगवित होता. वर्गातील काही मुलीही तिकडेच होत्या, "आमोद एकदम मुकेश माफिक गाना गाता हैं..." असा आवाज आला. आवाज एका मुलीचा होता. मुलीचा आवाज असल्यामुळे सर्वांनी एकदम वळून पाहिले. ती आमच्या वर्गातील एक मुलगी होती, तिचे नाव होते 'शम्मा.'

'कहीं दूर जब दिन ढल जाए' ची तार छेडत आमोद डोळे बंद करून हातवारे करत होता.

शम्मा, आमोदकडे बघत, समोसा खाणे थांबवून मन लावून गाणे ऐकत होती. आमोदच्या प्लेट मधले समोसे थंडे होतील

म्हणून संदीपक व राजीव त्याच्या प्लेट मधले समोसा खाणार होते, तशीच शम्मा ओरडली, 'अरे! आमोद क्या खाएगा?'

तिचा आवाज इतका जोराचा होता की तो गाणे सोडून तिच्याकडे बघू लागला. आम्ही सर्व आमोदकडे आणि बाकी मुली शम्माकडे. तसेच शम्मा डोळे फाडू-फाडू सर्वांना बघू लागली की 'क्या हुआ, सब मुझे क्यूँ देख रहे हो?'

आज पैसे देण्याची जबाबदारी माझीच होती. मी काउंटरकडे जात होतो तसेच एकाएकी सुगंधित गुलाबाचे अत्तर वातावरणात दरवळू लागले. मी पर्स मधून पैसे काढणार तशीच एक आवाज कानावर पडली, "कॅन यु बाय समोसा फॉर मी? आय हॅव फॉरगोटन माय पर्स."

तसाच मी बोललो, 'हव ना, ले ले.'

आपली झाडीपट्टीवाली भाषा एकूण मला वाटले, 'सालाSS केंव्हा बोलीन बे इंग्लिश?'

'या गावठी भाषेत आणि इंग्लिशमध्ये कधी बॅलेन्स करशील बे?' स्वतःलाच प्रश्न पडला. थोडा वेळ विचार करता करता, एक उत्तर सापडले- 'जाऊ दे भोकात.'

मी हळूहळू काउंटरकडे सरकत होतो आणि ते गुलाबी अत्तर माझ्या बाजूला सरकू लागले. माझे मन आणि हृदय हेलकावे मारू लागले. गरम समोसा हातात येताच तिच्या चेहऱ्यावर खूप मोठी स्माईल आली.

पहिला घास घेता-घेताच ती बोलली, 'थँक्यू! आय विल रिटर्न इट टुमारो.'

'राहू दे ना व, तू बी चारजो मले.'

दोन जातीचे घर

तिला नाही समजले- 'व्हॉट?'

मी म्हणालो, 'इट्स ओके! सम डे, यू कॅन ऑफर मी ए समोसा.'

'ऑफ कोर्स.'

छोटी-सी स्माईल देत-देत, ती वर्गात निघून गेली.

मागून लोकेश बोलला, 'भाई, तो इंग्लिश मार रहा था...'

रात्री रूमवर झोपण्याच्या आधी लोकेशचे उद्गार माझ्या कानावर फिरू लागले, 'भाई! तो इंग्लिश मार रहा था.' आणि नाकामध्ये गुलाबाचे अत्तर दरवळू लागले आणि डोळ्यापुढे 'कॅन यु बाय समोसा' म्हणत हलणारी गुलाबी ओठ.

साला, झोपच नव्हती येत.

गुलाबाच्या अत्तरामुळे उद्या कॉलेजमध्ये कसे कपडे घालून जावे, असा प्रश्न पडला. मी जीवनात पहिल्यांदाच कपड्याचा विचार करत होतो. आतापर्यंत मला कसेही कपडे चालायचे, फक्त हिटलरने सांगितलेल्या पांढऱ्या सदऱ्या व्यतिरिक्त.

'उद्या, रफ अँड टफचा जीन्स घेतो, बापाचे पैसे उडविन. मले इंजिनियर नाही बनू देलास. देखते जा- उद्या दुकानात चुना लावतो.'

माझे मन थोडे हलके झाले, डोळ्याच्या पापण्या जड होऊ लागल्या आणि मी पोहचलो निद्रा नगरीत.

दुसऱ्या दिवशी मी आणि आमोद बायोलॉजी सेक्शन हुडकू लागलो, पण फक्त निराशाच हाती लागली. काही उन्मुक्त करणारे, डोळ्याला आनंद देणारे व कानाला टवकारून ओढणारे ना दिसले, ना ऐकू आले.

पुष्पेय

संध्याकाळी आमोदसोबत दुकानात जाऊन दोन महागडे जीन्स आणि टी-शर्ट घेतले. ध्यास दोनच होते, गुलाबाच्या अत्तराला आपल्याकडे बघण्यास भाग पाडावे आणि बापाचे पैसे उडवावे.

दिवाळीनंतर कॉलेजमध्ये थोडीफार स्थिरता येणे सुरू झाले होते. क्लासेस, आईची कॅन्टीन, फिजिक्स-केमिस्ट्री लॅबोरेटरी, दुपारी गोयल वा श्री टॉकीज आणि कधी काही नाही सापडले तर व्हिडिओ पार्लर.

गुलाबाचे अत्तर अधून-मधून दिसायची. ती स्मित हास्य द्यायची पण माझा समोसा अजूनही तिच्याकडे उधार होताच. समोस्याच्या उधारीपेक्षा, तिचे बोलणे आणि ती सोबत असण्याची इच्छा जास्त हवीहवीशी वाटत होती.

एके दिवशी कामठी शहराला कॉलेजशी जोडणाऱ्या रेल्वे फाटका जवळून ट्रेन जात असल्यामुळे अधिकच गर्दी झाली होती. मी आणि लोकेश सोबतच होतो.

रंगबिरंगी कपड्यांमध्ये, वेगवेगळ्या परिधानात, वेगवेगळ्या रंगात, कुणी पायी तर कुणी सायकल हातात घेऊन ट्रेन जाण्याची वाट बघत होते. एकाएकी नाकात काही घुसघुस होऊ लागली. नगण्यसा पण ओळखीचा सुगंध एकदम नाकात येऊ पाहू लागला आणि नाक आपल्या उच्चतम शक्तीने तो सुगंध ओढण्याचा प्रयत्न करू लागला.

ट्रेन गेली. आम्ही सर्व रेल्वे फाटक क्रॉस करू लागलो. काही जण एकदम गडबडीत समोर वाढत होते, तर काही हळूहळू आणि आम्ही आपल्याच गतीने.

नाक स्वतःच आपली परीक्षा बघत होते. तो ओळखीचा सुगंध ओढण्याची पराकाष्टा करत होते पण काही विशेष हाती लागले नाही.

फाटक क्रॉस झाले. आम्ही सायकलवाले पायडल मारीत सायकलवर बसू लागलो.

लोकेश: चल चलते हैं लेट हो जायेगा.

मी, 'थांब एक मिनिट' म्हणत खाली उतरलो. 'काही तरी आवाज आहे... आवाज.' आवाज सायकलमध्ये तर नव्हता पण आवाज नाकाच्याद्वारे कानात पोहोचत होता.

तसाच नाक सर्व शक्तीनिशी ओढू लागला आणि वाटले सफलता हाती आली, कारण खरोखरच सुगंध नाकात येऊ लागला होता. मन जोरा-जोरात इकडे-तिकडे होऊ लागले. हृदय धडधड धडकू लागले पण पाय गोगलगाईसारखे, न चालल्यागत हळूहळू समोर वाढत होते.

तसाच 'एक्सक्युज मी' आवाज झाला. डोळे वटारल्यागत मोठे झाले, कान टवकारल्यासारखे फुलले आणि ओठात शब्द फुटणे बंद झाले.

ती अवतरली- 'गुलाबाचे अत्तर.'

लोकेश हा हसत-हसत निघून गेला- 'कुछ काम हैं यार.'

'हाऊ आर यू?'

'मस्त.' एकाएकी फुटले.

'मूर्खा, इंग्लिश बोल ना रे.'

मन स्वतःला शिव्या घालू लागले.

ती पायीच होती. कदाचित तिचे घर जवळ असेल वा कुणी रेल्वे फाटकपर्यंत तिला सोडायला आले असावे.

पुष्पेय

हाऊ आर यू? तुटक-तुटक शब्दात. मी शब्दांना आपल्या गळ्यात जमा करून बाहेर काढले.

"डूइंग ग्रेट." म्हणत तिने माझ्यावर प्रश्न दागला, "यू मस्ट बी डुइंग ग्रेट राईट?"

'कायच्या भोकाचा ग्रेट' शब्द फुटत नव्हते.

'हो हो. आय मीन राईट.'

आम्ही कॉलेजकडे सरकू लागलो. ती, हातात तिची बॅग घेऊन, महागडी असेल. मी, हातात सायकल घेऊन बीएसए एसएलआर, जुनी. वेल्डिंग केलेला दांडा.

आपल्या बारक्या शरीराने वेल्डिंग केलेला दांडा लपवण्याचा प्रयत्न करू लागलो.

चालता चालता ह्रदयात काही धाकधूक झाल्यासारखे वाटू लागले. काही आत जात आहे आणि श्वास बाहेर जोरात येण्याचा प्रयत्न करतोय असे भासू लागले. सारा विश्व फक्त मलाच बघत आहे, असा आभास होऊ लागला.

आसपास पायी चालणारी मुले-मुली, त्यांच्या सायकली, रस्त्याच्या बाजूला असलेली झाडी-झुडपे, बेशरमचे फूल, आकाशातील सूर्य, त्याच्या बाजूला असलेले ढग... प्रख्यात डायरेक्टर व्ही शांतारामच्या ***"दो आँखे बारा हात"*** पिक्चरसारखे मला वरून बघत आहेत, असा प्रत्यय येऊ लागला.

पण मी जेव्हापण त्यांच्याकडे आपली दृष्टी वळवायचो, तसेच ते दुसरीकडे बघतात, असे मला भासू लागले.

"साले हो! गुलाबाचे अत्तर माझ्यासोबत आहे, जळता का बे तुम्ही?"

दोन जातीचे घर

बाकी लोकांची दृष्ट लागू नये, म्हणून मी खाली बघत बघतच समोर चाललो होतो.

काही पावले समोर आलो. कुणीही कुणाशी बोलत नव्हते, फक्त एक निरव शांतता- दोघांच्यामध्ये आणि सोबतीला 'बीएसए एसएलआर', दांडा वेल्डिंग केलेली सायकल. मी खाली बघतच चाललो होतो.

एकाएकी टण-टणाकचा आवाज करत सायकल एका दगडाला आपटली. कुणाची दृष्ट लागू नये म्हणून मी खाली बघत चालत होतो आणि सायकल आपटली आणि खाली पडली.

शांतता मोडली.

'हे वॉक प्रॉपरली, व्हाय आर यु लुकिंग डाउन?' गुलाबाचे अत्तर बोलले.

काय सांगू तिला? नजर नको लागू म्हणून खाली पाहून राहिलो. सायकल उचलायला जाणार, तसाच आमोद कुठून तरी धावत आला... 'अबे कितनी खटारा सायकल हैं तेरी? कैसे चलाता हैं भाई?'

'साल्या चूप रायना बे'- मनातच बोललो.

तेवढ्यात संदीपकही पोहोचला. बेल बॉटमची पॅन्ट, कमी लांबीचा शर्ट, एकदम मस्त इस्त्री केलेला, सोबतीला बिना कॅरिअरची छोटीसी सायकल.

चष्मा वर चढवत मला बोलला, "कुछ लगा तो नहीं?"

मी: नहींsss, ठीक आहे.

"आर यु ओके"- गुलाबाचे अत्तर.

"या फाईन..." - साला इंग्लिश बोलतो बे.

आमोद, संदीपककडे बघून आश्चर्याने, 'कितनी पुरानी सायकल हैं? खटारा हैं... कैसे चलाता हैं, ये पता नहीं?

संदीपक: तेरे जैसा खटारा दोस्त भी तो चला रहा हैं ...हा हा.

आमोद: सालेsss.

मी, मनातल्या मनात- 'साले, तेरा बाप हिटलर नहीं हैं ना, इसीलिए तू ऐसा मुँह फाड रहा हैं?'

संदीपक माझ्याजवळ आला. 'अबे चिंता मत कर, आमोद ठीक कराकर ला देगा सायकल... अपने वाडीभस्मे सायकल स्टोअर्ससे.'

आमोद आश्चर्याने, "अबे, क्लास छुट जाएगी मेरी?"

"अबे, गजू समजा देगा ना साले, दोस्ती के लिए इतना भी नहीं कर सकता क्या?" संदीपकचे ऐकून आमोद भावनिक झाला.

'हा कर तो सकते हैं.' त्याने त्याची रेंजर सायकल मला दिली व माझी सायकल घेऊन गेला.

आता शांतता संपली होती. सायकल जुनी आहे म्हणून लपवायचे काहीच उरले नव्हते. मन थोडे हलके वाटत होते. पावले धाप-धाप करून समोर वाढत होती.

अचानक पुन्हा एक गोड आवाज आला, 'कॅन यु शेअर मी युवर केमिस्ट्री प्रॅक्टिकल कॉपी?'

मी, 'हो' म्हणालो. तिला प्रॅक्टिकल कॉपी देण्याच्या आधी मला स्वतः ती तयार करायची होती.

कॉलेजचा दिवस संपता-संपता दोन-तीन मित्रांची प्रॅक्टिकल कॉपी घेतली आणि रात्री उशिरापर्यंत पूर्ण केली.

चला, बापाने मागितली असती तर नाही दिली असती आणि पूर्ण पण केली नसती. गुलाबाचे अत्तर मागत आहे म्हणून पूर्ण करतोय. सर्व त्रासावर एकच उपाय होता, बापाला शिव्या देणे.

एके दिवशी आम्ही रजीच्या आमंत्रणावरून, एका हालमध्ये गेलो. त्याच्या बहिणीचे लग्न होते. आम्ही गोश्त खात नाही म्हणून वेगळी भाजी, वेगळी व्यवस्था, वेगळे ताट तयार करून दिले होते. जीवनात पहिल्यांदाच मुस्लिम विवाहात उपस्थिती दिली होती, मजा आली.

मैत्री वाढत होती, मस्ती चढत होती, आपसातील अंतर कमी होत होते. कॉलेजमधली वेळ, समोरच्या मैदानातील गवतात किंवा आईच्या कॅन्टीनमध्ये समोस्याच्या तालावर चालत होती.

11. चिट्ठी आई हैं...

एक मंगळवारी आमोद एका हनुमान मंदिरातून आला होता, भगवा टीका मस्तकावर लावून.

फिजिक्स क्लास होणार नाही, अशी खबर आली कारण फिजिक्सचे सर कार्यक्रमाला बाहेर गेले होते.

रूम नंबर 218 च्या बाजूला इलेक्ट्रॉनिक्स लॅब होती.

बाजूला वर जाण्यासाठी सीढी होती. राजीवला लॅबमधून बाहेर बोलावले. अनुपम, पद्माकर, सुभाष, संदीपक बाकी मित्र तिकडेच होते.

केमिस्ट्री ग्रुपच्या काही मुलीही होत्या. क्लास होणार नाही, हे कळताच संदीपकची ऊर्जा सातव्या आसमानात पोहोचली, "चल नायडू... समोसे खायेंगे" संदीपक ओरडला.

'पगले आज हनुमानजी का दिन है, उपवास हैं मेरा...' आमोद बोलला.

फिर हमको खिला - संदीपक.

नहीं रे बाबा, उधर तो देखुंगा ही नहीं... - आमोद.

अबे! चलना, काय को स्टाईल मार रहा हैं- संदीपक.

दोघांची जुगलबंदी चालत होती, तशीच एका मुलीचा आवाज आला "उसको क्यों परेशान कर रहा हैं? संदीपक. उसका तो रोजा हैं, रोजे में तो खाने के बारे में उसको सोचना भी नहीं चाहिए."

ती मग पुन्हा बोलली, "तू भी मत जा आमोद."

'उसका रोजा हैं' ऐकून सर्व हसू लागले... जोरा-जोरात 'हा हा' करत. ती शम्मा होती.

आमोद भारावून आणि आश्चर्याने तिला बघत होता.

"अक्सर लोग मुझे 'नायडू' ही बोलते हैं, 'आमोद' सुनकर बहुत अच्छा लगा..."

संदीपक: भाई! बहुत खुश दिख रहा हैं, फिर गाना तो गा यार.

आमोद: अबे छोड दे रे भाई, फिर कभी.

तशीच शम्मा पुन्हा बोलली, 'आमोद, आप गाना गाओ ना प्लीज, आप अच्छा गाते हो."

सर्वजण 'नायडू-नायडू' करत ओरडत होते, त्याला प्रोत्साहन देत होते. आतापर्यंत आम्ही सर्व पायऱ्याजवळ उभे असलेलो, पायऱ्यावर बसून गाण्याचा आनंद घेण्यासाठी.

राजीवने फर्माईश केली, 'भाई, आज मुकेश के दर्द भरे गाने मत गाना.'

आमोद नायडूने पंकज उदासची गझल सुरु केली... '***चिट्ठी आई हैं, चिट्ठी आई हैं... बड़े दिनो के बाद वतन की मिट्टी आई हैं...'***

गझल रंगत होती. नायडू हातवारे करत होता. संदीपक कधी नायडूला तर कधी शम्माला बघत होता आणि बाकी लोकांना इशारा करत होता. सर्व लोक मुसमुसू हसत होते. शम्मा गाण्यांमध्ये रंगली होती.

गझल समोर चालली होती. गझल '***ओ परदेश को जाने वाले लौट के फिर ना आने वाले'*** ह्यात पोहोचली. तसाच कुणाचा तरी रडण्याचा आवाज येऊ लागला. सगळेच बघू लागले. गझल तेवढी सुंदर तर गायली नव्हती पण शब्द सुरेख होते, हृदयाला भिडणारे होते.

रडणारा रामू होता. सगळे त्याच्याकडे धावून गेले.

क्या हुआ?

काय झाले?

व्हॉट हॅपन्स?

अबे बता ना?

अरे सांग ना?

बोल ना भाई?

सांग ना भाऊ?

तशीच शम्मा ओरडली, ‘अरे! उसे बोलने तो दो…’

रामू अजूनही दुःखीच होता. त्याला शब्द फुटत नव्हते. कोणालाही काही कळत नव्हते.

‘अरे काही नाही’ असे बोलत-बोलत तो जाऊ लागला.

मी, संदीपक आणि रजी त्याच्या मागे निघालो. बाकी लोक अद्याप नायडूपाशी बसले होते.

एक फ्लोर खाली आलो.

नोटीस बोर्डच्या बाजूला, पाणी पिण्यासाठी नळाची व्यवस्था केलेली होती. तिथे त्याने आपला चेहरा धुतला, नंतर नळाच्या धारेचे पाणी हाताच्या पंजाच्या मदतीने पिऊ लागला.

काही पाणी तोंडात जात होते तर काही खाली वाहत होते आणि सोबतच दुसरीकडून पाण्याची एक दुसरीच धार हळुवारपणे वाहत होती, तोंडाच्या थोड्यातरून, दोन्ही बाजूंनी, दोन्ही डोळ्यातून. तो पाणी पीत होता, पाणी तोंडाद्वारे आत जात होते व तसेच अश्रू बनून डोळ्याद्वारे बाहेर येत होते. तसाच नायडू पण धावत खाली आला, ‘अबे! चलो, तुम लोग समोसा खाने को बोल रहे थे ना?’

संदीपक: तेरा तो रोजा था ना साले, नौटंकी?

नायडू: तुम लोग खा लेना.

नायडू, रामूकडे वळला. त्याच्या खांद्यावर हात ठेवत त्याला ओढू लागला. सगळे कॅन्टीनमध्ये पोहोचले. अनुपम, सुभाष,

अभय, राजीव हे बसण्यासाठी टेबल व खुर्च्या ॲडजेस्ट करत होते.

आम्ही सर्व स्थिरावलो होतो. सगळे इकडे-तिकडे गोष्टीत रामूचे दुःख भुलवण्याचा प्रयत्न करत होते. पण तरीही सर्वांची चोर नजर रामूकडेच होती.

नायडूने सर्वांसाठी समोस्यांची ऑर्डर केली.

शम्मा बोलली, 'तू क्यों ऑर्डर कर रहा हैं? रोजे में खाना और खाने को देखना, एक जैसा ही होता हैं...'

संदीपक, आमोदला चिडवत बोलला, 'अबे हमारी नहीं तो कम से कम, शम्मा की तो बात सुन.'

ती रागाने संदीपककडे बघू लागली, बाकी सगळे नायडूला आणि संदीपक कॅन्टीनवाल्या आईला, 'मठ्ठा देशील समोस्यासोबत.'

नायडू: यदि रामू खायेगा, तो मैं भी खा लूंगा क्योंकि किसी को खुश करना भी तो एक पूजा के जैसा हैं, क्यूँ भाई? माझ्याकडे बघत बोलला.

मी, रामूला विचारले, 'काय झाले रे?'

रामू पुन्हा उसाचे मारू लागला, पण शेवटी तो बोलला- 'भावाचे पत्र आले आहे. तो अमरावतीला टेम्परररी शिक्षक आहे... एका प्रायव्हेट शाळेत. तिथे आमच्या एससी कॅटेगिरीसाठी त्याच्या सामाजिकशास्त्र ह्या विषयासाठी जागा निघाली होती. तो लिखित व साक्षात्कारमध्ये पास झाला. शेवटी आयोजकांनी दोन लाखाचे डोनेशन मागितले, देणगीच्या स्वरूपात.

नोकरी स्थायी राहील व भविष्यात आई-वडिलांना मजुरी करण्याची गरज भासणार नाही म्हणून आम्ही जमीन विकली आणि पैसेही दिले, पण नोकरी नाही मिळाली आणि तो पुन्हा रडू लागला. सर्व शांतपणे ऐकत होते. समोसे कोणाच्याही तोंडात गेले नव्हते... फक्त प्लेटात आणि हातातच थंड झाले होते.

अनुपम: का नाही मिळाली नोकरी? जाती प्रमाणपत्र किंवा वेरिफिकेशनचा काही प्रॉब्लेम आला का?

नायडू, नवीनच तर्क देत होता, 'अबे! हो सकता हैं, कॅटेगरी बदल दिए होंगे, उस पोस्ट के लिए?'

आतापर्यंत शांत बसलेला रजी बोलला, 'अरे! उसे तो बताने दो.'

रामू: नाही रे मित्रांनो, ना कॅटेगिरी बदलली गेली ना जाती प्रमाणपत्रात काही प्रॉब्लेम आला. साला एका श्रीमंत माणसाने जास्त पैसे देऊन नोकरी विकत घेतली.

सर्वजण शांतपणे ऐकत होते.

रामू: एका तहसीलदाराच्या मुलाला नोकरी मिळाली, त्याने दोन लाखा ऐवजी तीन लाख दिले. त्याची आई पण शिक्षिका आहे. साले! अमीर लोक आम्हां गरिबांना खुश होऊ देणार नाही, कधीच.

रामू मग माझ्याकडे बघून म्हणाला, 'तुम्हा ओबीसीमध्ये चांगला आहे रे- क्रीमी लेयर आणि नॉन-क्रीमी लेयरची पद्धत आहे. गरीबाचा हक्क नाही खात, श्रीमंत लोक.'

मी त्याला उद्धटपणे बोललो, 'तुम्ही पण पैसे दिले होते ना बे... वह भी तो गलत हैं.'

रामू एकदम रागात मोठे डोळे करून बोलला, 'पण त्यांनी तीन लाख दिले कारण तो तहसीलदाराचा मुलगा आहे आणि त्याची आई शिक्षिका आहे. क्रीमीलेयरचा कॉन्सेप्ट असता तर आमच्यासारख्या कुणी गरिबाला नोकरीवर ठेवले असते. फक्त श्रीमंतच लोकांनाच नोकऱ्या भेटून राहिल्या... भ्रष्टाचारामुळे.

नायडू: तुम तो पैसे दिये, वो भी तो भ्रष्टाचार हैं.

रामू: हां भाई! बात तो सही हैं, लेकिन क्रीमी लेयरका कॉन्सेप्ट रहता, तब भ्रष्टाचार का मुकाबला गरीबो के बीच में रहता, अमीर आदमी बाजी तो नहीं मारता. उपर से मेरा भाई दो साल से वहां काम भी कर रहा था.

अनुपम: अबे! मी तर जनरल कॅटेगरीमध्ये आहे आणि माझे वडील पण श्रीमंत नाहीत, मेरा क्या होगा? असे म्हणून 'हा-हा' करत हसू लागला. पण त्यात हसणे कमी आणि वेदना जास्त होत्या.

सर्वांनी चुपचाप समोसे खाल्ले... रामू व नायडूसोडून. अभयने पैसे दिले. पर्स खिशात ठेवता-ठेवता तो बोलला, 'साला! मैं, तो बिझनेस करूँगा, नौकरी के वांदे में नहीं पडूंगा.' सुभाष ने अभयला थम्प्स अप दाखवले.

त्या संध्याकाळी जीवनात एक वेगळाच तुफान आला होता. आतापर्यंत आरक्षण, एससी, एसटी, ओबीसी, क्रीमी-लेयर हे शब्द डोक्यात कधी आलेच नव्हते. नवोदयमध्ये कधी अशी चर्चाही झाली नव्हती. क्रीमी लेयर काय असते? मला हे ठाऊक नव्हते, पण बारावी येता-येता लोकांची कास्ट बद्दल जागरूकता वाढते हे थोडेफार समजले होते. कारण बारावीनंतर मेडिकल किंवा इंजीनियरिंगसाठी या गोष्टीमुळे खूप मदत होते, हे कळले होते. माझा हिटलर तर मला

इंजिनिअर बनू देणारच नव्हता, म्हणून तो मुद्दा माझ्यासाठी दूरचा होता. पण ओबीसी हा इतर मागासवर्ग आहे, हे मला समजायला लागले होते.

नेहमीप्रमाणे, संध्याकाळी कामठीच्या कॅन्टोन्मेंट मधील महादेव घाटावर आम्ही पोहोचलो होतो. तिथे, एक महादेवाचे मंदिर होते. समोर झुळझुळ वाहणारी नदी होती. पाणी शांतपणे वाहत होते. नेहमीप्रमाणे तिथे असलेल्या सिमेंटच्या पायऱ्यावर आम्ही बसलो होतो- नायडू, संदीपक, राजीव, अनुपम, रामू, रजी, सुभाष, मी आणि लोकेश.

मागे आम्हा सर्वांच्या सायकली ठेवल्या होत्या पण त्याही आमच्यासारख्या चुपचाप उभ्या होत्या. नदी शांतच होती, सायकली पण शांत होत्या. आम्ही सर्वांनी अबोला धरल्यागत शांतता पाळली होती पण सर्वांच्या मनात तुफान सुरू होता. समुद्राची भरती-ओहोटी कधी आकाशागत लाटा तर कधी जमिनीच्या खोलापर्यंत. कुणी काही बोललेच नाही, माझे मन मात्र माझ्याशीच बोलत होते.

साला, माझा कसा होईल? माझ्याकडे जाती प्रमाणपत्र पण नाही आहे. माझा हिटलर नोकरीसाठी कोणालाही लाच देणार नाही... पैसे देणार नाही वरून ओरडेल- 'दम असेल तर नोकरी मिळव, नाहीतर गावी जा आणि शेती कर.'

गावचे वावर, माझी आजी-आजोबा, काका, घरचे गुरे-ढोरे सर्व डोळ्यासमोर आले. काहीक्षण सृष्टी थांबल्यागत भास झाला आणि मी त्या सृष्टीच्या आजूबाजूला गिरक्या घेत आहो, असे वाटले.

त्या सृष्टीत एकाएकी काही चेहरे उमटू लागले. आधी आजी-आजोबा, काका, आक्का, आई, मोठी आई, बुड्ढी आई, खैरीचे घर, संजू, आंगण, मागचे चिंचेचे झाड दिसले पण माझा पप्पा दिसलाच नाही.

'बरा झाला हिटलर नाही दिसला' मन बोलू लागले. 'माझ्यासाठी पैसे कमवायला गेला की काय? जाऊ दे मला इंजीनियरिंग नाही करू दिले मग मी त्रास तर देईनच... पैसे तर उडवीनच.'

नंतर हळूहळू अजून काही नवीन चेहरे उमटू लागले. कामठीचे रेल्वे फाटक, पोरवाल कॉलेजची बिल्डिंग, गुलाबाचे अत्तर. वाह मजा आली, मन प्रसन्न झाले. नंतर नायडू, संदीपक, रामू, बाकी मित्र, माझी बीएसए-एसएलआर सायकल- दांडा वेल्डिंग केलेली, जुनाट सायकल. आता ती तेवढी वाईट वाटत नव्हती.

पण सायकलच्या मागे कॅरिअरवर कोणीतरी चेहरा मागे करून बसलेला होता, कुठेतरी दूर बघत होता.

गिरक्या घेत-घेत मी त्या दिशेने जाऊ लागलो. तो चेहरा बघण्याची उत्कंठा माझ्या मनात वाढू लागली म्हणून मी पूर्ण जोर लावून तिकडे जाण्याचा प्रयत्न करत होतो. सरतेशेवटी त्या चेहऱ्याजवळच पोहोचलो. त्याला आपल्याकडे ओढून चेहरा बघू लागलो.

'अरेच्या! अबे, हा मीच आहे.'

चेहरा कुठेतरी बघत होता- हरवल्यासारखा.

मी हवेत गिरक्या घेत-घेत त्या दिशेला बघू लागलो. दूर एक उजाड झाड दिसले... झाडाची पूर्ण पाने गायब. झाड एका सापळ्यासारखे दिसत होते. फक्त त्याची हाडे दिसत होती. त्या झाडाच्या आसपास अनेक वेगवेगळी झाडे होती. हिरवी गच्च, भरलेले. झाडाच्या मागे खूप सारे शेत होते, सर्व हिरवी गच्च. पण ते एकच झाड उजाड दिसत होते.

पुष्पेय

त्या झाडाखाली कुणीतरी बसलेला आढळला. बसलेली व्यक्ती समोर पाय ठेवून होती. त्या पायाच्या मधात त्याने आपला डोका खुपसलेला होता आणि दोन्ही हात डोक्यावर बांधलेले होते.

मी त्या दिशेने वाढू लागलो. त्याच्याजवळ पोहोचलो. त्याच्या पाठीवर हात ठेवला. तो हळूहळू मान वर करू लागला. त्याचा चेहरा पूर्ण ओलाचिंब, डोळे लाल-लाल पूर्ण अश्रुनी भरलेला. त्याचे डोळे मला निरखू लागले आणि मी पण डोळे वटारल्यागत त्याला पाहू लागलो. त्याने गच्च करून मला मिठी मारली.

त्या मिठीत जीवनातून सर्व काही संपल्याची तरंगे निघत आहेत, असा आम्हाला भास झाला.

'अबे काही होत नाही...' म्हणत, मी त्याला सांत्वना देऊ लागलो.

तो रामू होता. रामू, माझा मित्र. भावाच्या नोकरीच्या खेळात सर्व काही गमावलेला- शेती आणि विश्वास. अचानक त्याने मला मागे इशारा करून बघायला सांगितले. आधी उजवीकडे, नंतर डावीकडे, शेवटी वर आकाशात.

मी जिकडे पण बघायचो, तिकडे काही हिरव्या पल्लवीत झाडांच्या घोळक्यात एक उजाड, ओसाळ झाड दिसायचे आणि त्याच्या खाली एकमेकांना मिठीत घेऊन सांत्वना देणारी आम्ही दोघे- रामू आणि मी.

मी, खडबडून जागा झालो स्वतःला स्थिर केले पण तरीही सृष्टी गिरक्या घेत होती- गाड्याभोवती, माझ्या अवतीभवती, आमच्या दोघांभोवती. उजाड झाडाखाली एकमेकांना सांत्वना देणाऱ्या गजू आणि रामूभोवती.

'अबे! घरी नाही जायचे आहे का?' लोकेशचा आवाज आला. आतापर्यंत कुठलाही आवाज न करणारे, काहीही न बोलणारे, आम्ही सर्वजण 'अबे चलो-अबे चलो' म्हणत उभे झालो आणि आम्ही आपली सायकल घेऊन जाऊ लागलो.

अद्याप कुणी कुणाशीच काही बोलले नव्हते. माझ्या बीएसए-एसएलआरचा मडगार्ड अधे-मधे कट-कट असा आवाज करून शांतता भंग करण्याचा प्रयत्न करत होता व आम्हा सर्वांशी बोलण्याचा प्रयत्न करत होता.

कट-कट...कट-कट- बाकी सगळीकडे चीरशांतता.

रात्री झोपताना मन जागेच होते आणि शरीर निपचित पडून होते... पलंगावर.

एका दिशेने नोकरी मिळेल की नाही असे प्रश्न सुरु झाले.

माझ्यापेक्षा कमी हुशार तर आरक्षणामुळे माझ्यावर बसणार तर नाही? अशी मनाची धाव सुरू झाली- दुसऱ्या दिशेने.

ज्याचा बापच त्याचे काहीच ऐकत नाही तर सरकार त्याची कशाला ऐकणार- तिसऱ्या दिशेने.

'जाऊ दे, जे चालते तेच चालू दे, बापाचे पैसे उडविन. तो मेहनत करेल, मी राहीन पडला इथेच'- चौथ्या दिशेने.

मी काही बनलो नाही हिटलर मला शेतात जुंपेल का? हा माणूस काय बी करू शकते- पाचव्या दिशेने.

जर लालबहादूर शास्त्री, डॉक्टर आंबेडकर जर खडतर परिस्थितीतून निघून संघर्ष करून इतके महान बनले, तर साला मी एक नोकरी पण नाही कमवू शकणार का?- सहाव्या दिशेने.

'जाऊ दे भोकात'- शुद्ध दिशाहीन.

12. जिंदगी की यही रीत हैं

पुढचा दिवस.

सकाळी उठणे, प्रातःक्रिया, सूर्यनमस्कार, आईची-आजीची आठवण, भाऊ-बहिणीचे स्मरण आणि बापाला विस्मरण करण्याची खटाटोप.

नेहमीच्याच मार्गाने कॉलेजला निघालो होतो. पण आज गोयल टॉकीजमध्ये एकही पोस्टर नजरेत पडले नाही. इंग्रजी पिक्चरच्या व्हिडिओ पार्लरचे पण दर्शन झाले नाही- साला, जागा बदलली की नजर खराब झाली रे?

कॉलेज जवळील रेल्वे फाटक आले. तीच सायकलची गर्दी, रंगबिरंगी परिधानात अनेक मुले-मुली. काही पायदळ सर्व आपसात बोलण्यात व्यस्त पण कानावर काहीही आवाज उमटत नव्हते- साला, कान खराब झाला का बे?

एवढ्यात कोणीतरी खांद्यावर हाताची दोनदा टॅप केली. मागे वळून पाहिले तर 'गुलाबाचे अत्तर.' पण आज अत्तर नाकी पोहोचलेच नाही, पूर्ण शक्तीनिशी श्वास ओढला पण शून्यच- साला, नाक तर नाही बुजली बे?

'हे, हाऊ आर यू?'

पण तेवढा मजा नाही आला, 'बेस आहे.'

'व्हॉट?'

'आय मीन बेस्ट'

'यु लुक डल टुडे?'

दोन जातीचे घर

‘कायचा भोकाचा डल?’ मन बोलले.

‘नथिंग पर्टिक्युलर, बस ऐसे ही.’

हळूहळू आम्ही समोर वाढू लागलो, चालता-चालता मनावरून थोडे वजन कमी झाल्यासारखे वाटले.

‘अरे! प्रॅक्टिकल कॉपी कधी देणार?’

‘अबे! ही तर मराठी बी बोलते.’

‘उद्या देतो. आय मीन कल.’

झाडीपट्टीची भाषा सुटत नव्हती. मनाच्या गाभाऱ्यातून निघणारी ही भाषा, मन उदास असताना किंवा खूप खुश असताना आपोआप निघते, कदाचित हीच भाषा माझे अस्सल एक्सप्रेशन काढू शकते.

कॉलेजचे गेट आले. नायडू, संदीपक आधीच पोहचले होते.

इंग्रजीचा कॉमन क्लास रद्द झाला, ही खबर आली.

पायऱ्यावर चढत होतो, ती अचानक बोलली, 'चलो समोसा खाते हैं, क्लास भी नहीं हैं.’

मी आश्चर्याने तिच्याकडे बघत होतो. तसाच नायडू बोलला, ‘चलना बे.’

नाकात अचानक अत्तर येणे सुरू झाले. हळूहळू अत्तर येण्याची तीव्रता वाढू लागली होती.

संदीपक: हा! चलो.

कॅन्टीनमध्ये बसलो.

काहीतरी बोलावे म्हणून मी तिला सांगितले की नायडू खूप छान हॉकी खेळतो. तिने होकार दिला आणि तशीच ती बोलली, 'आय नो. अल्सो, ही सिंगस वेल.'

संदीपक: वह हमारे लिए नहीं गाता.

मी (तिला बघत): तुला कसे माहित?

गुलाबाचे अत्तर: एव्हरीबडी नोज यार.

नायडू: मैं नहीं गाऊंगा भाई, मेरे गाने से लोग रोते हैं.

आणि 'हा हा' करत हसू लागला.

एकाएकी, मी पुन्हा रिसेट होऊन देवदास मोडमध्ये जात आहे, असे वाटले. एकाएकी गुलाबाचे अत्तर नाकातून पण नाहीसे झाल्यासारखे वाटले.

थोड्याच वेळात शम्मा, राजीव, अनुपमसोबत कम्प्युटर क्लासची तनिषा आली.

हल्ली चकल्लस करणारा, संदीपक एकाएकी स्वतःला सावरू लागला. त्याने चष्मा पुन्हा डोक्यावर चढवला, शर्ट सावरले आणि सर्वांना खुर्ची ऑफर करू लागला. त्याने तनिषालाही खुर्ची ऑफर केली. ती दीपकच्या बाजूला बसली, अनुपमच्या अगदी समोर. राजीवही बाजूलाच होता.

शम्मा, नायडूच्या समोर बसली होती.

शम्मा, गुलाबाचे अत्तर, तनिषा एकामेकांना हास्य पुरवीत होत्या.

समोसे आले, वाटीत ताक आले आणि नायडू ताक सूर्र-सूर्र चमच्याने ओढू लागला.

संदीपक: अबे! इससे अच्छी तो तेरे गाने की आवाज हैं...

बोलतांना त्याने तिरपी नजर तनिषाकडे टाकली, नायडूने हात जोडले की 'तो नाही गाणार.'

शम्मा: आमोद, आज किशोर का गाना गा.

नायडू, आवाक झाला.

आम्ही सर्व 'नायडू नायडू' करून ओरडू लागलो.

हळूहळू गुलाबाच्या अत्तराकडे माझी नजर फिरू लागली. एकदा तिनेही माझ्याकडे बघितले. दोघांची नजर आपटली. मी, नजर दुसरीकडे वळवली. तिचे नाही माहित.

नायडू, गाऊ लागला... ***'जिंदगी की यही रीत हैं, हार के बाद ही जीत हैं...'***

तिकडून रामू येताना दिसला. त्याच्या चेहऱ्यावर त्याचे हास्य होते.

गाणे संपले.

रजी समोस्याचे पैसे देताना म्हणाला, 'यार! आज अम्मी सेवइयां की खीर बनाने वाली हैं, आप लोग आ जाना.'

13. नेल्सन मंडेला

आज रजीचा जन्मदिवस होता. रजीच्या घरी जाण्यासाठी आम्ही सगळे 'वाडीभस्मे सायकल स्टोअर्स' पाशी जमा झालो- मी, नायडू, संदीपक, अनुपम, राजीव, रामू.

कामठीत एक मोहल्ला आहे- मोंढा. मोंढ्याच्या मच्छी पुलाजवळून रजीच्या घराकडे जाण्यासाठी निघालो. राम

मंदिराच्या समोरून निघालो. मंदिर भगव्या तोरणांनी सजवले होते. कुठली तरी विशेष पूजा असेल, असे वाटले. खूप सारी मुले कुर्ता पायजमा आणि डोक्यावर तिलक लावून आसपास खेळत होती.

स्त्रिया विविध नववारी साड्यांमध्ये होत्या- डोक्यावर पदर, कुंकू, एक मोठी नथ, गळ्यामध्ये सोनेरी हार आवर्जून बाहेर दिसत असलेला आणि मोठे हास्य. माणसे बाहेर उभी होते- सगळीच कुर्ता-पायजमा घातलेले. आम्ही देऊळाला नमस्कार घातला.

'श्री रामचंद्र कृपालू भज मन', अशी श्रीराम स्तुती कॅसेटमध्ये वाजत होती.

रामू तिकडे कौतुकाने बघत होता पण त्याने काही नमस्कार वगैरे घातला नाही. नायडूने त्याला बघितले आणि तो एकाएकी बोलला, 'नमस्कार नहीं किया, मानता नहीं क्या भाई इनको?'

रामू: हम लोग भगवान बुद्ध को मानते हैं, इनकी पूजा नहीं करते.

संदीपक: सही हैं, सबका अपना तरीका हैं.

मलाही थोडे आश्चर्य वाटले. मी म्हणालो, 'अबे राम आणि बुद्ध दोघेही भगवान विष्णूचे अवतार आहेत.'

रामू: आम्ही तसे नाही मानत, या सर्व नंतर बनवलेल्या कहाण्या आहेत.

नायडू: फिर तेरा नाम तो रामू हैं, कैसे रखे होंगे?

रामू: माझे वडील, आजोबा राम भगवान मानतात, पण माझे काका-मामा-भाऊ यांना ते आवडत नाही. वो लोग गुस्सा करेंगे मेरा, यदि नमस्कार वगैरे किया तो.

आतापर्यंत गप्प असलेल्या राजीवने नवीनच प्रश्न टाकला, 'तेरी मम्मी का क्या कहना हैं?'

रामू: वो कुछ नहीं कहती, बस पापा का समर्थन करती हैं. लेकिन मामा से विरोध भी नहीं करती.

अनुपम सायकलचे पेडल हाणता हाणता बोलला, 'अबे सोडा ना, मी तर ब्राह्मण आहे पण मी स्वतः पूजा वगैरे करत नाही. घरी सर्व करतात.'

आणि तो जोरात हा हा करून हसू लागला.

मी: चला रजी वाट बघत असेल.

'चलो चलो' करत आम्ही पुढे वाढलो.

रजीच्या मोहल्यात घुसतांना एक वेगळीच अनुभूती होऊ लागली. मोहल्यात हिरवी-हिरवी तोरणे, चंद्र आणि तारा असलेली. मुले सायकलवर फिरत होती. पांढरा कुर्ता-पायजमा आणि डोक्यावर एक छोटीशी टोपी लावून. पहिल्यांदाच हे एवढे जवळून बघत होतो, म्हणून थोडेसे वेगळे वाटत होते. पहिल्यांदाच इकडे आलो होतो कारण त्याच्या बहिणीचे लग्न हॉलमध्ये झाले होते आणि आम्ही जास्त लक्षही दिले नव्हते.

बाजूला एक मोठी जामा मस्जिद होती. 'अल्लाह हो अकबर' माईकवर सुरू होते.

घराजवळ पोहोचलो. रजी बाहेरच उभा होता- पांढरा कुर्ता व टोपी घालून. तेवढ्यात त्याचा मोठा भाऊ मन्सूर आला.

रजीने त्याला 'सलाम भाईजान' म्हणून हाक दिली. आम्ही पण त्याला 'सलाम भैया-सलाम भैया' म्हणालो.

त्याची आई आली. आम्ही तिच्या पाया पडलो. ती सर्वांना 'खुश रहो, बेटा' म्हणून सर्वांच्या डोक्यावर हात फिरवू लागली. रामूही वाकून पाया पडला. नायडू त्याच्याकडे आश्चर्याने पाहू लागला.

रामू, नायडूला पाहून थोडा परेशान वाटला.

नायडू हळूच माझ्या कानात येऊन बोलला, 'अबे इसने रजी की माँ को प्रणाम किया हैं.'

मी सुध्दा थोडा परेशान झालो, 'अबे! करू दे त्याला, त्याची मर्जी.'

रामूने ऐकले, "माझे वडील आपल्या आई-वडिलांना नमस्कार करतात रे बाबा."

नायडू: सही हैं.

राजीव-अनुपम, रजीच्या मागे-मागे घरात घुसले आणि आम्ही सर्वही.

सर्वांना बसायला चटई अंथरली होती. आम्ही बसलो. खूप दिवसानंतर आनंदाने जेवण केले. आईची आठवण आली. आम्ही रजीला एक टी-शर्ट गिफ्ट दिली. अंधार थोडा वाढू लागला होता, आम्ही निघणार तसेच दारातून त्याचे वडील आले.

रजीचे वडील- एक भारदस्त व्यक्तिमत्व, काळ्या फ्रेमचा मोठा जाड चष्मा, डोक्यावर मुस्लिम टोपी आणि चेहऱ्यावर मोठे स्मित हास्य.

मी मनातच म्हणालो, 'काय मस्त बाप आहे याचा, हसतो तरी आणि माझा हिटलर.'

त्यांनी मला मिठी मारली, 'कहाँ जा रहे हो मियाँ? कुछ देर बैठो, मेरे से बात नहीं करोगे?

माझा बाप आला की माझे मित्र पळायचे.

आम्ही थांबलो. रजीकडे लक्ष गेले तो थोडा गंभीर दिसला आणि तो गंभीर मुद्रेत अधून मधून वडिलांकडे बघत होता.

रजीच्या वडिलांच्या आग्रहाखातर आम्ही पुन्हा खाली बसलो. त्यांनी सगळ्यांचे हाल-हवाल विचारले. त्यांच्या खुश रंग स्वभाव आम्हांसर्वांना आकर्षित करत होता, विशेषता मला. कारण मला माझ्या वडिलांकडून अशी अपेक्षा नव्हती. आम्ही सर्व हसून खुलून बोलत होतो. पण रजी थोडासा भ्रमामध्ये असल्यासारखाच बघत होता.

रजी तसाही थोडा कमी बोलणारा. वडील आल्यापासून थोडा जास्त विचलित झालेला. त्याचे वडील नायडूकडे बघून त्याच्या सुदृढ शरीराची तारीफ करता-करता, मला बारका बघून बोलले, 'मियाँ तुम खाते नहीं क्या? ज्यादा पढ़ाई करते हो क्या?'

मनात बोललो, 'कशाची पढाई? बापाचे पैसे उडवतो.'

"हा खूप हुशार आहे चाचा," माझ्याकडे बघत नायडून तारीफ करत होता.

रजीचे बाबा: अच्छा लगता हैं वो करो और खाना भी मजे से खाओ.

आतापर्यंत संभ्रमित असलेला रजी एकाएकी चवताळल्यासारखा बोलला, "अब्बा, कभी मेरे से ऐसा नहीं बोले... जो अच्छा लगता हैं, वो करो? मेरे को पाच टाइम नमाज पढना बिलकुल अच्छा नहीं लगता हैं, फिर भी पढ़ने बोलते हो?"

एकाएकी त्याची अम्मी धावत त्याच्याकडे आली.

"बड़े लोगों से जबान चलाना सीख गया तू?" अम्मी बोलली.

रजी आपल्या अम्मीकडे बघत पुन्हा बोलला, 'आपको तो मैं कितने बार बोला अम्मी' आणि जोरात रडू लागला.'

आम्हा सर्वांना काही कळतच नव्हते. त्याचे वडील अजूनहीं शांतच होते. ओठावर थोडे हसू आणत, ते बोलले, "बेटा! मेरे से कायको नहीं पूछा कभी? ये सब अपने धर्म या मजहब के वास्ते करते"

रजी: कायको अब्बा?

वडील हसत हसत, "उसी से हमारी पहचान होती हैं, उसे नहीं मानेंगे तो हम अपनी जडो से कट जायेंगे."

रजी: क्या बोलते अब्बा ? मेरे को नहीं समझने का.

असे म्हणत तो जोरात रडू लागला, तो आम्हा सर्वांकडे बघत होता, पण कुणालाही काही कळत नव्हते.

माझा बापही असाच बोलतो, "थोडीफार तरी पूजा करत जा. नाहीतर मुळांपासून वेगळे होऊ. पूजा तुला देवाचे दर्शन, स्वर्ग किंवा वरदान नाही देणार. देईल हिंमत आणि आत्मविश्वास, सर्व परिस्थितीत समोर जाण्याचा."

एकाएकी हिटलर कसा आठवला, देव जाने.

आतापर्यंत चुपचाप बसलेला रामू उद्गारला, 'मेरी जड़े क्या हैं चाचा- हिंदू की बौद्ध?

आम्ही सर्व त्याच्याकडे बघू लागलो.

तसाच नायडू बोलला, 'इसके घर में कुछ लोग राम को मानते हैं और कुछ लोग बुद्ध को.'

संदीपक, नायडूला इशारे करून गप्प करायचा प्रयत्न करू लागला.

तसेच त्याचे अब्बा बोलले, 'बोलने दो उसको, आप लोग बोलते नहीं हो. इसीलिये ज्यादा दिक्कत हैं, बोलो... मगर बोलने का ढंग सीखते हुए, जगह देखते हुए.'

रजी अजूनहीं संभ्रमितच होता. त्याच्या खांद्यावर मला माझा चेहरा दिसू लागला. आतापर्यंत घाबरून रजीला बघत असलेली त्याची आई, डोक्यावर हात ठेवत चढाईवर बसली.

बाजूला कुठून तरी आलेला मन्सूर, रागात बीफरलेल्यासारखा रजीकडे बघू लागला, जसा नाग. मग अब्बाकडे बघत म्हणाला, 'आपकी शह पर ही ये जबान लड़ाता हैं और बकवास भी करता हैं, एक दफा मेरे दोस्त से भी लड़ा था.'

रामू आश्चर्याकडे मन्सूरकडे बघू लागला, कदाचित त्याला मन्सूरमध्ये त्याचा मोठा भाऊ दिसत असावा.

तसेच रजीचे अब्बा म्हणाले, "रजी की अम्मी, सबको एक बार फिर से सेवइयां खिलाओ."

रजीची अम्मी आत गेली. मन्सूर कुठेतरी निघून गेला होता. वातावरण पूर्ण गंभीर होते. आम्ही सर्व पुन्हा बसलो होतो.

रजीचे अब्बा, रामूला बघून बोलले, “बेटा, क्या हिंदू, क्या बौद्ध, क्या इस्लाम मानो तो सब एक जैसे वरना एकदम अलग. बाबासाहेबने आप लोगों को एक और रास्ता दिखाया, वो मानो तो हिंदू धर्म का हिस्सा हैं, ना मानो तो एकदम अलग...”

मी: इसमें कौन सा बड़ा हैं चाचा?

ते हसले, आणि बोलले, ‘मोठा... मोठा कोण आहे? हाच खरा प्रॉब्लेम आहे. कोणत्याही धर्माला चांगला किंवा वाईट मी सांगू शकत नाही. माझा धर्म किंवा मी जे करतो ते श्रेष्ठ ही भावना असणे वाईट नाही पण दुसरा जे करतो किंवा त्याचा धर्म बरोबर नाही, हीच भावना सर्व वाद-विवादाची जननी आहे.’

मग आम्हा सर्वांना पाहून म्हणाले, ‘तुम्ही मित्र जर असेच राहिले, तर समोर प्रश्न कमी होतील.’

वातावरण गंभीर होते पण त्याचे गांभीर्य कदाचित नायडूला समजले नसावे म्हणून तो बोलला, ‘हिंदू-बौद्धने कन्फ्युजन कर दिया रामू को.’

आणि तो जोरात ‘हा-हा’ करून हसू लागला. खूप वेळानंतर कुणीतरी हसले होते.

रजीची आई सर्वांसाठी सेवइया घेऊन आली. तिच्या चेहऱ्यावर हसू होते. सर्वांच्या हातात सेवइयाची खीर ठेवत ती बोलली, ‘माँ के हाथ का खाना जैसे सबको अच्छा लगता हैं, वैसे ही अपना धर्म होता हैं. ‘यदि कोई आपके माँ के हाथ के खाने को बुरा बोलता हैं, तब आपको गुस्सा आता ना, वैसे दुसरे धर्म का हैं, बेटा. जैसे रजीके माँ के हाथ के खाने को आप अपना समझ के खा रहे हो वैसा ही दुसरे धर्म को समझो.’

खीर वाढून ती तशीच निघून गेली.

जाता जाता तिने रजीच्या केसांवर हात फिरवले. मलाही माझ्या केसांवरून कुणीतरी हात फिरवत आहे, असा भास झाला. आई आठवली.

रजीचे अब्बा, त्याच्या आईकडे बघतच राहिलें, 'क्या, बोली बेगम?

'मैं क्या बोली?' असे म्हणत, ती आतमध्ये निघून गेली.

रजीचे अब्बा: यदि आप की माँ से आपको प्यार ना मिले और पडोस की अम्मा आप पर स्नेह दिखाये, तब उसे भी हम प्यार करते हैं, वैसे ही रामूके साथ हैं, यानेकि नवबौद्ध धर्म के अनुयायियों के साथ हैं, जर जातिभेद नसते तर असे काही झालेच नसते.'

संदीपक: चाचा, आपके मुस्लिम धर्म में कोई भेदभाव नहीं हैं ना... बढ़िया हैं.

चाचा हसले. पण दुःख लपले नाही, 'ऐसा नहीं हैं बेटा, तुम्ही जाती म्हणता आम्ही त्याला फिरका म्हणतो. आमच्याकडे जवळपास बहात्तर फिरके म्हणजे जाती आहेत आणि त्यांच्यामध्येही भेदभाव आहेत, सर्वांची वेगवेगळी मज्जिद पण आहे. शादी भी आपस में नहीं करते मियां, जबतक कोई मजबूरी ना हो.'

अनुपम: ऐसा क्यूँ हैं?

चाचा: भारत में अधिकतर मुस्लिम धर्मांतरित हैं, जो कभी हिंदू रहे थे. वो किसी डर से या लालच में मुस्लिम या ईसाई भी हो गये मगर अपनी जाती भुला नहीं पाये या उनको भूलने नहीं दिया गया.

राजीव: चाचा, जब आपको पता हैं की आप हिंदू थे, फिर आप अभी मुस्लिम क्यूँ हैं?

चाचा: बेटा, एक बार हम बदल चुके हैं, कितने ही सालो पहले. ये अभी वाली पहचान बनाने में हमें लगबग 500 साल लग गये. अब फिर पहचान बदलेंगे तो हम अपनी पहचान पर कायम कब रहेंगे और अभी हमको इससे कोई दिक्कत भी नहीं हैं, फिर क्यूँ पहचान बदले?

सगळे आज एक नवीन ज्ञान मिळत आहे म्हणून ऐकत होते, सर्व ऐकण्यात गुंग होते.

रजी: अब्बा, पाकिस्तान में सभी मुस्लिम हैं फिर वहाँ सब राजी खुशी हैं क्या?

अब्बा: ऐसा नहीं हैं, जो मुस्लिम भारत से गये उन्हे 'मोहाजिर' कहते हैं, उनके साथ भी अच्छा व्यवहार नहीं हैं. जो हिंदू धर्म की कमजोर जाति मानी जाती थी, उनके धर्मांतरित मुस्लिमों को अछूत ही समझा जाता हैं, हमारे भारत में स्थिति थोडी बेहतर हैं.'

मी: उपाय काय आहे चाचा?

चाचा: शक्ती आल्यावर कसे वागावे हाच उपाय आहे.

मी: म्हणजे?

चाचा: पाकिस्तान बनने के बाद, भारत गें जातीभेद से पीडित कथित छोटी जातियों के लोग 'श्री जोगेंद्रनाथ मंडलजी' के नेतृत्व में पाकिस्तान गये थे. उन्हें पाकिस्तान के जनकों में से एक माना जाता है. वहां कॅबिनेट मंत्री का पद दिया गया -कानून मंत्री, पाकिस्तान के पहले कानून मंत्री. मगर मोहम्मद अली जिन्ना के जाते ही उन सबको मुस्लिम बनने के लिए प्रताड़ित किया गया. बहुत से लोग

डर से धर्मांतरित भी हो गये, स्वयं जोगेंद्रनाथ मंडल जी जान बचाकर भाग आए और भारत में फिर से शरण ली."

ते पुढे बोलले, "यदि पाकिस्तान का मुस्लिम उनपर दबाव नहीं बनाता तब, उनके जैसा एक बुद्धिमान और झुंझार व्यक्तित्व पाकिस्तान नहीं छोडता. वैसे ही यदि आज हिंदू शक्ती का दुरुपयोग करेगा या मुस्लिम इलाके में हम लोग करेंगे या बुद्धिस्ट इलाके में रामू करेगा, तब इन चीजों का कभी हल नहीं निकल सकता."

गंभीर वातावरणात राजीव बोलला, 'चाचा उपाय क्या हैं?'

ते सांगू लागले, '**आप सब और नेल्सन मंडेला**.'

'हम सब?" आम्ही सर्व एक साथ बोललो.

'सबके साथ चलो, सबको लेकर चलो, पुराने जख्म मत कुरेदो और एक बार एक-दुसरे को माफ करो और खुद को भी माफ करो हमेंशा के लिए.'

पुढे बोलले, 'नेल्सन मंडेला सत्ताईस साल जेल में रहने के पश्चात दक्षिण आफ्रिका के राष्ट्रपती बने. तब दक्षिण आफ्रिका के अधिकांश काले लोग, गोरों से प्रतिशोध लेना चाहते थे... उनकी पत्नी भी इन प्रतिशोध लेने वालो में शामिल थी, मगर मंडेलाजी ने कहा, 'आज मेरे पास दो मोके हैं ...एक हिसाब बराबर करने का और दुसरा हिसाब शून्य करने का. हिसाब बराबर करने की अपेक्षा उन्होने हिसाब शून्य करने का फैसला किया.'

सर्वजण ऐकत होते. मला काहीतरी कुजबुज होत होती. मला राहावले नाही.

"चाचा तुम्हाला राग नाही येत का, आमचा... म्हणजे हिंदू लोकांचा?"

रजी, आश्चर्याने माझ्याकडे पाहू लागला.

नायडू: अबे! क्या बोल रहे भाई? गुस्सा क्यूँ आयेगा?

मी: दोन वर्षा आधी बाबरी मस्जिदची तोडफोड झाली, तेंव्हा तर आला असेल.

चाचा चा चेहरा एकदम दगडासारखा भावशून्य झाला.

तिकडे कुठूनतरी सर्व ऐकत असलेला मन्सूर बोलला, 'मेरे को आता हैं गुस्सा... तुम सबका.'

मला बघत 'कितना डर गये थे हम लोग...जब मस्जिद तोड़ी गई थी, कितनी मिटींग्स हुई थी.' पुन्हा मला बघत बोलला, 'तेरा तो ज्यादा आता हैं. मेरे दोस्त को रोड पर सॉरी क्यूँ बुलवाया?'

एकाएक रजी चवताळून माझ्यासमोर पुन्हा उभा झाला, 'भाई न्यूटन का थर्ड लॉ भूल गये क्या? एव्हरी ॲक्शन हाज इक्वल अंड अपोजिट रिएक्शन.'

रजीचे वडील मला बघत बोलले, 'बहुत बुरा लगा. तकलीफ भी बहुत हुआ. सभी पंधरा प्रतिशत मुस्लिमों लोगों को बहुत गुस्सा आया.'

मी: फिर भी आप हम लोगों से अच्छे से बात कर रहे हैं.?

चाचा हसले, 'तुम बच्चे लोग क्या किया हैं? तुम सब रजीके माफीक हैं.'

एकाएकी मन्सूर ओरडला, "हां! तुम सबलोग रजीके माफीक ही जाहील हो... जाहील हो जाहील."

रजीच्या वडिलांनी, मन्सूरला एकदम लाल-लाल डोळ्यांनी बघितले. तो घाबरला. त्यांनी त्याला आत जायला सांगितले.

पुढे बोलू लागले, 'देखो मियां! जब मस्जिद टूटा तो मुस्लिम लोगों को बहुत दुख हुआ था, गुस्सा आया था. वैसेही जब पांच सौ साल पहले मंदिर टूटा होगा तो उससमय लगभग 95 पर्सेंट हिन्दुओं को भी गुस्सा आया होगा. तकलीफ भी हुआ होगा.'

पुन्हा कुठून तरी मन्सूर आला, 'क्या! बोल रहे हो अब्बा?'

चाचा: हिंदू में पुनर्जन्म की मान्यता हैं. क्या पता तब हम सब हिंदू रहे हो जब मंदिर तोडकर मस्जिद बनी थी. हो सकता हैं तब हम सब दुखी हुए हो, बाबर को गाली दे हो... क्या पता? टाईम मशीन होती तो सब पता करते.

आम्ही सर्व मन लावून ऐकत होतो.

चाचा पुन्हा बोलले, 'यहींपर आप लोगों की और नेल्सन मंडेला की जरूरत हैं. नहीं तो बदला कभी खतम ही नहीं होगा. इसलिये भूल जाओ, माफ करो, आगे बढो और बात को आगे मत बढने दो.

मध्येच रामू बोलला, 'ज्यादा तकलीफ तो गरीबो को हैं, चाचा?' त्याने भावाच्या नोकरीची कहाणी सांगितली.

चाचा: गरिबी से बड़ी और बेकार कोई जाती नहीं होती.

अचानक हिटलरच्या तोंडून ऐकलेली 'रामचरित मानस' मधली चौपाई आठवली, **'नहीं दरिद्र सम, दुःख जग माही**.'

चाचा पुढे सांगू लागले, 'अमीर लोक किसी कार्यक्रम में स्टेज पर बैठने के वास्ते जाती को मानते हैं और उतने ही देर के

लिए अपनी जाती बचाकर रखते हैं. आरक्षण में अमीर-गरीब को एक साथ रखेंगे तो ऐसा होगा ही.'

आम्ही घरी परतलो.

दुसऱ्या दिवशी आम्ही सर्वांनी ठरवले की सर्वांनी मिळूनच राहायचे. कुणीही जातीभेद करणार नाही आणि भेदभावही करणार नाही.

सर्व सण आणि थोर लोकांची जयंती-पुण्यतिथी सोबतच साजरी करण्याचा प्रण केला.

दुसऱ्या दिवसी नायडू विशेष उत्साहात होता, त्याने दोन पॅकेट कॅलेंडर आणले होते. एकाच्या मागे हनुमान आणि दुसऱ्याच्या मागे मस्जिदीचे रंगीन चित्र बनवले होते. समोर पूर्ण वर्षाचे कॅलेंडर होते. तिथे विविध सण आणि थोर लोकांच्या जयंती-पुण्यतिथीची माहिती तारखेनुसार दिलेली होती. त्याने दोन्ही पॅकेट कॅलेंडरच्या दिनांकच्या भागावर फेविकॉल टाकले व त्यांना चिपकवले. आता एका भागावर हनुमान तर दुसऱ्या भागावर मस्जिदचे चित्र दिसत होते.

संदीपक, त्याला आश्चर्याने बघत होता आणि तो अचानक ओरडला, 'अबे! तारीख कैसे देखेगा.'

नायडू: हां यार... हा-हा.

सगळे हसू लागले.

रामू: तारीख मी सांगून देईन... हा-हा.

तेवढ्यात शम्मा, तनिषा आणि इतर मुलीही पोहोचल्या.

एकाएकी संदीपक ऊर्जावान झाला आणि शम्माला बघत म्हणाला, 'आज नायडू का बर्थडे हैं, इसके लिये मैंने गिफ्ट

लाया.' म्हणता-म्हणता त्याने नायडूच्या हातामधून चिपकवले कॅलेंडर ओढले आणि शम्माला दाखवले.

ती आश्चर्याने बघत होती आणि इतर मुलीही तारीफ करत आहेत हे बघून नायडू बोलला, 'इसको मैंने ही बनाया हैं, संदीपक झूठ बोल रहा हैं.'

संदीपक: अबे! शम्मा को इम्प्रेस करने के लिए झूठ बोल रहा हैं क्या?

ती रागाने संदीपककडे पाहू लागली.

संदीपक: मुझे गुस्से से देखने से कुछ नहीं होगा, ये दिन भर तुम्हारी बाते करता हैं.

नायडू 'कुछ भी' म्हणत लाजला.

तशीच तनिषा बोलली, 'शम्माही नायडूची दिवसभर तारीफ करत असते.'

शम्मा: मैं, उसके गाने की तारीफ करती हूँ.

संदीपक: मतलब नायडू का गाना अच्छा हैं और नायडू बेकार हैं, यह बोलना चाहती हो?

नायडू, डोळे मोठे मोठे करून दोघांकडे बघत होता. तशीच क्लास सुरू होण्याची घंटा झाली.

अचानक मागून आवाज आला, 'हॅलोss कमॉन, क्लास विल बी स्टार्टिंग सून.'

आणि वातावरणात 'गुलाबाचे अत्तर' पसरू लागले.

तसाच संदीपक मला ढकलत बोलला, 'अबे! तुझेही बोल रही हैं.'

सगळे 'हा-हा' करून हसू लागले आणि मी राजासारखा तिच्या मागे चालू लागलो.

14. तीन रंगांच्या टोप्या

डिसेंबर आले.

सगळे आता अभ्यासाच्या दिशेने लागले होते, मला सोडून. मी फक्त खाणे-पिणे करून कधी 'गोयल टॉकीज', कधी 'श्री टॉकीज' तर कधी 'व्हिडिओ सेंटरच्या' चक्रा मारत दिवस काढत होतो. कधी नायडूसोबत असायचा, तर कधी संदीपक, कधी राजीव, तर कधी रामू, तर कधी सर्वच असायचे.

मला सोडून इतरांचे नोट्स बनविणे, प्रॅक्टिकल कॉपी बनवणे, समोसे खाणे, क्लास करणे असा नित्यक्रम सुरू झाला होता आणि मी बापाचे पैसे उडवण्याच्या योजनेत पूर्ण शक्ती लावून होतो.

6 डिसेंबर उजाडला.

एकाएकी कॉलेजमध्ये वेगळे दृश्य दिसून आले. अनपेक्षित-अद्‌भुत म्हणता येईल की माहिती नाही पण माझ्यासाठी तर नक्कीच नवीन होते.

तीन रंगाची टोपी घातलेले तीन ग्रुप कॉलेजच्या समोर उभे राहून शक्ती प्रदर्शन करण्याच्या बेतात होते, कॉलेज गेटच्या आसपास.

निळी टोपी घातलेला एक ग्रुप- डोक्यावर निळा टिळा लावून 'जय भीम'चे नारे देत होता.

भगवी टोपी घातलेला दुसरा ग्रुप- डोक्यावर शेंदुराचा टिळा लावून 'जय श्रीराम'चे नारे देत होता.

आणि डोक्यावर पांढऱ्या रंगाची मुस्लिम टोपी लावून पांढरा कुर्ता आणि पायजामा घातलेला तिसरा ग्रुप- 'अल्लाह हो अकबर'चे नारे देत होता.

रेल्वे फाटक क्रॉस करून सायकल हातात घेऊन मी, नायडू, रामू व संदीपक पोहचलोच होतो. तसाच एक भगवी टोपी घातलेला मुलगा, हातात एक भगवी टोपी घेऊन आला. त्याने नायडूला मिठी मारली. तो 'जय श्रीराम' उच्चारला. त्याने टोपी नायडूच्या डोक्यात घातली आणि त्याला ओढून घेऊन जाऊ लागला. नायडू, त्याला 'अबे-अबे' करत भ्रमित नजरेने आमच्याकडे पाहत जाऊ लागला.

तसाच एक मुलगा निळी टोपी घेऊन आला. रामूला टोपी घालवून घेऊन गेला तर मुस्लिम टोपी देत एका मुलाने रजीला ओढले.

संदीपक आणि मी, त्या तिघांनाही बघत राहिलो. कारण आम्हा दोघांबद्दल बाकीच्यांना काही जास्त माहिती नसेल कदाचित म्हणून कुणी ओढले नव्हते. आम्हालाही कुठे जावे की कुठे जाऊ नये? हे समजत नव्हते. आम्ही भ्रमित नजरेने त्या तिघांना बघत होतो, एका नवीन मायनॉरिटी क्लाससारखे ज्यांना कुणी स्पर्श करत नव्हता आणि आपलेही समजत नव्हता, ओळखत नव्हता वा जुमानतही नव्हते.

संदीपक: चल, नायडू की तरफ चलते हैं.

मी काही समजणार किंवा 'हो'-'नाही' बोलणार तशीच एक आवाज कानावर पडला. एकदम भारदस्त आवाज,

गुरुत्वाकर्षण बल असलेली, 'बच्चो! पढाई पर ध्यान दो, इन चक्करों में मत पडो... मत उलझो.'

आम्ही वळून पाहिले. मागे एक भारदस्त व्यक्तिमत्व उभे होते. पांढरा शर्ट आणि काळा पॅन्ट घातलेले दणकट शरीर, श्री घोषाल सर, केमिस्ट्रीचे हेड.

आम्ही संभ्रमित नजरेने त्यांच्याकडे पाहिले ते बोलले, 'बेटा ये नीली टोपीवाले कॉलेज में पढ़ाई छोड़कर, जिस आदमी ने सबसे ज्यादा पढ़ाई करी, संविधान निर्माता बने, उनकी पुण्यतिथी के अवसर पर जनजागृती करना छोडकर शक्ती प्रदर्शन कर रहे हैं.'

आमच्या कॉलेजचे उभरते नेते त्या शक्ती प्रदर्शनाचे नेतृत्व करत होते.

सर पुन्हा बोलले, 'ये भगवी टोपीवाले पढ़ाई छोड़कर मर्यादा पुरुषोत्तम के नाम का सहारा लेकर पढ़ाई में विघ्न डालने के लिए यहा शक्ती प्रदर्शन कर रहे हैं क्योंकि अयोध्या में आज ही के दिन बाबरी मज्जिद तोड़ी गई थी और ये सफेद टोपीवाले टूटी हुई मस्जिद का विरोध जतला कर शक्ती प्रदर्शन कर रहे हैं. ये जगह कोई शक्ती-प्रदर्शन करने की हैं? ये पढ़ाई बाधित करने की नहीं, पढाई करने की जगह हैं. इन सबके पीछे अलग अलग राजनीतिक दल होंगे और आज जो ये भीड़ में अलग अलग टोपी पहने हैं, आने वाले भविष्य में उन ही नेताओ के आजूबाजू में टेन्ट लगाते घुमेंगे या फिर नोकरी की अर्जी लेकर अपने जूते रगडते रहेंगे.'

त्यांनी पुन्हा' 'चलो' म्हणून हाक दिली आणि इशारा केला. आम्ही दोघे त्यांच्या मागे चालू लागलो. थोडा समोर गेल्यावर मी पुन्हा धावत नायडूकडे गेलो तो 'जय श्रीराम' चे' नारे लावत होता. त्याला ओढत घोषाल सरांनी सांगितलेली गोष्ट ऐकवली.

'हां यार' म्हणत तो माझ्यासोबत येऊ लागला. बाकी लोक त्याला आपल्याकडे ओढू लागले. तो थांबला नाही तसाच एक भगवा कुर्ता घातलेला माझ्याकडे आला आणि माझ्यासमोर उभा राहून माझे कॉलर पकडून बोलला, 'तेरे जैसे लोग डॅश डॅश डॅश.'

मी घाबरलो.

तसाच नायडूने त्याचा हात ओढला आणि ओरडला, 'सालेss इसको छुआ भी ना, तो हॉकी स्टिक से तेरे पैर तोड दूंगा...' तो दोन-तीन पाय मागे सरकला आणि नायडू मला ओढत रामूकडे घेऊन गेला.

रामू हसण्याचा प्रयत्न करत होता. नायडूने त्याला ओढून बाहेर काढलं. त्याची निळी टोपी काढून त्याला भगवी टोपी दिली आणि तसाच तो रजीकडे पोहोचला. रजीही तिकडे अस्वस्थ वाटत होता पण बाहेर निघू शकत नव्हता, कदाचित.

नायडूने त्यालाही बाहेर काढलं आणि म्हणाला, 'अबे, केमिस्ट्रीची क्लास आहे.'

त्याने रजीची टोपी त्याच्या डोक्यावरून उचलली आणि स्वतः घातली. त्याचा जोश पाहून मी, रामूच्या निळ्या गुलालाला एका बोटाने स्पर्श केला व स्वतःच्या माथ्यावर लावला, नंतर नायडूच्या भगवा टिळाही आपल्या माथ्यावर लावला आणि नायडूच्या हातातून रजीची टोपी घेऊन स्वतःच्या डोक्यावर घातली... मुस्लिम टोपी व दोन रंगांचे टिळे- भगवा आणि निळा.

सगळे माझ्याकडे आश्चर्याने बघत होते आणि मी नायडूच्या ताकदीच्या भरोशावर कॉलेजच्या पायऱ्यावर टॅप टॅप करत चढत होतो.

वर्गात शिरताना फक्त घोषाल सरांनी भुवया उचलत माझ्याकडे बघितले, मग नायडूकडे, रजीकडे आणि रामूकडे.

15. पिकनिक

दिवस वेगाने पुढे सरकत होते आणि आमची मैत्रीही.

नवीन वर्ष येणार होते. 30 डिसेंबरला पिकनिक करण्याचा बेत केला.

रामटेक मंदिर आणि खिंडसी डॅमला (धरण) जाण्याचा निर्धार केला. नायडूला प्रश्न होता की शम्मा येणार की नाही? संदीपक, तनिषाची वाट बघत होता. तसेच राजीव आणि अनुपम सुध्दा तिचीच वाट बघत होते.

रजी आणि रामू पोहोचले. व्यवस्था खासच केलेली होती.

एका छोट्या मेटॅडोरमध्ये चार-पाच गाद्या अंथरून सर्वांना सोबत बसण्याची व्यवस्था केलेली होती स्वस्त आणि मस्त-पुलाव, पुऱ्या, आलूची भाजी. भाजीचा खमंग सुवास सर्वांच्या उत्साहात भर टाकत होता.

'चलो, जल्दी बैठो!' रजी ओरडला.

सर्वजण चढले. ड्रायव्हर खाली उतरून हातात 'खर्रा' घोटत होता.

लोकेश: अबे, चलो जल्दी करो, वरना खिंडसी में बोट राईड नहीं मिलेगी.

घर्र-घर्र... गाडी हळूहळू वेग पकडू लागली आणि पुढे सरकू लागली.

तसाच संदीपक ओरडला, ‘अबे! आज नायडू गाना नहीं गा पायेगा. हट साला मजा नहीं आयेगा.’

‘क्यूँ नहीं गाऊंगा?’- नायडू बोलला.

संदीपक: तू बोल रहा हैं तो... गा तो लेगा, मगर आज वो बात नहीं रहेगी जो हमेशा रहती हैं.’

रामू: क्यों रे ऐसा क्या हुआ?

रजी: आज नायडू पुरे दिन भर अंधेरे में रहेगा... हा हा हा.

नायडू: क्या हुआ तुमको भाई लोग? क्यूँ झंड टाईप बाते कर रहे हो?

नायडू मग रजीकडे बघत, ‘क्यूँ भाई, मैं अंधेरे में क्यूँ रहूंगा?’

संदीपक: अंधेरे में भी रहेगा और अधर में भी.

मीही हसू लागलो पण माझ्या मनात कुठेतरी काही पोकळी निर्माण झाली होती. पाहिजे तेवढे हसू येत नव्हतं, तरीही पण जोरात हसत होतो.

अनुपम: आज नायडू सिर्फ दर्द भरे नगमें गाएगा.

नायडू: अबे! थोडा बाहर भी देखो, रास्ते पर गाडियां चल रही हैं... हा हा हा.

नायडू सर्वांचे लक्ष स्वतःपासून दूर करण्याचा आटोकाट प्रयत्न करत होता, पण सगळेच त्याला चिडवत होते.

मीही रस्त्याकडे बघत होतो—सायकली, स्कूटर्स, पायी चालणारे लोक, भरधाव वेगाने जाणारे ट्रक.

आमची गाडी अजूनही पाहिजे तितक्या वेगाने चालत नव्हती.

तेवढ्यात एक स्कूटर जोराने हॉर्न वाजवत आमच्या गाडीचा पिछा केल्यासारखी येत होती. स्कूटरचा ड्रायव्हर हवेत हातवारे करत होता.

स्कूटर आणि मेटॅडोरमधील अंतर कमी होत होतं, पण तितक्यात मेटॅडोरचा वेग वाढला आणि पुन्हा अंतर वाढू लागलं.

मी रस्त्यावर कुठेतरी एकांतात बघत होतो, तसाच संदीपक जोराने ओरडला, 'अबे! नायडू- साला, साला- नायडू...'

नायडू: क्या हुआ बे, चीख क्यों रहे हो?

अनुपम: नायडू, साला... तेरा साला!

नायडू: कहाँ पे?

रजी: पीछे देख, हरे रंग के स्कूटर पर काला स्कार्फ.

अनुपम: गाडी रोको, गाडी रोको...

राजीव: रुक जा रे भाई, आ रही हैं भाभी!

सर्व 'खो-खो' करत जोरात हसू लागले. मेटॅडोर थांबली.

शम्माचा भाऊ तिला घेऊन आला होता.

तिने स्कार्फ उघडला, सर्वांनी हात हलवत तिचे अभिवादन केले. तिच्यासोबत अजून एक मुलगी होती--पिवळा स्कार्फ, पूर्ण चेहऱ्यावर बांधून.

शम्माचा भाऊ लगेच निघून गेला. पिवळा स्कार्फ घातलेली मुलगीही हात हलवू लागली. कुणाला काहीच कळलं नाही. शम्मा हसू लागली.

संदीपक: ये कौन हैं?

तशीच हवेची झुळूक आली आणि नाकात घुसली. मी ओरडलो, 'अबे! गुलाबाचे अत्तर.'

नायडू: क्या हुआ भाई?

'काही नाही', म्हणत हसू लागलो. 'गुलाबाचे अत्तर' हे नाव फक्त माझे, मलाच माहीत होते. मी कधीही कुणासमोर हे बोललोच नव्हतो. आता मीही धुंद होऊन सर्वांमध्ये शामिल होऊ लागलो.

संदीपक गाणं जोरात गाऊ लागला:

"ऐ काश के हम
होश में अब आने ना पाएँ
बस नगमे तेरे प्यार के गाते ही जाएँ..."

तशीच गुलाबाचे अत्तर माझ्यापाशी आली, 'हे यु डिन्ट इन्व्हाईट मी, व्हायsss?'

मी: अरेss विसरलो.

चायला बोल ना बे इंग्रजी (मनातल्या मनात) 'आय फॉरगॉट, इट स्लेप्ट आऊट ऑफ माय माईंड.'

गुलाबाचे अत्तर: थँक्स टू शम्मा, अँड हर ब्रदर.

तसाच संदीपक ओरडला: एक पहेली हैं भाई लोग, कौन कौन खेलेगा?

सगळे एकदम जागे झाले, उत्सुकतेने त्याच्याकडे पाहू लागले.

संदीपक: दो लोगों का एक ही साला, बुरी नजरवाले तेरा मुँह ज्यादा काला?

सर्वजण आपापल्या परीने विचार करू लागले. पण कुणालाही काही कळत नव्हते.

संदीपक सर्वांना 'गलत-गलत' म्हणत होता. आणि माझ्याकडे तर कधी नायडूकडे बघून हसत होता, तर कधी शम्माकडे बघायचा आणि मिश्किल स्मित हास्य करायचा. त्याचे वारंवार बघणे आणि हसणे बघून शम्मा त्याच्यावर बोंबलली, 'क्यों स्माईल दे रहा हैं? बता भी दे सही जवाब.'

गुलाबाचे अत्तर: टेल द आन्सर ना संदीपक.

संदीपक हसत होता. सर्वांच्या प्रश्नांना टाळत होता. नायडूकडे बघायचा तर कधी शम्माकडे तर कधी माझ्याकडे. सगळे संदीपकला पाहू लागले.

तसाच नायडू बोलला, 'बता दे ना भाई.'

संदीपकने, नायडूचा हात आपल्या हातात धरला आणि ज्योतिष बघितल्यासारखा त्याचा हात बघत बोलला, 'नायडू का साला.'

नायडू: क्या बकवास है बे?

अनुपम: कैसे?

संदीपक: इसके हाथ की रेखा बता रही है कि इसका एक साला और एक साली रहेगी... हा हा और गजू इसका साडू भाई रहेगा... हा हा हा.

तो, 'शम्माला आणि गुलाबाच्या अत्तर' यांना दोन बहिणी सांगून, तिच्या भावाला नायडूचा साला (मेहुणा) म्हणत होता आणि त्या अनुषंगाने तो माझा ही साला होईल म्हणून, 'एक आदमी दो लोगों का साला' संबोधत होता.

सगळे हसत होते.

मेटॅडोर, कन्हान नदी ओलांडून कधीची समोर आली होती. रामटेक जवळच होते. टेकडी मंदिर दूरून दिसू लागले होते.

नायडू: अबे रजी, शम्मा और रामू शायद मंदिर जाना पसंद नहीं करेंगे, चलो सीधा खिंडसी डॅम पोहोचते हैं.

रामू: मला काही प्रॉब्लेम नाही.

रजी: मुझे भी नहीं.

शम्मा: मैं नहीं जाऊंगी तो क्या हुआ, आप लोग हो आना.

संदीपक: नायडू, तू रुक जाना शम्मा के साथ. तेरे लिये ज्यादा प्रसाद ले आऊंगा.

शम्मा: उसको मना क्यों कर रहा है? वो अपनी इबादत नहीं करेगा क्या?

संदीपक: उसे इबादत से नहीं, प्रसाद से मतलब है, वो पेटू है और वैसे भी वो तुम्हे अकेला छोड नहीं पायेगा.

शम्मा (थोड्या रागात): क्या बकवास करता है, क्या मतलब है तेरा?

संदीपक थोडा सांभाळत, 'अरे वो किसी को भी अकेला नहीं छोडता, अच्छा इंसान है, बोल नायडू.'

नायडू: हाँ, मैं रुक जाऊंगा.

संदीपक: और जो गाणे तूने, शम्मा के लिए तैयार करके रखा था, तब तक सुनाते रहना जब तक हम वापस ना आ जाये. आज सुना दे नायडू, अपनी 'नायडू-सिरीज' की कॅसेट.

सर्व जोरजोरात हसत होते आणि ते दोघे लाजत होते. सोबतच गुलाबाचे अत्तर आणि मी एकमेकांना बघून डोळ्याद्वारे संभाषण करत होतो.

मेटॅडोर मंदिरापाशी थांबली. घाईघाईने आम्ही पायऱ्यांवर चढू लागलो. नायडू आणि शम्मा थांबले होते.

पाच मिनिटेच आम्ही चाललो होतो की आमच्या मागे नायडू आणि शम्मा धावत येताना दिसले. धावता-धावताच जोराचा श्वास सोडत नायडू बोलला, 'शम्मा बोली, चलो... चलते हैं.'

संदीपक: देख बे नायडू, तेरे उपर उसको भरोसा नहीं है और तू उसके उपर आंख मुंदकर पुरा भरोसा करता हैं, हम दोस्तों से भी ज्यादा.

सर्व हसत होते.

तशीच शम्मा बोलली "जब ये मेरे लिये नीचे रुक सकता हैं, तब मैं उसकी इबादत के लिए चल नहीं सकती क्या? कम से कम सीढियों तक साथ दे ही सकती हूँ.

रजी: वैसे भी हम लोगोंने तय किया था ना कि एक दूसरे का साथ देंगे और एक दूसरे को जैसे हैं, वैसे ही स्वीकार करेंगे.

पायऱ्या चढताना लोकेश सांगत होता की भगवान श्रीराम वनवासात असताना इथे आले होते आणि विश्रांती केली होती, म्हणून ह्या जागेला रामटेक म्हणतात.

आमच्या बाजूलाच एक आजी आणि आजोबा हळूहळू पायऱ्या चढत होते आणि आमच्या गप्पा व मस्तीचा आनंदही घेत होते.

तेवढ्यात नायडू, शम्माला म्हणाला, 'पता हैं रामायण की सबसे अच्छी बात क्या हैं?'

शम्मा: क्या?

नायडू: श्रीरामने रावण को मारा... हा हा हा.

बाजूला चालत असलेले आजोबा, अमोदला पाहून हसू लागले आणि शम्माला म्हणाले, 'नाही बेटा, ही सर्वात चांगली गोष्ट तर नक्कीच नाही आहे.'

शम्मा (आश्चर्याने): फिर?

आजोबा: सर्वात चांगली बाब म्हणजे चारही भावंडांमध्ये निस्वार्थ प्रेम.

मला एकाएकी माझ्या संजूची आठवण आली...संजू, माझा भाऊ.

आजोबा समोर सांगत होते, 'एक गोष्ट खरंच मोठी आहे.' आजोबाची गोष्ट ऐकायला आम्ही सर्व त्यांच्या आसपास जमा झालो व त्यांच्याच गतीने समोर वाढू लागलो.

मी (संजूची आठवण करत): आजोबा, कोणतीही गोष्ट मोठी आहे रामायणात... भावंडांच्या प्रेमापेक्षाही?

आजोबा: भावंडाचे प्रेम नक्कीच मोठे आहे. पण ते प्रेम राहिले कारण राम वनवासात गेला कैकयीमुळे, तरी कौशल्याने तिचा राग वा तिरस्कार केला नाही. उलट रामाच्या छोट्या भावाला म्हणजे भरताला स्वतःची किळस व स्वतःचा राग येऊ नये म्हणून त्याला रामासारखेच प्रेम दिले वा उलट राम वनवासात गेल्यावर तिने भरतवर अजूनही जास्त प्रेम केले. तसेच सुमित्राने, रामाच्या सोबतीला लक्ष्मणाला वनवासात जाण्यास परवानगी दिली.

राम आणि लक्ष्मण वनवासात गेले, ते भरताला राजा बनविण्याच्या उद्‌देशाने... तरीही लक्ष्मणाच्या सख्ख्या भावाला म्हणजे शत्रुघ्नला भरताला सोडू नकोस, अशी सुमित्राने शिकवण दिली.

कौशल्या, कैकयी व सुमित्रा ह्या सर्व आईंचे वर्णन ऐकताना मला रजीच्या आईचे शब्द आठवले, 'धर्म आईच्या हातच्या जेवणासारखे असते.'

आतापर्यंत गप्प असलेली आजी अचानक गोड आवाजात बोलली, 'पोरांनो तुम्ही कॉलेजचे मित्र आहात असे दिसते. तुम्ही असेच मिळून राहा आताही आणि नोकरी लागल्यानंतरही.

आम्ही सर्व आनंदाने तिच्याकडे बघू लागलो आणि होकार देऊन पायऱ्या चढू लागलो.

गुलाबाचे अत्तर माझ्या बाजूलाच चालत होते. सुगंध दरवळत होता, माझ्या अवतीभवती. पण माझे लक्ष फक्त माझ्या छोट्या भावाकडेच लागले होते. जरी मी राम नसलो तरी तो भरत आणि लक्ष्मण नक्कीच होता. अचानक काय झाले की संजू दिमाखात फिरू लागला.

संजू- एरवी 'भैय्या-भैय्या' करणारा, नेहमी माझ्याच समोर-मागे फिरणारा.

आम्ही गड मंदिराचे दर्शन केले.

रजी आणि शम्मा बाहेरच थांबले होते.

नंतर खिंडसी डॅम येथे बोटिंग केली, खूप सारी गाणी, खूप मस्ती आणि धिंगाणा.

बोटिंगमध्ये शम्मा आणि नायडू आजूबाजूलाच बसून होते. गुलाबाचे अत्तर माझ्या बाजूलाच होती. खरी गंमत तनिषाच्या आसपास बसण्यासाठी होणाऱ्या धडपडीची होती- अनुपम-संदीपक-राजीव सर्व शक्तीनिशी जोर लावत होते. शेवटी संदीपकने बाजी मारली.

सूर्य मावळायला येणार होता- तांबडा-लाल झाला होता. आमचे चेहरेही थकायला आले होते. सर्व मेटॅडोरमध्ये बसून परतीच्या मार्गावर होतो.

शम्मा, नायडूला "कुछ अच्छा-सा गाना गा दो" म्हणून मागे लागली होती.

त्या दोघांना बघून संदीपक पुन्हा उर्जावान झाला, 'हा हा तुम बोलो, वो कितने भी गाने गायेगा.'

संदीपक: गा भाई.

रामू: गाणे गा रे भाऊ.

नायडू: तू रडशील तर नाही? हा हा.

पुन्हा हसू लागला.

मी: साले जल्दी गा ना.

म्हणत त्याला जोर देऊ लागलो.

सर्वांनी नायडूच्या मागे जोर लावला आणि नायडू डोळे बंद करून, हातवारे करून गाणे गाऊ लागला.

'आनेवाला पल जानेवाला है...

हो सके तो इसमें ज़िंदगी बिता दो,

पल जो ये जानेवाला हैं...'

त्याने किशोर कुमारचे गाणे खूप झक्कास गायले होते. सर्व भावनिक झाले. दोस्तीच्या गप्पा संगीत आणि 'ये दोस्ती हम नहीं छोडेंगे'चा ध्यास घेऊन, आम्ही घरी परतलो.

16. तहानलेला वाटसरू

नवीन वर्ष उजाडले.

बापाचे पैसे जास्त उडवायचे, हाच ध्यास डोळ्यासमोर अजूनही होता. हिटरला त्याच्या चुकीची शिक्षा देण्याची, पुन्हा मानसिक तयारी सुरू होती.

जानेवारी संपला, फेब्रुवारी आला.

अभ्यासासोबत अजूनही बापाच्या रागाची दुश्मनी सुरूच होती.

नायडू: भाई, मई में परीक्षा होगी, पढ़ाई शुरू करना पडेगा.

मी: पागल आहे का बे?

मला बापाचे पैसे उडवायचे आहे, अभ्यास करायला नाही आलो, मनातच बोलत होतो... मला बीएससी करायला लावले

यार, इंजीनियर बनलो असतो, मनातच पुटपुटलो. डोळ्यातून आसवे टपकू लागली.

नायडू: चल तेरा मन ठीक नहीं है, घुमकर आते हैं?

मी: अबे! कुठे नवीन पिक्चर लागली असेल तर बघूया.

नायडू: गोयल टॉकीजमध्ये गोविंदाची फिल्म लागली आहे.

रूममध्ये जे काही होते ते खाऊन, आम्ही साडे अकराला निघालो. बारा वाजताची पिक्चर सुरू झाला पण मन अजूनही स्थिरावले नव्हते. कदाचित माझी मनस्थिती माझ्या चेहऱ्यावर दिसत असावी, म्हणून नायडू मला वारंवार विचारत होता, 'भाई तू ठीक आहे ना.'

'हां.... हां' म्हणत मी त्याला रागवत होतो.

जेमतेम एक तास झाला असेल. पण मला पिक्चरमध्ये काही रस आलाच नाही, उलट इथे मी काय करून राहिलो? असा प्रश्न उद्‌भवू लागला. हिटलर पुन्हा डोळ्यासमोर येऊ लागला. त्याची शिस्त नियम वगैरे वगैरे.

मी वारंवार पैसे मागायचो आणि पैसे कुठे खर्च होत आहेत कधी त्यांने विचारले नाही. उलट मला मनी ऑर्डरने पैसे पाठवतच राहिले. मला पुन्हा त्याच्या राग येऊ लागला- ***"पैसे कुठे खर्च करतेस"*** म्हणून माझ्यावर ते का रागावत नाहीत म्हणून. आईचा चेहराही फिरू लागला, 'बेटा, पैसे सांभाळून खर्च करत जा.'

पण हिटलरला, माझा राग का येत नाही? म्हणून मला स्वतःचाच राग येऊ लागला.

ना अभ्यासाची चौकशी, ना पैशाची चौकशी करतो हा माणूस. 'कसा बाप भेटला बे?'

फक्त तुझ्यावर भरोसा आहे म्हणते, 'एवढा भरोसा होता तर इंजिनिअरिंग काऊन नाही करू दिले?'

डोळ्यातून अश्रू वाहू लागले आणि छाती मधून हुंदके निघू लागले.

नायडूला, कसे काय उमजले, मला माहीतच नाही पडले. त्याने अचानक माझा हात धरला.

'तुझे अच्छा नहीं लग रहा है क्या?'

मी: मी जातो यार... तू देख.

आणि मी टॉकीज बाहेर पडलो. तोही माझ्या मागे-मागे आला. मी रूमवर पोहोचलो. नायडूला जवळ बघून त्याच्यावर ओरडलो, 'तू भाग जा साले" म्हणत.

रूमचे दार आतमधून बंद केले. पहिल्यांदाच स्वतःचे नोट्स शोधू लागलो. पुस्तके चाळली आणि अभ्यास करू लागलो. वाळवंटातून परतलेल्या तहानलेल्या, एका वाटसरूसारखा.

तब्बल तीन तास, काही न खाता, काही न पीता फक्त रेडिओच्या मंद आवाजात अभ्यास करायला बसलो होतो.

पायाला मुंग्या देखील आल्या आणि बधीरपणा अनुभवू लागलो. पायात त्रास होऊ लागला. कंबर अकडल्यासारखी झाली होती. शरीराला थोडे बरे वाटावे म्हणून ग्लासात पाणी घेऊन रूमचे दार जे आतमधून बंद केले होते, ते उघडले. पाण्याचा ग्लास हातात घेऊन बाहेर पडलो.

नायडू अजूनही बाहेरच बसला होता. पायऱ्यावर... सावलीत.

मी, एकदम हादरलो, 'क्या कर रहा है बे?'

नायडू: तू परेशान था ना भाई. म्हणून थांबलो होतो, जर तुला काही मदत लागली असती तर.

मी, ओल्या डोळ्यांनी त्याला मिठी मारली. त्याला आतमध्ये घेऊन आलो. पिण्यासाठी पाणी दिले.

नायडू: मी येतो.

मी थांबवले. स्टोव्हवर दूध गरम केले. नंतर सेवया उकडल्या आणि आम्ही दोघांनी साखर टाकून खाल्ल्या.

त्यानंतर, आम्ही दोघांनी अभ्यासाचे वेळापत्रक तयार केले. फेब्रुवारी ते एप्रिल पर्यंतचे... सर्व विषयांसाठी.

आता कॉलेज, क्लास, कॅन्टीन आणि अभ्यास सुरू झाले.

महादेव घाट फक्त शनिवारीच जाऊ लागलो, तेही मोजक्याच वेळासाठी.

परीक्षा आटोपली. निकाल लागला. आम्ही सर्व पास झालो आणि मी सर्वात जास्त मार्क्स मिळवले.

निकाल बघून सर्व मित्र, रसायनशास्त्राचे हेड श्री घोषाल तर खूपच खुश होते. आणि घरी आई, बहीण, संजू आणि पप्पा देखील.

आता तोंडातून 'हिटलर' शब्द कमी निघत होता. पण कधी-कधी इंजिनिअरिंगच्या डिग्री ऐवजी बीएससीच्या डिग्रीचा पेपर स्वप्नात दिसायचा आणि पुन्हा राग यायचा.

संजू जाम खुश होता, त्याचा भैय्या टॉपर होता. तो देखील दहावीत जाणार होता. आईला सांगत होता, 'भैय्या आहे ना घरी, सर्व ठीक करल व.'

आई, त्याला 'भैय्याचा पिट्टू' म्हणून चिडवत होती.

17. प्रवर्तन दिन

सेकंड ईयर सुरू झाले.

पुन्हा तेच कॉलेज, कॅन्टीन दोस्तांसोबत मस्ती.

सर्व मित्र मिळून सर्व उत्सव साजरे करत होतो... गणपती, ईद, जे समोर आले ते.

दसरा आला.

दसऱ्याच्या दिवशी आम्ही रामूच्या इच्छेनुसार व मैत्रीखातीर आणि आपसी अलिखित कराराखातीर, पहिल्यांदा नागपूरच्या दीक्षाभूमीवर जाण्याची तयारी केली.

रामू सांगत होता, 'दीक्षाभूमीवर धम्मचक्र प्रवर्तन दिन सोहळ्यासाठी बौद्ध जमतात आणि दीक्षाभूमीवर आंबेडकरांचे स्मारक आहे. 1956 मध्ये विजयादशमी 14 ऑक्टोबरला आली होती त्याच दिवशी बाबासाहेब आंबेडकर यांनी पाच लाख अनुयायांसोबत बौद्ध धर्माचा स्वीकार केला होता. हे एक आमच्यासाठी तीर्थक्षेत्रच आहे.'

दसरा हा हिंदू लोकांचा देखील सण आहे. भगवान श्रीरामाने रावणाचा वध केला म्हणून 'विजयादशमी' साजरी केली जाते आणि नवबौद्ध लोक ह्याच दिवशी 'अशोक विजयादशमी' साजरी करतात.

आम्ही दुपारी सिटी बसनेच जाण्याचा प्लॅन आखला.

दोन जातीचे घर

मी, आधी नायडूच्या घरी गेलो. संध्याकाळी उशीर होण्याची शक्यता होती, म्हणून मोंढ्यातील मच्छी पूल जवळील राम मंदिरात गेलो.

तिथे दर्शन वगैरे आटोपून आणि प्रसाद घेऊन लगेच बाहेर निघालो होतो. प्रसाद देता-देता पुजाऱ्यांने आम्हा दोघांच्या माथ्यावर केसरी रंगाचे तिलक केले होते.

बाराच्या सुमारास बस स्टँडवर पोहोचलो, प्रसादाची द्रोण घेऊनच.

संदीपक, रामू, रजी, अनुपम, राजीव, नायडू आणि मी, सर्वांनी द्रोणातील प्रसाद ग्रहण केला.

तिकीट काढून बसमध्ये बसलो. नागपूरच्या बर्डीतील सिटी बसस्टॉपवर उतरलो.

तिथे निळी टोपी घातलेल्या बौद्ध लोकांचा हुजूम होता. सगळीकडे उत्साह, उमंग आणि काहीतरी करण्याची घाई व लगबग दिसत होती. दीक्षाभूमीवर जाण्यासाठी बसची वाट बघत होतो. एवढी गर्दी म्हणजे फक्त एक निळा सागर अवतरल्यासारखा भास होत होता. सगळीकडे 'जय भीम'चा उद्गोष होता.

गर्दी पाहून सरते शेवटी संदीपक बोलला, 'ऑटो करके चलते हैं.'

नायडू: देख भाई मेरे को कोई प्रॉब्लेम नहीं हैं, रामू बोलेगा तो मैं चलूंगा... हा हा.

'चला ना बे, ऑटोने जाऊ या'- मी.

एकाच ऑटोमध्ये गच्च भरून आम्ही सर्व निघालो.

पुष्पेय

एरवी शांत असणारी दीक्षाभूमी आज गच्च भरली होती.

काय छोटी-छोटी मुले? तर काय म्हातारे-म्हातारी? सर्व एकाच उत्साहात, चारही दिशांना पंडालही टाकले होते. लोकांची गर्दी नियंत्रित करण्यासाठी व काही अनुचित होऊ नये यासाठी पोलीस यंत्रणा तैनात होती. सोबतीला पाण्याची व्यवस्था, हरवले-सापडले काउंटर, येणाऱ्या-जाणाऱ्यांची नोंदणी करण्याची तरतूद केलेली होती.

मी पहिल्यांदाच इथे आलो होतो.

या आधी जीवनात नागपूरची आणि माझी भेट झाली होती, ती सदरच्या विदर्भ क्रिकेट असोसिएशनच्या मैदानावर एक क्रिकेटचा सामना पाहण्यासाठी.

रामू जाम उत्साहात होता. कदाचित त्याच्या सणात आम्ही सर्व पहिल्यांदाच सामील होत आहोत याचा आनंद वाटत असावा. रामू आणि रजी भेटण्याच्या आधी मला ईद व अशोक विजयादशमी या सणाबद्दल जास्त माहिती नव्हती. आम्ही सर्व जीन्स आणि टी-शर्ट घालूनच गेलो होतो. फक्त नायडू आणि माझ्या माथ्यावर केसरी टिळा होता व रजीच्या डोक्यावर मुस्लिम टोपी घातली होती. आम्ही रामूच्या मार्गदर्शनाखाली फिरत होतो. निळ्या टोप्यांचा भला मोठा समुद्र होता.

आमच्या बाजूलाच एक आजोबा, आपल्या नातवाला घेऊन आले होते. नातू अभ्यासू वृत्तीचा होता, कारण तो वारंवार प्रश्न विचारायचा आणि आजोबा त्याचे समाधान करायचे. ते दोघेही बोधी वृक्षाचे वंदन करत होते.

नायडू: अबे हम लोग भी तो ऐसे ही करते हैं, वडाची प्रदक्षिणा करतो की नाही?

मी, 'होय...' म्हणालो.

वटसावित्रीच्या दिवशी हिंदू स्त्रिया नवऱ्याच्या नावाचा नवस करतात. त्या रुईचे सूत बांधत झाडाची प्रदक्षिणा करतात आणि त्याच्या लांब आयुष्याची प्रार्थना करतात.

संदीपक: हर पूजा पद्धती में बहुत कुछ मिलाजुला हो सकता हैं और थोडा बहुत तो अंतर भी रहेगा.

बाजूला आजोबा आपल्या नातवाला बावीस प्रतिज्ञा सांगत होते, ऐकून आम्हाला थोडेसे वाईट वाटत होते.

आजोबा सांगत होते, 'बाबासाहेबांनी खूप शक्ती लावली होती की दलित समाजाला, हिंदू लोकांनी दलित न समजता फक्त हिंदू म्हणूनच स्वीकार करावा. त्यांच्याशी जातीभेद व तिरस्कार मिश्रित वागणूक होऊ नये म्हणून चवदार तळ्याचा सत्याग्रह केला, आपल्या अनुयायांसोबत. काळाराम मंदिरात दर्शनाचे प्रयत्न केले. पण सर्व प्रयत्न फसले, विरोध झाला. शेवटी त्यांनी हिंदू लोक, लोकांपेक्षा, लोकांच्या जातीचा जास्त विचार करतात असे समजून व अनुभव करून, हिंदू धर्माचा त्याग केला.'

आम्ही संभाषण ऐकत होतो.

आजोबा सांगत होते, बाबासाहेब जात संपावी, हाच प्रयत्न करत होते आणि आपण ही जात भेद करू नये हीच समजूत आपल्या नातवाला समजावत होती.

एकाएकी नायडू, रामू आणि रजीचा हात धरून अनुपमला संबोधन करू लागला, "कधी आपण कॉलेजमध्ये भेदभाव अनुभवला आहे का?"

सर्वांनी नकारात्मक मान हलवली.

संदीपक: घरीही कधी जातीच्या विषयावर कोणी बोलत नाही. माझे, आई-वडीलही नाही आणि आजी-आजोबा पण नाही.

मी: नाही यार... गावी मी बघितले की आमच्या घरी काम करणारी आजी सर्व काम करायची पण चुलीला हात नाही लावायची. ती आमच्या घरी जेवण करायची आणि आमच्या सर्व उत्सवात पण सामील व्हायची.

रामूने प्रश्न केला, 'कधी महार समाजातील लोक आले का तुझ्या घरी कोणत्या सणासुदीला?'

मी: आमच्या घरी, सर्वांच्या जन्माच्या वेळेस जी सुईन आजी माझ्या आईसोबत व काकूसोबत राहायची ती महार समाजातील होती. आणि आताही आमच्या घरी जेव्हा अक्षय तृतीयेला करसा भरतात, तेव्हा तिच्या घरचे सर्व सदस्य आमच्या घरी येतात आणि जेवणही करतात.

रामू: अबे! त्यांना वेगळे जेवण देता का?

मी: आधीचे माहित नाही बावा पण माझ्या आठवणीनुसार सर्व एकाच वेळेस पडसाच्या पानाच्या पत्रावळीतच जेवतात आणि पत्राळी आमच्या गावातील भालीच बनवतो.

बोधी वृक्षाची वंदना झाली होती. आम्ही एका दुकानापाशी पोहोचलो होतो आणि आमची आपसात चर्चा सुरू होती.

'बुद्धम् शरणम् गच्छामि'चे मंत्र वातावरणात गुंजत होते. दुकानात बाबासाहेबांचे आणि भगवान बुद्धांचे कॅलेंडर, फोटो फ्रेम आणि पुस्तके सजवली होती.

मी एक पुस्तक 'बाबासाहेबांची आत्मकथा' विकत घेतले. राजीवने भगवान बुद्धाची छोटीशी मूर्ती घेतली.

तेवढ्यातच तीन-चार तरुण दुकानात पोहोचले. नायडू आणि माझ्या चेहऱ्याकडे वरखाली निरखून बघत होते. आम्हाला थोडे विचित्र वाटू लागले.

नायडू: काय झाले रे भाऊ?

एक तरुण: अबे बामण आहेस का रे?

नायडू: म्हणजे?

तरुण: अबे ब्राह्मण आहेस का जातीने?

नायडू: नहींss. क्यूँ?

तरुण: इथे निळा टिळा लावलेत, केसरी नाही चाले.

बोलीवरून तो आमच्या गावाकडला असावा, असे वाटत होते.

मलाही थोडे व्यथित झाल्यासारखे वाटले. कदाचित असेच दलितांना कधी वाटले असावे, जर कुणी त्यांच्या जातीवर व आडनावावर टीका-टिप्पणी केली असेल तेव्हा?

मी काही बोलणार, इतक्यात रामू समोर आला.

'माझे मित्र आहेत, मी यांना आणले आणि कुठे लिहिले आहे का केसरी टिळा लावून कुणी येऊ नये?' .... रामू.

दुसरा तरुण: का बे? तु बी शेंडी वाल्याच्या मंगा फिरतेस का? नाव काय आहे?

'रामू.'

तिघेही हसू लागले.

एक बोलला, 'तुझा नावच गडबड आहे.'

आम्ही सर्व मित्र थोडे धास्तावलो होतो. त्यांचा आवाज चढत होता. रामूही आम्हाला इथे कशाला आणले, याची खंत करत होता.

बाजूला आजोबा आतापर्यंत संभाषण दुरूनच ऐकत होते. समोर येऊ लागले. दुकानदार घाबरला होता. तो बाकी तरुणांना विनंती करू लागला की 'इथे काही करू नका, माझे दुकान बदनाम होईल?'

त्याला तरुणांना रागवायची हिम्मत नव्हती आणि त्याला गिऱ्हाईक निघून जातील, अशी भीती वाटत होती.

आजोबांनी डोक्यावरची निळी टोपी सावरली, आणि त्यांना खडसावू लागले. ते म्हणाले, 'बाबासाहेबांच्या वडिलांचे पण नाव असेच होते- रामजी... विसरले का?'

तरुण: बाबाजी बामणामुळे आम्ही बहुत तकलीफ झेलला. आता सहन नाही करू. त्या शेंडीवाल्या लोकायले आणि केसरी टीका लावणारे ह्या लोकायले. हे बामण नसतील तर ओबीसी असतील. ओबीसी, बामणाच्या मंगा फिरतेत.

मला खूप वाईट वाटले. 'माझी ओळख काय?' असा प्रश्नही पडला.

आजोबा: बेटा, तुला माहित आहे का? बाबासाहेबांचे आडनाव 'आंबेडकर' एका ब्राह्मणाने दिलेले आहे. जातीभेदाच्या त्या लढाईत एका ब्राह्मणाने त्यांना मरेपर्यंत साथ दिली होती, माहित आहे का तुला? तो बाळ गंगाधर टिळकांचा मुलगा होता...' श्रीधर टिळक.' बाबासाहेबांनी त्याला अस्सल लोकमान्य म्हणून संबोधले होते. १९२८ मध्ये त्याने 'समता संघाची' स्थापना केली आणि त्याचे अध्यक्ष बाबासाहेब होते.

बाबासाहेबांनी जातीविरुद्ध लढा दिला आणि तुम्ही स्वतःला त्यांचे अनुयायी म्हणता, आणि स्वतःच भेदभाव करता. मग काय फरक आहे तुमच्यात आणि दुसऱ्या जातीभेद करणाऱ्या लोकांमध्ये?

आपण 'जय भीम-नमो बुद्धा'चा नारा देतो आणि भेदभाव करतो. जर हे होत राहील तर तोच बाबासाहेबांचा पराभव आहे. नवीन पिढीला आंबेडकरांच्या वारसा जपावा लागेल. त्यांच्या नावाचा दुरुपयोग होऊ नये, म्हणून प्रयत्न करावे लागतील. आतापर्यंत उमेदीने भांडणारे, ते तिघेही शांत झाले.

आजोबा पुढे बोलू लागले, 'बाबासाहेबांच्या शेवटच्या क्षणी सुध्दा अशी भावना बळावली होती आणि आता ती पुन्हा दिसतेय. तुम्ही हिंदू बनू नका पण विरोधकही बनू नका आणि कुणालाही अपमानास्पद बोलू नका. बाबासाहेबांनी एक मोठा लढा दिला, भेदभाव मिटावा म्हणून. स्वतःचे घरदार सोडले, स्वतःच्या मुलांच्या तब्येतीची आणि स्वतःच्या तब्येतीचीही काळजी पण नाही केली. खरे पाहिले तर त्यांचा लढा हिंदूशी व ब्राह्मणांचा नव्हता, तो जातीभेद करणाऱ्या मानसिक प्रवृत्तीशी होता, जर ते आज इथे असते तर ते तुझ्याशी पण भांडले असते, तुला माहित आहे का?

रमाईंनी, बाबासाहेबांची साथ आधी सोडली होती आणि ती बौद्ध यात्रेला निघून गेली होती. बाबासाहेब तुझ्या-माझ्या भविष्यासाठी लढा देत होते, त्यांना संविधानाचे कार्य पण पूर्ण करायचे होते. त्यांची तब्येत पण खराब झाली होती तेव्हा एका डॉक्टर महिलेने म्हणजेच 'शारदा कबीर ने' त्यांची काळजी घेतली, त्यांच्याशी लग्न केले, त्या म्हणजे डॉक्टर सविता आंबेडकर.... आपली माईसाहेब.

धर्मांतर सोहळ्यानंतर काही आठवड्यातच ६ डिसेंबर १९५६ रोजी साहेबांचे महापरिनिर्वाण झाले. डॉ. बाबासाहेब

आंबेडकरांच्या निधनानंतर त्यांच्या काही अनुयायांनी माईसाहेबांवर आंबेडकरांची आजारपणात योग्य काळजी घेतली नसल्याचे आणि त्यांनी आंबेडकरांना विषप्रयोगाने मारल्याचे आरोप केले कारण त्या ब्राह्मण होत्या.

माई आंबेडकर आपल्या आत्मकथेत लिहितात, *"संपूर्ण समाजात माझ्याविरुद्ध वातावरण तयार व्हावे म्हणून साहेबांच्या मृत्यूबद्दल जाणूनबुजून संशय निर्माण केला गेला. समाजात माझ्याविरोधात जाणीवपूर्वक विष पेरले गेले."*

त्या वेळेस माईं विरोधातील वातावरण अत्यंत चिंताजनक आणि भीतिदायक झाले होते. त्यांना मारण्यासाठी मुंबईहून दिल्लीपर्यंत तीन माणसं पाठवण्यात आली होती. पण या तिघांनाही उपरती झाली आणि माई वाचल्या. बाबासाहेबांच्या खुनाच्या आरोपांची चौकशी करण्यासाठी भारताचे तत्कालीन पंतप्रधान पंडित जवाहरलाल नेहरू यांनी तज्ज्ञांची एक समिती नेमली होती. समितीने माईसाहेब आंबेडकरांना सर्व आरोपांतून मुक्त केले.

बाबासाहेबांच्या निधनानंतर संपत्तीवरूनही यशवंतराव आंबेडकर (बाबासाहेबांचे पुत्र) आणि माईसाहेब यांच्यामध्ये वाद झाला. प्रकरण कोर्टात गेले. कोर्टात यशवंत आंबेडकरांनी सांगितलं की, "माझ्या वडिलांचे दुसरे लग्न झालेच नाही आणि मी एकुलता एक मुलगा आणि एकमेव वारस आहे, तेव्हा त्यांची सारी इस्टेट मलाच मिळाली पाहिजे." हे ऐकून न्यायाधीश सी. बी. कपूर अस्वस्थ झाले आणि ते संतापून यशवंत आंबेडकरांना म्हणाले, "डॉ. आंबेडकरांचे विवाहबाह्य संबंध होते, असं तुम्ही मला सांगत आहात का? मी त्यांच्यासोबत काम केलं आहे आणि मला त्यांच्याबद्दल अतीव आदर आहे." नंतर न्यायमूर्तींनी आपापसात समेट घडवून आणण्यावर भर दिला आणि संपत्तीचा वाद मिटवला.

जर बाबासाहेब ब्राह्मण विरोधी असते, तर त्यांनी 'शारदा कबीर' यांना 'सौ सविता आंबेडकर' होऊ दिले असते का?

जर ते ओबीसी विरोधी असते तर शाहू महाराज, शिवाजी महाराज, महात्मा फुले यांना आदर्श त्यांनी मानला असता का?

बेटा, ही विचारांची आणि आचारांची लढाई आहे, ब्राह्मण आणि महार यांची लढाई नाही. ते माणसांशी नव्हे, मनोवृत्तीशी लढा देत होते. आपल्या आंदोलनाचे असे रूपांतर होऊ देऊ नका. जर ते हिंदू विरोधी असते तर काळाराम मंदिरात जाण्याची इच्छा केली असती का?

वातावरण एका वेगळ्याच दिशेने चालले होते. दीक्षाभूमीत आम्हालाही नवीन दीक्षा आणि दिशा मिळाली होती.

आजोबा आम्हाला सांगत होते, *"जर तुमची रामावर खरी भक्ती असेल तर तुम्हाला देवळातच प्रवेश का हवा, अशा प्रश्नाचे उत्तर बाबासाहेबांनी अमरावतीत घेतलेल्या सभेत दिले होते. त्यात बाबासाहेब म्हणतात, 'उपासनेचे अनेक प्रकार आहेत. साकाराचे प्रत्यक्ष पूजन देवळात करता यावे म्हणून अस्पृश्यांना देवळात प्रवेश पाहिजे असे नाही. त्यांना सिद्ध करायचे आहे की त्यांच्या प्रवेशाने देवालय भ्रष्ट होत नाही किंवा त्यांच्या स्पर्शाने मूर्तीचे पावित्र्य कमी होत नाही. हिंदुत्व ही जितकी स्पृश्यांची मालमत्ता आहे, तितकीच अस्पृश्यांची आहे. या हिंदुत्वाची प्राणप्रतिष्ठा जितकी वशिष्ठांसारख्या ब्राह्मणांनी, कृष्णासारख्या क्षत्रियांनी, संत नामदेव-तुकारारामांनी केली, तितकीच वाल्मिकी, रोहिदास इत्यादी अस्पृश्यांनी केलेली आहे. या हिंदुत्वाचे रक्षण करण्यासाठी अस्पृश्यांनी आपली माणुसकी खर्ची घातली आहे. मंदिरे जितकी स्पृश्यांचीच तितकीच अस्पृश्यांचीच आहेत'."*

आजोबा पुढे बोलू लागले, “चवदार तळ्याच्या सत्याग्रहात बाबासाहेबांना साथ देणारा कोण आहे माहिती आहे का तुम्हाला तोही एक ब्राह्मण होता... ‘बापूसाहेब गंगाधर नीलकंठ सहस्रबुद्धे.’ ते डॉ बाबासाहेब आंबेडकर यांचे सहयोगी होते. सुरेंद्रनाथ गोविंद टिपणीस हे १९०० च्या दशकाच्या सुरुवातीच्या काळात महाड नगरपालिकेचे अध्यक्ष आणि सामाजिक कार्यकर्ते होते. ते आणि त्यांचे मामा अनंतराव चित्रे यांनी खोतीविरोधी आंदोलनाच्या दरम्यान आपल्या जमिनदारी अधिकारांचा त्याग करून बाबासाहेब आंबेडकरांच्या आंदोलनात सहभाग नोंदवला होता.”

आजोबा सांगू लागले, “कधी कधी मला वाटते बाबासाहेबांच्या आंदोलनात काही अस्पृश्य लोकांचा एक गट, त्या आंदोलनाला ब्राह्मण विरुद्ध अस्पृश्य अशी दिशा देऊ पाहत होता. कदाचित हेही एक कारण असावे की बाबासाहेबांनी त्यांची काळजी घेणाऱ्या डॉ सविता कबीर सोबत मुद्दाम लग्न केले असावे, जेणेकरून हा फक्त वैचारिक वाद म्हणून लक्षात राहावा ब्राह्मण विरुद्ध अस्पृश्य वाद म्हणून नाही.”

आजोबांनी, बाबासाहेबांनी समता, बंधुता आणि स्वातंत्र्य ह्या बद्दल काय सांगितले? त्या तरुणांकडे बघून आजोबांनी प्रश्न केला.

मग पुन्हा बोलले, 'हे तीन जीवनदर्शन आहेत. पण असीम स्वातंत्र्य हे समतेसाठी घातक आहे. म्हणून समतेचे स्थान स्वातंत्र्यापेक्षा उच्च आहे. परंतु बंधुता ही सर्वोच्च स्थानी असावी, कारण स्वातंत्र्य आणि समता हरवल्यावरही बंधुताच खरी रक्षक राहू शकते.

बोलता बोलता आमच्याकडे बघू लागले.

मला रामटेक भेटीतील आजोबांची आठवण झाली. कैकयीमुळे रामाचे स्वातंत्र्य हिरावले होते. एका भावाला वनवास आणि दुसऱ्याला राज्य म्हणजे नात्यांमधली समता पण दुरावली होती. पण चारही भावांनी बंधुता सोडली नव्हती आणि प्रेमाच्या धाग्यात गाठ येऊ दिली नाही.

मी, आमच्यावर आक्षेप घेणाऱ्या तरुणांसोबत हात मिळवला, त्यांनीही प्रतिसाद दिला. न आवडणाऱ्या आणि हळूहळू संपुष्टात येत असलेल्या चातुर्वर्ण व्यवस्थेतही बंधुता टिकून राहील, असा विश्वास दृढावला.

आजोबांच्या गोष्टी ऐकून, आम्ही एका वेगळ्याच जगात प्रवेश केला होता. संध्याकाळ होऊ लागली होती आणि आम्हाला जायचे होते. आम्ही आजोबांचे चरण स्पर्श करून बाहेर आलो, कामठीला जाण्यासाठी.

18. साला मोटिवेटर

बघता बघता तिसऱ्या वर्षाचा अर्धा कालावधी कसा संपला हे माहीतच नाही पडले. नवीन वर्षाच्या आधी पुन्हा पिकनिकच्या बेत होता. आम्ही पेंच अभयारण्य बघण्याचा बेत केला. पुन्हा लोकेशने जबाबदारी हातात घेतली, सर्व व्यवस्थेची. पुन्हा तेच तेच सुरु होते. नायडूचे गाणे, नायडूच्या नावाने शम्माला चिडवणे. संदीपक आणि तनिषाच्या डोळ्यांनी होणाऱ्या गप्पा. गुलाबाच्या अत्तराचे माझ्यासोबत मराठी बोलण्याचा प्रयत्न. रामूचे दिलखुलास संवाद.

आता मैत्री पलीकडच्या पण गप्पा होऊ लागल्या होत्या. पुढे काय करायचे, नोकऱ्या कुठे शोधायच्या वगैरे-वगैरे. अनुपम अचानक बँकिंग सेक्टरच्या गप्पा करू लागला होता. लोकेश आणि राजीव कम्प्युटरकडे ओढ दाखवू लागले होते. संदीपक,

नायडू एमबीएसाठी प्रयत्न करत होते. रामूला आणि रजीला शिक्षक व्हायचे होते आणि अभय बिजनेसमॅन बनणार होता.

दोन वर्षे मी कॉलेज टॉपर म्हणून मिरवत होतो. बापाचे पैसे उडवत होतो पण बापाने अजूनही काही विचारलेच नाही म्हणून आता बापाचा राग ठेवून होतो. इंजिनियर न होण्याची खंत अजून संपलेली नव्हती.

ग्रॅज्युएशनचे तिसरे वर्ष संपुष्टात येत होते. फेब्रुवारी अर्धे संपले होते.

खबर आली की गुलाबाचे अत्तर आज पार्टी देणार- तिला काहीतरी घोषणा करायची होती. संदीपक माझी टांग ओढत होता की तुझ्यासाठी काहीतरी सरप्राईज असेल म्हणून. मनात होते की असेच काहीतरी राहायला पाहिजे पण बुद्धी होकार देत नव्हती.

आम्ही कॅन्टीनमध्ये बसून होतो- रामू, लोकेश, राजीव, संदीपक, रजी, शम्मा, नायडू आणि इतर.

नायडू अजूनही आईच्या कॅन्टीनमधल्या पार्टीत आला नव्हता. त्याला हॉकीच्या कोचनी ऑफिसमध्ये बोलावले होते.

गुलाबाचे अत्तर विशेष सजून आली होती.

एकदम गच्च गुलाबी ड्रेस... डोक्यावरचा रबर बँडही गुलाबी.

सर्व उत्सुक होते की काय घोषणा करेल म्हणून पण ती अजूनहीं बोलायला तयार नव्हती. समोसे फस्त केले होते. आज पहिल्यांदाच कॅन्टीनमध्ये गोड खाणार होतो त्यामुळे मी खूप उत्सुक होतो. अजूनही घोषणेचे गुपित उलगडले नव्हते. कॅन्टीनवाली आई प्लेटमध्ये जिलेबी घेऊन आली. सर्वांनी जिलेबी हातात घेतली आणि ओरडले की *'जोपर्यंत ती*

(गुलाबाचे अत्तर) पार्टीचे कारण सांगणार नाही, तोवर आम्ही खाणार नाही.'

मी गोड खाण्याचा उत्साह नियंत्रित करू शकलो नाही आणि 'कट' आवाजात जिलेबी दाताने तोडली.

जिभेवर जिलेबीचा स्वाद तरंगू लागला होता.

तशीच ती उद्गारली, 'हे फ्रेंड्स आय एम गोइंग टू दुबई आफ्टर फायनल एक्झाम, फोर माय फ्युचर स्टडीज.'

सर्वांनी जोरात टाळ्या वाजवल्या "थाप -थाप -थाप."

तसाच तोंडात असलेला जिलेबीचा तुकडा उड्या मारत बाहेर पडला. जिभेवरचा स्वाद आधी आंबट, नंतर कडू भासू लागला.

तशीच ती माझ्याजवळ आली. तिने मला गच्च मिठी मारली.

'इट्स ऑल बिकॉज ऑफ यु. आय वॉन्टेड टू स्टडी, आफ्टर सिईंग युवर अकॅडेमिक प्रोग्रेस, थँक्यू.'

माझे डोळे पाणावले होते. तोंडातून फक्त 'अच्छा' एवढेच फुटले.

तसाच संदीपकही माझ्याजवळ आला. त्यानेही मला मिठी मारली. त्याने माझ्या डोळ्यात पाहून काही न बोलता, पण काहीतरी बोलण्याचा प्रयत्न केला.

त्याने टेबलावरचा पाण्याने भरलेला ग्लास माझ्या डोक्यावर ठेवला आणि पाणी माझ्या डोक्यावर रिचवले, 'साला मोटिवेटर' म्हणत.

नंतर रामू, लोकेश आणि राजीवच्या डोक्यावरही पाणी टाकले.

डोक्यातून वाहणाऱ्या पाण्याच्या पाठीमागे, माझ्या डोळ्यातील पाणी लपले आणि वाहूनही गेले.

सर्वजण काहीतरी बोलतच होते. जोर-जोरात हसत होते पण मला काहीही ऐकू येत नव्हते.

तसाच समोरून नायडू धावत येताना दिसला. त्याच्या हातात एक पत्र होते.

नायडू: अबे! तेरा लेटर हैं गजू.

डोळ्यातील पाणी अजून मुरलेच नव्हते आणि हे पत्र अचानक?

'कोणाचा पत्र आहे,' म्हणून त्याला विचारले.

'माहित नाही,' नायडू बोलला.

मी लगेच पत्र हिसकावले, लिफाफा उघडला.

"प्रिय भैय्या,

तू लवकर घरी ये. आईला बरे नाही.

तुझाच,

संजू."

"साला काय झालं बे?" आतापर्यंत कधी साधे पत्रही आले नाही आणि अचानक हे... तोही असा संदेश घेऊन.

मन हेलकावे घेऊ लागले. एकाएकी मनात धास्ती सरसावली. गुलाबाच्या अत्तरासाठी निघणारी आसवे, एकाएकी घरच्यांसाठी निघू लागली. आसवे निघण्याचे मूळ कारण मलाही नाही कळले, तरी अश्रू वाहतच होते.

पत्रामध्ये ना बहिणीचा उल्लेख होता, ना पप्पांचा. एवढेच लिहिण्यासाठी लिफाफा कशाला वापरला, हेही कळले नाही. आंतरदेशीय पत्र किंवा पंचवीस पैशाच्या पोस्टकार्ड वरही हा संदेश देता आला असता. तीन ओळींसाठी हा एवढा मोठा लिफाफा.

हा लिफाफा काहीतरी झाकण्याचा प्रयत्न करत आहे, असं मनही सांगत होते.

आजूबाजूचे 'क्या हुआ? काय झाले? व्हॉट हॅपन्स?'

कानात काहीच घुसतच नव्हते.

'मी आज घरी जाणार, आई बरी नाही.' असे बोलून तिथून निघालो.

मागे मागे नायडूही येऊ लागला.

सायकल धरली. हिरवी बीएसए एसएलआर- वेल्डिंग केलेला दांडा. खाट खाट करून पायडल हाणू लागलो. बाजूला नायडू आपली रेंजर घेऊन चालत होता. दोघेही खाट-खाट करून पायडल मारत होतो. संदीपकही जुडला.

कोणीही कुणाशी काही बोलत नव्हते, फक्त खाट-खाट सायकलच्या पायडलचा आवाज येत होता.

रूमवर पोहोचलो.

19. ट्रेन

सायंकाळी, कामठी स्टेशनवर. लोकल ट्रेन- इतवारी ते दुर्ग.

हातात पाण्याची बॉटल, पाठीवर शबनम बॅग आणि एका झिल्लीत अर्धा किलो अंगूर.

स्टेशनवरच अंगुराच्या झिल्लीत पाणी भरले. अंगुरांना पाण्यात हलवले. नंतर बुडाला छोटं छिद्र केलं. पाणी एका बारीक धारेने बाहेर येऊ लागले, पण अजूनही प्रश्न अनुत्तरितच होता, 'एकाएकी घरी का जावे लागत आहे? काय झाले असेल? आई ठीक असेल की नाही?'

हिटलरने काही नवीन फर्मान तर नाही सोडले वगैरे वगैरे....

ट्रेनच्या डब्याच्या दारावरच बसून यात्रा केली. एक एक अंगूर तोडायचा, तोंडात भरायचा, कवऱ्या केल्यासारखा खायचा.

विचारांची उलाढाल सुरू होती- कधी आई, कधी ताई, कधी आजी, कधी संजू. सर्वांचे चेहरे उमटत होते, पण हिटलर दिसतच नव्हता.

गुलाबाचे अत्तर पण मनाच्या पडद्यावर दिसत होती. तिचा टाटा करतानाचा हात हलताना दिसत होता. मी पूर्ण शक्तीनिशी सुगंध ओढण्याचा प्रयत्न करत होतो. मिठी सुटू नये असं वाटत होतं पण ती केव्हाची सुटली होती.

मी आता ट्रेनमध्ये होतो. पूर्ण शक्तीनिशी श्वास ओढायचा प्रयत्न करत होतो पण गुलाबाच्या अत्तराचा सुगंध नाकाच्या द्वारापर्यंत पोहोचतच नव्हता.

कानावर फक्त शब्द येत होते 'यु आर माय मोटिवेटर.'

'कायचा भोकाचा मोटिवेटर' मन स्वतःलाच शिवीगाळ करत होते, स्वतःची लंका स्वतःच जाळली म्हणून.

नंतर एकाएकी दुसरा आवाज कानावर आला. आवाज माझ्या संजूचा, 'भैय्या, तू लवकर घरी ये.'

संजू माझा होता की मी त्याचा होतो, मला कधी कळलेच नाही. पण त्याच्या वागण्याप्रमाणे मी त्याचा जास्त होतो.

एरवी संजू खूप उनाड, खूप भन्नाट मस्ती करणारा. वेळ आली तर ताईवरही हात साफ करणारा. नंतर रडायचा पण.

लहानपणापासून आईचे पोट बघितल्याशिवाय झोपायचाच नाही. पण आईने घरचे काही काम सांगितले तर करायचेच नाही, वा काम करण्याचा मोबदला मागायचा. भाजीसाठी बॅग आणायला पाच पैसे, पाण्याचा ग्लास द्यायला दहा पैसे, आईचे पाय दाबायला पंचवीस पैसे, अभ्यास करायला पन्नास पैसे.

मनात हसू येत होते, पण ते गालापर्यंत पोहोचत नव्हते.

कधी कधी तो पप्पांचेही ऐकणार नाही, त्यांना मनातून कधीच घाबरत नसे. पण मी काही सांगितले, तर ते नक्की करणार, मग ते काम आवडत असो की नसो. त्या बदल्यात कधी मोबदलाही मागितला नाही. म्हणून आई, पप्पांनी दिलेला निर्देश त्याला माझ्याद्वारे पोहोचवायची आणि तो कबूलही करायचा.

मी सांगितलेल्या सर्व गोष्टी तो का ऐकतो? एवढा विश्वास कसा ठेवतो? कधी कधी तर आई-वडिलांनी सांगितलेली गोष्ट न ऐकता, मी सांगितलेले ऐकायचा आणि सर्व पाळायचा.

मन पुटपुटले, 'असे का करतेस संजू?'

संजू फक्त माझ्याकडे बघून मिस्कील हसत आहे, असा भास झाला.

अचानक खटाक खळखळ असा आवाज कानावर आला. जोराचा झटका लागला. एकाएकी ब्रेक लागल्यासारखे झाले. कदाचित कुणीतरी ट्रेनची चैन ओढली असेल.

बाहेर डोकावलं.

'भंडारा रोड' रेल्वे स्टेशनच्या आधी 'खात' नावाचे स्टेशन आहे. त्या दोघांच्या मध्ये कोणीतरी ट्रेनची चैन ओढली होती.

चैन ओढणारे सर्व भंडारा जिल्ह्यातील आसपासच्या गावांतील दूधवाले होते. टन-टनच्या आवाजात लोखंडी दुधाचे डबे पटापट खाली उतरवत होते.

ती सर्व एकमेकांना *'भाऊ डब्बा धर, भाऊ त्याले डब्बा दे, भाऊ लवकर डब्बा धर, भडवे हो किती वेळ लावता बे? एवढ्या धीरू धीरू कराल तर पोलीस येऊन डबे घेऊन जाईल, लायकी करा भाऊ.'*

असे स्वर वातावरणात गुंजत होते.

मला घरी लवकर जायची घाई होती आणि ह्या दूधवाल्याबद्दल मनात शिव्या देण्याची इच्छा होत होती. पण जेव्हा ते एकमेकांना भाऊ म्हणून संबोधायचे तेव्हा मला, माझ्या संजूच्या स्वरात 'भैया' शब्दाचा भास व्हायचा.

ट्रेन सुरु झाली.

हातातील अंगुरे संपली होती. पुढील दहा मिनिटातच माझे स्टेशन येईल, याची खात्री होती.

'भंडारा रोड' रेल्वे स्टेशनला ट्रेनचा ब्रेक लागला.

ट्रेनची गती हळूहळ कमी होऊ लागली, पण माझ्या हृदयाचे ठोके वाढत होते.

कशाला बोलावले असेल? याचीच हुरहुर लागली होती.

स्टेशनच्या बाहेर आलो. भंडारा रोड ते मोहाडी फक्त ११ किलोमीटरचे अंतर बस किंवा प्रायव्हेट ऑटोचा उपयोग करावा लागणार होता.

बस स्थानकाकडे जाऊ लागलो तेंव्हाच एक आवाज कानावर आला 'गजू चलतेस का?'

मला कोण ओळखतो इथे?

डोके वर करून पाहिले. आमच्या घरी नियमित येणारा 'दूधवाला भैय्या' होता.

खात स्टेशनजवळ दूधवाल्यांना शिवीगाळ करण्याची लाज वाटली. वीस मिनिटात घरी पोहोचलो.

20. पत्राचे गुपित

मला घरी सोडून दूधवाला भैय्या निघून गेला.

घरासमोर पोहोचलो... एक निरव शांतता. या आधी अशी शांतता कधीच आढळली नव्हती. ना कधी भासली होती. नेहमी गजबज असणाऱ्या या घरात अशी शांतता, म्हणजे जणू काही शापच वाटत होती.

टिंगटोन... मी घंटीवर हात ठेवला.

आतमधून लांब होS होS, होS होS असा आवाज कानावर पडला.

मी थांबूनच होतो.

खांद्यावरील बॅग खाली ठेवून रुमालाने चेहरा साफ केला. पण अजून कोणी आतून आलेच नव्हते.

पुन्हा घंटीवर हात ठेवला. घंटी लांबपर्यंत दाबून ठेवली आणि वाट बघत राहिलो.

टिंगटोन.

दार उघडले.

पदराने आपला चेहरा, डोक्यावरच्या घाम व गळा पुसत आई, समोर उभी होती. ती तिचे पाणावलेले डोळे पुसूनच समोर आली होती, असा भास होत होता. चेहरा अजूनही भावशून्य वाटत होता.

या आधी आई कधीही समोर आली, तर ती पदराने आधी माझा चेहरा पुसायची, केसांतून हात फिरवायची, “किती दिवसांनी दिसलास माझ्या काश्या?” असे बोलत आपल्या मिठीत घ्यायची. पण आज असे काही घडले नाही. माझे मन अजूनही त्याच अपेक्षेत होते. पण अपेक्षा पूर्ण झाली नाही.

‘ये आत, हात-पाय धु... नाहीतर आंघोळ करून घे.’

मनात एक वेगळीच भीती भरत होती. काय? कसे? कुठून? काहीच कळत नव्हते.

आईचे रूप पाहून ‘काय विचारावे,’ अशी हिम्मतही होत नव्हती.

फ्रेश होऊन घरात बसलो. बहिणीने जेवण दिले. थोड्याच वेळात संजू घरी आला. बारावीची, गणिताची ट्युशन क्लास करून आला होता. कुणीही काही बोलत नव्हते. मला गुदमरल्यासारखे होऊ लागले.

एरवी घरी वाजणारा ‘विविध-भारती’ आज एकदम शांत होता आणि घरच्या बीपीएल-इंडिया टीव्हीचे शटर काही दिवसापासून बंद असावे, असे वाटत होते. कारण शटरवर

धूळ बसली होती, 'पप्पा अजून कसे आले नाही?' मीच कसा-बसा बोललो.

आई बोलली, 'आज कशी बापाची आठवण आली रे? नाहीतर तोंड नाही उघडत.... बापासाठी.'

मी बोललो, 'सहजच, एवढी चिडून कायले राहिली व?'

ताई बोलली, 'आधी तू, संजू आणि आई तुम्ही जेवून घ्या, मग बोलू.'

मी चिडलो, 'इथे आधी-मग बोलण्यासारखे काय आहे?'

तशीच संजूने मला मिठी मारली, 'भैया, पहिले आईले जेवू दे ना, तशीही आजकाल पहिले सारखी जेवून नाही राहिली.'

मी: आई, तू जेवण कर. आलो तेव्हापासून चांगली बोलून बी नाही रायलीस. काय झालं व? कोणी काही सांगून बी नाही राहिला. साला, घर हो का सस्पेन्स पिक्चर? समजून बी नाही राहिला.

मी पाय आपटतच रेडिओकडे गेलो. रेडिओ सुरू केला.

रेडिओवर कमल शर्माचा आवाज कानावर पडली.... थोडे हायसे वाटले. पण मन अजूनही गुदमरतच होते.

बहिणीच्या सांगण्यावरून, आईच्या बाजूला बसलो आणि तिला एक-दोन घास भरवले. तिनेही एक घास माझ्या तोंडात टाकला. जीवाला थोडे बरे वाटले.

जेवण झाले होते.

पहिल्यांदाच घरी हिटलरची अनुपस्थिती चावल्यासारखी वाटत होती.

मागच्या अंगणात आम्ही सर्व जमलो होतो. आकाशात छोटा चंद्र आणि काही चांदण्या आम्हाला पाहत होत्या. वारा थोडा गारच होता. पण घरातील वातावरण आताही थोडे गरम वाटत होते.

मी: पप्पा कुठे आहेत, संजू? ऑफिसमधून लवकर नाही येत का? आणि पत्रात काय सांगायचा प्रयत्न केलास? सांग, यार. मले काही वेगळाच वाटून राहिला. तू काही सांगशील का?

संजू, ताई, आई एकाएकी रडू लागल्या.

मी, आईचे डोळे पुसू लागलो, 'काय झाले आहे? कोठी आहेत पप्पा? कायले रडतेस?'

आई, अजूनही रडत होती. रडता रडता बोलू लागली, 'कसे होईल तुम्हा सर्वांचे? कसे कराल?' म्हणता म्हणता तिने मला आणि संजूला ओढले. ताई पण हुंदके देऊ लागली.

संजू रडकुंड्या आवाजात बोलला, 'काहीही होणार नाही. सब बेस होईल. माझा भैय्या आहे, तो पाहून घेईल. तो सब ठीक करेल.'

गी: अरे पण झाले काय?

ताई: पप्पांनी संसारिक जीवनातून संन्यास घेतला. ते आपल्या गुरुसोबत आश्रमात गेले. त्यांनी नोकरीही सोडली. बोलता-बोलता ताई रडू लागली. आता कसे होईल रे? घर कसे चालेल? शिक्षण कसे होईल?

संजू: आपण सर्व मिळून करून ना व. सब बरोबर होईल. एक वेळ भैय्याले नोकरी लागली का, मग सर्व व्यवस्थित होईल. भैया किती हुशार आहे... टॉपर आहे. बढीया नोकरी लागेल.

मी: हिटलरला कुणी समजावले नाही का रे?

ताई (आश्चर्याने): हिटलर. ती अजूनही पप्पाबद्दल काही ऐकू शकत नव्हती

मी: नाहीतर का व? तो म्हणेल तर उठा, तो म्हणेल तर झोपा. तो म्हणेल तर पूर्व, तो म्हणेल तर पश्चिम. तो म्हणेल तर बीएससी करा. साला इंजिनिअरिंग करावाचा होता, मले. आता अर्ध्यात सोडून गेला, अजून कॉलेज करायचे आहे. कसे होईल सर्व?

आई: काही पैसे आहेत माझ्याकडे. तुझ्या बापाने दिले होते.

आई, कधी 'बाप' शब्द वापरत नव्हती. आज ती वारंवार वापरत होती.

तसाच संजू चवताळून उठला आणि बोलू लागला, 'आई, आता आपण भैय्याले पूर्ण शिकवून. मी बारावी झाली का, कामावर जाईन...काही पैसे येतील. तवरीक भैय्याले नोकरी लागून जाईल. मग तुझ्या सर्व तकलीफा सरतील.

मी: बह्या आहेस का संजू? तू लहान आहेस. तुझी शाळा आहे, कॉलेज करायचे आहे, रे.... शिक्षण महत्वाचे आहे.

संजू: मी तेवढा चांगला पण नाही आहे अभ्यासात. तू तर टॉपर आहेस. तुले नोकरी लागली तर घरचे नशीब बदलतील.

मी: पण तू नोकरी नाही करशील का? तुझे भविष्य कसे होईल?

संजू: तू आहेस ना भैय्या... मले काही चिंता नसे. माझा, तुझ्यावर पूर्ण विश्वास आणि आस्था आहे. आई-बापापेक्षाही जास्त. आधीपासून... लहानपणापासून.

एकाएकी तो रडून उठला आणि मला चिपकला. तो रडून पूर्ण भिजला होता. मी त्याला थोपटत होतो. मला एकाएकी मोठा असल्याचा भास होत होता. बापाचे पैसे उडवीन आणि त्याला अद्दल घडवीन, असा विचार बदलायला लागला होता. घर सांभाळून त्याला अद्दल घडवीन, असे वाटू लागले होते आणि संजू आम्हा सर्वांपेक्षा मोठा दिसत होता.

मी: आई, मी करीन सर्व ठीक.

म्हणत तिला धाडस देत होतो आणि ताईलाही, पण मला माझीच हिम्मत कमी वाटत होती.

दुसऱ्या दिवशी सकाळी उठून पेपर चाळत होतो. दारावर घंटी वाजली.

दार उघडले. समोर माझी आजी म्हणजे माँ आणि दादाजी म्हणजे आजोबा आले होते. तिला बघताच मी रडू लागलो. काल रात्रीपासून साठवून ठेवलेले अश्रू बाहेर आले.

दादाजी: कुछ नही होता बेटा. मैं हूँ ना रे?

ते माझ्या पाठीवर थोपटत होते.

तशीच माँ जोरात ओरडली, ‘पार्वता...व...पार्वता, कोठी आहेस व?’

आई, पदर सांभाळीत आली. पाय धुवायला पाणी व पुसायला टॉवेल दिले. तशीच ती ‘माँ’ ला कवटाळून चिपकली.

‘पार्वता, रडू नकोस.’ तीही रडत होती. माझा चेहरा केविलवाणा झाला होता. पण दादाजी समजाईश देत होते.

माँ: सब मिरून-मिसळून करून.

दादाजी: हां बेटा, सब ठीक करेंगे.

तशीच 'माँ' माझ्याकडे बघत, माझ्या डोक्यावर हात फिरवत बोलली, 'माझा गजू समजदार आहे... हुशार आहे. लवकर साहेब बनल अन तूया तकलीफा दूर करल.'

माझी माँ, माझ्याकडे आणि आईकडे पाहून माझ्यावतीने माझ्याच आईला सांत्वन देत होती. 'गजू समजदार आहे,' वारंवार बोलत होती.

माँ, माझी हिम्मत वाढवता-वाढवता, मला मोठा बनवायचा प्रयत्न करत होती.

पण या सर्व गोष्टींमध्ये मला, संजू माझ्यापेक्षा मोठा दिसत होता... मोठा भासत होता. दादाजी संजूच्या पाठीवर हात ठेवून उभे होते.

21. नागपूर हॉस्टेल

मी कॉलेजमध्ये प्रत्येक वर्षी सर्वाधिक गुण घेऊन उत्तीर्ण होऊ लागलो होतो. माझे प्रत्येक वर्षीचे वाढते गुण बघून घरच्या लोकांच्या अपेक्षा व आकांक्षा दोन्ही उंचावू लागल्या होत्या, जे साहजिकच होते.

संजू बारावीत 90% घेऊन उत्तीर्ण झाला. घरी पुनः प्रश्न पडला की कॉलेज कोण शिकणार- गजू की संजू?

संजूचा ठाम निर्णय होता की भैय्या कॉलेज शिकणार आणि तो शेतीकडे व इतर कामांकडे लक्ष देऊन, माझे कॉलेज पूर्ण करणार. त्याचे एकच ब्रीदवाक्य होते की 'भैय्याला नोकरी लागली म्हणजे घरचे सर्व प्रॉब्लेम संपतील.'

आईही माझ्या शिक्षणावर जास्त भर देत होती. कदाचित मला लवकर नोकरी लागेल असा तिला विश्वास होता किंवा संजूला कॉलेज संपवून नोकरीपर्यंत पोहोचण्यास अधिकच वेळ

लागणार, असे तिला वाटत होते आणि याच्यात कुणालाही शंका नव्हती.

मी नागपूर विद्यापीठात एमएससी (केमिस्ट्री)साठी दाखल झालो म्हणजे पदवीत्तर होणार होतो...पोस्ट-ग्रॅज्युएट होणार होतो. एकदा एमएससी झाल्यावर नेट-सेट देणार आणि कॉलेजमध्ये लेक्चरर होणार किंवा दुसरी कुठलीतरी नोकरी शोधणार.

आईची स्वप्ने, संजूने स्वप्नात भरलेले रंग, ताईची आस्था- आणि त्या सर्वांच्या स्वप्नांचा आराखडा मी आखणार होतो.

आम्हा सर्वांच्या दिमाखात एकच स्वप्न होते. एकदा नोकरी लागली की सर्व त्रास मिटणार.

नागपूरच्या 'लॉ-कॉलेज' चौकात, नागपूर विद्यापीठ वस्तीगृहात मला रूम मिळाली.

तशीही मला होस्टेलची सवय आधीपासूनच होती. लहानपणापासून नवोदय विद्यालयानंतर कामठीमध्ये कॉलेज, खरं पाहिलं तर वयाच्या पहिल्या वर्षापासूनच.

होस्टेलचा पहिलाच दिवस होता. पदवीत्तर होस्टेल आणि शाळेच्या हॉस्टेलमध्ये खूप फरक होता. माझे हॉस्टेल म्हणजे नागपूर विद्यापीठ पदवीत्तर वसतिगृह म्हणजे 'नागपूर युनिव्हर्सिटी मेन्स होस्टेल.' रविनगर आणि लॉ-कॉलेजच्या मधात, एकदम नॅशनल हायवे नंबर ६ वर कलकत्ता-धुळे राष्ट्रीय महामार्गावर आमचे होस्टेल होते.

महामार्गालगत होस्टेलचे द्वार. कधीतरी डांबरीकरण झालेले. उजव्या हातावर विद्यापीठाचे एमबीए कॉलेज तर डाव्या हातावर बीपीएड व एमपीएडचे कॉलेज.

होस्टेल हे सहा ब्लॉकमध्ये विभागलेले होते. एका ब्लॉकमध्ये चोवीस रूम्स किंवा खोल्या. होस्टेल गेटच्या दिशेने बघितले तर डाव्या बाजूला एक ते तीन ब्लॉक आणि उजव्या बाजूला ब्लॉक चार ते सहा. तीन आणि चारच्या मधात एकच मेस... 'मिश्रा मेस.'

'मिश्रा मेस' नामकरण झाले कारण मिश्रा नावाच्या व्यक्तीने तिथे कॉन्ट्रॅक्ट मिळवले होते. नाव सार्थही ठरत होतं कारण तो सर्व भाज्या मिश्रण करून बनवायचा.

मेसला लागूनच एक छोटीशी लॉन्ड्री, हरीभाऊ चालवायचा आणि सोबतीला 'लाला' नावाचा एक इसम.

एक वर्तुळच तयार झाले होते, ब्लॉक एक ते सहाच्या दरम्यान. ब्लॉक एक आणि ब्लॉक सहा अगदी आमोरासमोर होते.

मेसच्या वर एक मोठे टीव्ही हॉल. हॉलचा उपयोग कधी टीव्ही बघण्यासाठी तर कधी कुठलीतरी सभा आयोजित करण्यासाठी व्हायचा. सभा म्हणजे कॉलेज होस्टेलच्या विद्यार्थ्यांच्या समस्येबद्दल कधी झाल्याचे आठवत नाही पण राजकीय सभा नक्कीच व्हायच्या.

कुठल्याही पक्षाचे, राजकीय सभेचे धोरण असो, त्या क्षणी त्यांची धोरणे ऐकण्याची आणि ती कार्यान्वित करण्याची जबाबदारी मात्र होस्टेलच्या विद्यार्थ्यांवर होती. मुख्य म्हणजे जूनियर विद्यार्थ्यांवर.

पहिला दिवस संपला.

संध्याकाळ होऊ लागली होती. तशीच दारावर कुणीतरी दस्तक दिली... धडधड.

पुष्पेय

मी आणि माझा रूम पार्टनर एकदम दचकून उठलो. एक लांबलचक, बारकासा मुलगा आणि सोबतीला एक धाडधिप्पाड पण टकला मुलगा, दारावर उभा होता.

टकला एकदम गप्प होता. पण डोळे मोठे करून आमच्याकडे बघत होता.

तसाच बारका ओरडला, 'अबे! हॉस्टेल में ज्युनियर हो ना?'

माझा पार्टनर उत्तरला, 'हो भाऊ.'

तसाच बारका ओरडला, 'अबे! यहाँ भाऊ-भाऊ कुछ नहीं होता, यहाँ पर सिर्फ 'सर' बोलने का...'

मी: ओके.

जसेच मी 'ओके' म्हटले, तसाच टकला आम्हां दोघांना गारगूर बघू लागला.

बारका: रात में नऊ बजे रूम नंबर सतरा में पहुंच जाना.

सतरा म्हणजे 'खतरा' भासू लागली होती. रूम नंबर सतरा म्हणजे आमच्या ब्लॉकच्या वरच्या बाजूला.

पार्टनर: कशासाठी सर?

तसाच बारका चिढला, 'सीनियर से बहस करता हैं?'

मी घाबरलो... 'हां सर. हम लोग आ जायेंगे.'

एकाएकी मला नायडूची आठवण आली. नायडू, सोबत असता तर कुणीही असे बोलू शकले नसते. आम्हां दोघांना धास्ती भरली होती. तसेच ते दोघेही आमचे दार आपटून निघून गेले... कदाचित आमच्यासारखे नवीन बकरे शोधण्यासाठी.

संध्याकाळ होताच आमची धुकधुकी वाढू लागली.

रॅगिंग होईल? कशी होईल? काय सांगतील? काय करावे लागणार? मनात अशीच बरीच उलाढाल होऊ लागली होती. माझ्यापेक्षा माझा रूम पार्टनर जास्त परेशान दिसत होता.

तो मलाच दिलासा देऊ लागला, 'तुले काय होईल बे? तुले हॉस्टेलचा अनुभव सगळ्यात जास्त आहे, तूच आमची रॅगिंग घेऊ शकतो.'

त्याचे बोलणे थोडे धाडस वाढवत होते. पण मला व माझ्या मनालाच ठाऊक होते की नवोदयचे हॉस्टेल आणि या हॉस्टेलमध्ये खूप जास्त अंतर आहे.

रात्र झाली. कसे-बसे जेवण आटोपले होते. मिश्राची मेस म्हणजे मैदामिश्रित पोळी- दिसायला एकदम पांढरी शुभ्र, वरून गव्हाचे पीठ चिपकवल्यासारखे. कोणीतरी बोलत होता, 'पोळी झटकजो नको, नाहीतर पुरी कणिक निंघून जाईल आणि मैदा-मैदा वाचल.'

बोलणाऱ्याची भाषा व शैली ओळखीची वाटली, म्हणून वळून पाहिले पण चेहरा अनोळखीच होता. भाषेमुळे थोडी आपुलकी वाढली होती. माझ्या मनात वाटले भंडारा, मोहाडी, गोंदिया, तुमसर, खैरी याच पट्टीतील मुलगा असावा.

जेवण संपले. हिम्मत वाढवून त्याच्याशी बोलणे सुरू केले, 'भाऊ! तुमचा गाव कोणता?'

'साले जूनियर हो क्या, तुम लोग? भाऊ नहीं बोलणे का? सीधा 'सर'... समझें?'

त्याने पुन्हा प्रश्न केला, 'कोणत्या ब्लॉकमध्ये राहतेस रे?'

मी 'ब्लॉक नंबर वन' म्हणालो.

'ब्लॉक एकमध्ये खूप रॅगिंग होते बे... बहुत फाडतील बे तुमची.' असे बोलून तो निघून गेला.

आम्हा दोघांना पुन्हा जोराची धास्ती भरली. आम्ही भाषेच्या प्रेमात एक हात शोधण्याचा प्रयत्न केला होता, पण झाले उलट. त्याने आमचीच हिम्मत संपवली होती.

तो पुन्हा परत आला आणि माझे नाव विचारले.

मी: गजानन आणि हा माझा पार्टनर सदानंद.

तसाच तो जोरात हसला, 'तुझा तसा सप्पा आनंद जायल बे... सदानंद.'

बोलता-बोलता तो जोरात हसू लागला आणि त्याने ताकीद दिली, 'झाडीपट्टीची भाषा बोलतेस म्हणून सांगतो, तुम्ही लोक रूम नंबर सतरावाल्यापासून सांभाळून रायजा. तेथी खूप रॅगिंग होते.'

'ताकीद होती की भीती भरवणे,' कळलेच नाही. त्याचे शब्द 'बहुत फाडतील- बहुत फाडतील' कानावर गुंजू लागले.

आम्ही हळूहळू तिथून पसार होण्याचा प्रयत्न करत होतो. तसाच अचानक पुन्हा ओरडला, 'ब्लॉक तीनमध्ये ये जा बे, जेवण झाल्यावर. रूम नंबर पन्नास.'

सदानंद माझ्यावर रागावू लागला की माझ्यामुळे आता दुसऱ्या ब्लॉकमध्येही रॅगिंग होईल.

'आमचे भारी मन आणि नैराश्ययुक्त तन घेऊन' आम्ही रूमवर पोहोचलो. बसून काही पेन-पेन्सिल बघत होतो. तसेच दारावर धडधड-धडधड असा आवाज आला, 'लवकर पोहोचा

रेऽऽ रूम नंबर सतरामध्ये.' नुकतेच सुस्तावलेले हृदय पुन्हा धडधड होऊ लागले. आम्ही रूम नंबर सतरामध्ये पोहोचलो.

'च्यायला आमच्यासारखे लई बकरे होते. थोडे बरे वाटले. वाटले... सर्व भार माझ्या एकट्यावर नसणार. भार वाटला जाईल. तशीच कुठलातरी आवाज कानात वाऱ्यासारखा स्पर्श करून निघून गेला, 'भैय्या, घरचा पुरा भार मी पाहून घेईन. तू फक्त अभ्यास कर आणि लवकर नोकरीवर लाग.'

आवाज संजूचा होता.

तसेच कुणीतरी कानाजवळ येऊन ओरडले, 'कहाँ पे ध्यान हैं रे तेरा?'

आवाज असा होता की वाटले कुणीतरी कानपटात शेकून गेले.

'सर-सर' म्हणत मी आपली हजेरी लावली. सर्वांची नावे विचारली गेली. मी 'गजानन शंकर राघोर्ते.'

एक सीनियर ओरडला, 'शंकर' तुझा पोरगा हो का बे?'

मी: नाही.... वडील.

'त बापाचा नाव कसा घेऊन रायलास रे?'

'कसा नाव घेऊ रे?' मी मनातच पुटपुटलो.

'भडवेहो! बापाचा नाव बरोबर घेत जा.' सर्वांकडे बघत बोलला

"गजानन शंकरराव राघोर्ते."

मी 'हो' म्हणालो. पण माझे मन म्हणत होते, 'का घेऊ रे त्याचे नाव बरोबर? तो सोडून गेला आम्हाला.'

आमचे नाव, गाव, पत्ता विचारले गेले. तेवढ्यात मोठी दाढी-मिशी असलेला एक सीनियरही आला. सर्व उभे झाले. रॅगिंग घेणारे सीनियरही. तसाच तो जोरात ओरडला, 'इनकी प्रेयर हुई क्या?'

'नाही सर... अभी नहीं हुई' कुठलातरी एक सीनियर उत्तरला.

'लगता हैं तुम लोगों का भी एक सेशन लेना पडेगा मेरे को?' तो सीनियर कदाचित पीएचडी करत असावा.

'नहीं सर... अभी करते हैं' म्हणत एक सीनियर उभा झाला आणि सर्व ज्युनिअरला हात समोर करायला सांगून प्रतिज्ञा म्हणू लागला. आम्ही त्यांच्या मागे मागे म्हणत होतो.

"मैं अत्ता हूँ ना पत्ता हूँ, कॅम्पस की धरती का खलबत्ता हूँ... मैं आने वाले दो साल तक, अपने सीनियर की जी हुजूरी करुंगा. यदि इस दौरान कुछ गलती हुई, तो उनकी मजुरी करूँगा. जय कॅम्पस... जय कॅम्पस... जय कॅम्पस."

सोबतीला दोन-तीन शिव्या पण घातलेल्या होत्या. एक नवीनच प्रार्थना ऐकायला मिळाली होती, जी आम्हाला दररोज करावी लागणार होती.

22. कॉलेज कॅम्पस

आज कॉलेजचा पहिलाच दिवस होता.

काल रॅगिंगमध्ये परिचय झालेल बॅचमेंट्स व रागाने बघणारे सीनियर्स एकाच बसमध्ये होतो. सीनियर सर्व स्मित करून बघत होते. तर आम्ही ज्युनियर्स लाजरीच्या पानासारखे स्वतःमध्ये घुसमटत, त्यांना न बघितल्यासारखे करत होतो.

आम्ही सर्व एकाच बसमध्ये होतो- होस्टेलपासून कॉलेजकडे जाणारी बस 'लॉ कॉलेज' चौकातून पकडली होती. बस

रवीनगर चौकातून पुढे भरतनगरला पार करत, एका छोट्या पहाडीसारख्या उंच भागात चढू लागली. एक नवीन अनुभव होता, समोर काय असेल ही एक जिज्ञासा होती? बस वर चढली. तिकडे एक चौक दिसू लागला. डावीकडे अंबाझरी लेक, उजवीकडे वायुसेना नगर, समोर 'वाडी' नावाचे गाव, नागपूरच्या पुढच.

बसने कॅम्पसच्या गेटमधून प्रवेश केला.

आमच्या कॉलेजच्या परिसराला 'कॅम्पस' हे नाव दिलेले होते. तिथे सर्व विषयाचे पदव्युत्तर विभाग वेगवगेळ्या इमारतीत बांधलेले होते. आतमध्ये एका विशिष्ट अंतरावर छोटे-छोटे बसस्थानक होते.

आम्ही उतरलो. सरळ दिशेला बघितले. खूप मोठा कॅम्पस, हिरव्या झाडांनी गच्च भरलेला.

किल्ल्यासारखी एक बिल्डिंग दिसली 'डिपार्टमेंट ऑफ फार्मसी.' समोर काही अंतरावर 'डिपार्टमेंट ऑफ बॉटनी,' बाजूला 'डिपार्टमेंट ऑफ झुलॉजी.' च्यायला एक इमारत म्हणजेच एक डिपार्टमेंट. प्रत्येक विभाग एका स्वतंत्र कॉलेजसारखा. समोर 'डिपार्टमेंट ऑफ फिजिक्स' आणि त्या बाजूला 'डिपार्टमेंट ऑफ केमिस्ट्री' म्हणजे आमचा विभाग.

बघताच क्षणी मनात विचार आला- 'किती मोठा डिपार्टमेंट आहे? तोही फक्त केमिस्ट्रीचा. मी इथे शिकणार.' स्वतःबद्दल एक अभिमान वाटू लागला पण थोड्याच वेळात इंजिनियर न बनू शकल्याची खंत कुठून तरी उफाळून आली.

पुन्हा दुसरा विचार फिरू लागला, 'जर संजू माझी फी नाही भरू शकला, तर काय होईल?' नंतर मन बोलले काहीतरी होईलच, बघू.

मला इथे शिकायचेच आहे, 'साला! सर्वात पहिले ॲडमिशन माझी झाली होती म्हणजे सर्वात जास्त मार्क माझेच होते, इथे ॲडमिशन घेणाऱ्यांमध्ये. म्हणजे मी इथे शिकणारच कसेही करून. मी इथे आलो आहे, तेही कामठीसारख्या कॉलेजमधून... आता मले कोणी रोखू शकणार नाही.'

अचानक हिटलर डोळ्यासमोर उभा राहिला. मनाच्या दारावर ठक-ठक असा आवाज झाला. पण आज मला हिटलरचा नेहमीसारखा राग नाही आला. थोडेसे प्रेम भासल्यासारखे वाटले.

'का झाला बे मले? साला, काऊन आठवण येऊन राहिली... हिटलरची? साला, पैशाच्या मामला त नव्हे ना? पण आज राग नाही आला का? का आम्हा सर्वांना सोडून गेला हवेवर- माझा कॉलेज, संजूची शाळा, ताईचे लग्न? पण तरीही आज राग नाही आला.

अचानक गेटवर पोहोचलो. माझ्यासारखे बाकी विद्यार्थी पण आले होते. आम्ही चार-पाच हॉस्टेलवाले आणि सात-आठ नागपूरची मुले आणि बाकी सर्व मुली होत्या. मुली श्रीमंत घरातील वाटत होत्या. मस्त सजल्या होत्या आणि 'भको-भको' इंग्रजी बोलत होत्या.

मोहाडीपेक्षा कामठी सरस होते जीवनशैलीच्या विभागात. कामठीत ताळमेळ जुळवला होता पण नागपूर जास्त सरस वाटत होते कामठीपेक्षा. जीवनशैलीच्या विभागात, बोलण्याच्या विभागात, वागण्याच्या विभागात, सुंदरतेच्या विभागात. आता इथेही ताळमेळ बसवायचे होते.

एमएससी फर्स्ट इयरचा वर्ग आतमध्ये उजव्या हातावरच होता. एका पाटीवर दिशा दर्शवली होती आणि नोटीस बोर्डवरही रूमनंबर लिहून ठेवले होते.

वर्ग म्हणजे कुठल्यातरी पिक्चरमध्ये बघितल्यासारखा दिसत होता. फिक्स केलेली बाके व समोर लिहिण्यासाठी टेबलही फिक्सच होते. सर्वात मागचे बाक म्हणजे सर्वात उंचावर बसवलेले आणि समोरचे खालच्या दिशेने वाकलेले- उतरत्या क्रमात. जेणेकरून शिक्षक फळ्यापाशी उभे राहून शिकविताना सर्वांना दिसू शकेल.

पहिल्या दिवशी सर्व लेक्चरर व प्रोफेसर यांनी परिचय मेळावाच घेतला. वर्षभरात कशी वाटचाल करावी, शिकवणी व प्रायोगिक वर्ग कोठे होणार, याची माहिती दिली. सोबतच हे कॉलेज नसून विद्यापीठातील एक स्वतंत्र रसायनविभाग आहे, हे समजवण्याचा प्रयत्न केला.

आज फक्त तीनच तास झाले होते. आम्ही, आमच्या विभागातील सर्व प्रोफेसर किती उंचीवर पोहोचले आहेत व यांच्या सानिध्यात आमचे काहीतरी भलेच होईल, अशी चर्चा करत बाहेर पडलो.

गेटच्या समोर आलो. वर्गातील काही मुलींसोबत 'हाय-हॅलो' झाले. आम्ही होस्टेलला जाण्यासाठी बस पकडण्याचा बेतात, बस स्थानकाकडे वळलो. तसेच पाच-सहा विद्यार्थी ज्यांचा आत्मविश्वास खूप जास्त दिसत होता ते सर्व आमच्यासमोर आले. ते सर्व सीनियर विद्यार्थी वाटत होते.

एक बोलला, 'हेलो जूनियर्सss, क्या रे सीनियर से मिलने का भी नहीं क्या?'

आम्ही सर्व थोडे दचकलो होतो. आमच्यासोबत असलेली एक मुलगी, आमच्यापेक्षा जास्त आत्मविश्वास बाळगलेली बोलू लागली, 'मी नागपूरची प्रॉपर आहे, कोई होस्टेलवाली नहीं, जो तुमसे डर जाऊंगी?'

मी विचार करू लागलो, 'साला होस्टेलवाले म्हणजे का बे... मंदिराचा घंटा का? कुणीही वाजवेल का?

मला तिचा खूप राग आला. ज्या होस्टेलबद्दल अजून काही आपुलकी निर्माण झालेली नव्हती, ती एकाएकी निर्माण होऊ लागली. स्वतःला काय समजते बे ही? मी स्वतःशीच बडबडलो.

तसाच तो सीनियर डरकावला, 'मैं भी कौनसा दिल्ली का हैं? चलो मॅडम, अच्छे से रहना हैं डिपार्टमेंट में... तो सीनियर के हिसाब से चलना होगा.'

ती बोलली, 'मेरे को ऐसे डोज मत दो. मैं डरती नहीं हुं, होस्टेलवाली नहीं हुं.'

तो बोलला, 'डरा कौन रहा हैं आपको? और जब डर ही नहीं तो हिम्मत से आगे आने का ना.'

साला, ह्या बाईले का प्रॉब्लेम आहे बे, हॉस्टेलवाल्या संगा? स्वतःले का समजते रे आणि होस्टेलवाल्यांना का समजते रे? स्वतःशीच पुन्हा बडबड करू लागलो.

तसाच मी बोललो, 'चलिए सर, कहाँ चलना हैं और क्या बात करना हैं?'

तो मला बोलू लागला, 'तू हिरो हैं क्या बे, बॅच का? कहाँ मिलना हैं पूछ रहा हैं. निकालू क्या रे तेरी हिरोगिरी?'

मी: सर, ओळख करून घ्यायची म्हणाला होतात ना तुम्ही?

वातावरण थोडे शिथिल झाले होते आणि आम्ही सर्व एका झाडाखाली उभे होतो. सीनियर मुले-मुली झाडाच्या बुंध्यापाशी बसले होते. होस्टेलमधली रॅगिंग पाहिली होती तर इथले रॅगिंगवाले थोडे सभ्य वाटत होते. तसेच हॉस्टेलवाले माझे

बॅचमेंट्स इथे जास्त कॉन्फिडंट दिसत होते, या कॅम्पसच्या रॅगिंगसाठी... नागपूरच्या लोकल मुला-मुलींपेक्षा.

हळूहळू कॉलेज आणि होस्टेलच्या रुटीनमध्ये ताळमेळ जमू लागला होता. कॉलेज अभ्यासाचे कमी तर मस्तीचे ठिकाण जास्त वाटू लागले होते आणि होस्टेल रॅगिंगचे कमी तर लोकांशी ओळख करण्याचे ट्रेनिंग सेंटर वाटू लागले होते.

कॉलेजमध्ये सर्व चेहरे ओळखीचे वाटू लागले आणि आम्ही प्रथम क्षणी बघताच एकामेंकांना स्मित-हास्य पुरवू लागलो.

आता शनिवारी कॉलेजला बंक करणे, कॉलेज टपरीवर चहा पिणे आणि नवीन पिक्चर बघणे हा व्यासंग सुरु झाला होता. यासाठी कधी आशीर्वाद टॉकीज, कधी जयश्री टॉकीज, तर कधी स्मृती टॉकीज अशी परिक्रमा सर्व मित्र-मैत्रिणीच्या 'खी-खी... खा-खा' करणाऱ्या घोळक्यात करू लागलो होतो.

सायंकाळी होस्टेलच्या मित्रांसोबत धरमपेठ फिरणे आणि रात्री तुफान रॅगिंगचा सामना करत होतो. आता ही रॅगिंग पण हवीहवीशी वाटू लागली होती कारण कधी कधी आमच्या बॅचचे काही विद्यार्थी रॅगिंगमध्ये चुका करायचे आणि मग त्यांना वेगवेगळी टास्क दिली जायची व आम्ही काही मुले त्यांना फक्त बघत आनंद उपभोगत होतो.

या मस्तीच्या माहोलमध्ये खूपदा आई, बहीण, संजू मला आठवायचेच नाहीत. कधी आठवलेही तर, त्याचे श्रेय मिश्रा मेसला जास्त जायचे तर कधी खाली झालेल्या माझ्या पॅन्टच्या खिशाला.

हिटलरचे पैसे उडविण्याची पैज तर संपली होती पण पैसे उडविण्यासाठी धरलेले व्यासंग संपले नव्हते. फक्त पैसे

संपायचे आहेत ही बानी नव्हती पण पैसे वाचवण्याची सवय उरली नव्हती.

23. भगतसिंगांचे भूत

असाच एक शनिवार उजाडला होता. सकाळ ते सायंकाळपर्यंत काही विशेष फरकच नव्हता. एका रात्री मिश्रा मेसमध्ये जेवण करत होतो. डीडी वन चॅनेलवर पिक्चरची गाजलेली गाणी सुरू होती. ***'प्यार तो होना ही था'*** ह्या पिक्चर मधला 'अजय देवगन-काजोल' अभिनित ***'जब दिल किसी की तरफ झुकने लगे'*** हा गाना सुरू होता. होस्टेलच्या मेसमधली सर्व आमच्यासारखी मध्यमवर्गीय मुले ज्यांना नागपूर शहरातील मुली भाव देत नव्हत्या. अशा बहुतेक सर्वजणांना सावळी सुंदर 'काजोल'वर क्रश होता आणि सर्वांना त्यांचा स्वतःचा चेहरा सर्वसामान्यासारखा दिसणाऱ्या 'अजय देवगन' सारखाच वाटायचा, कदाचित. म्हणूनच ती दोघेही आम्हाला जवळची वाटायची. आम्ही सर्व तल्लीन होऊन मिश्रा मेसची मैदाजनित पोळी चावता-चावता मन लावून गाणं पाहत होतो. गाणं संपायला आलं होत. सरते शेवटी **'कुमार सानूचा'** आलाप असलेली व बॅकग्राऊंड मध्ये चालणारी ओळ 'प्यार तो होना ही था' वाजणार होती, तशीच आम्हा सर्वांच्या ओठातून जोरात फुटले **'प्यार तो होना ही था.'**

सर्वच आश्चर्याने एकमेकांकडे बघून स्मित हास्य करू लागले व सर्वांना भासले की काजोलसाठी खूपच जास्तच स्पर्धा आहे. सर्वांना खुश बघून मेसवाला मिश्रा आपला माठासारखा मोठा पोट हलवत, दाढीवर हात फिरवत आला, "सब्जी, तो अच्छी हैं ना सर" त्याने विचारले.

आम्ही सर्व अंतःकरणातून खूप खूश होतो आणि कदाचित मिश्राही, कारण एरवी न आवडणारी मिश्रा मेसची भाजी, 'अच्छी हैं' म्हणून आम्ही बहुतांश लोकांनी फीडबॅक दिला

होता. त्या काळात संपूर्ण होस्टेलमध्ये 'मिश्रा' हा एकमेव इसम होता, जो आम्हा ज्युनियर पोरांना पण ‘सर’ म्हणायचा, जे आम्हाला सुखावून जात होते.

जेवण संपणार होते, तसेच दोन सीनियर्स स्लीपर्सच्या ‘चाप-चाप’ आवाज करत आले. आम्हाला मोठे-मोठे डोळे करत बोलली, 'जुनियर्स, जल्दी खाओ बे और मेस के ऊपरवाले टीव्ही हॉल में पहुँच जाओ.'

कदाचित, तसाच फर्मान संपूर्ण एक ते सहा ब्लॉकमध्ये, सर्व ज्युनिअर्ससाठी सोडला असावा. कारण टीव्ही हॉलमध्ये सर्व ज्युनिअर्स जमा झाले होते, पण टीव्ही बंद होता. समोर एक बॅनर लावला होता... 'पँथर संघटना' त्यावर शिवाजी महाराज, ज्योतिबा फुले, शाहू महाराज, बाबासाहेब आंबेडकर आणि कुठल्यातरी स्थानिक विद्यार्थी नेत्याचे फोटो लावले होते.

थोड्याच वेळात, एक सीनियर बाहेरून काही नेत्यांना घेऊन आला आणि त्यांचा थोडक्यात पात्र परिचय करून देऊ लागला. एक नेता उद्गारला, ‘मित्रांनो राज्य सरकारद्वारे एक कायदा प्रस्तावित केला जात आहे. ज्यामध्ये शेड्युल कास्टचे आरक्षण टक्केवारीत काही छेडछाड करण्याचा प्रयत्न करणार आहेत आणि हा प्रस्ताव येण्यापूर्वीच सरकारला आपली शक्ती दाखविण्याची गरज आहे. भारतीय संविधानाचे शिल्पकार डॉक्टर बाबासाहेब यांनी केलेल्या तरतुदीशी झालेली कुठलीही छेडछाड आम्ही सहन करणार नाही. आपण आंदोलन करू.’ असे बोलून तो सर्वांना प्रोत्साहित करू लागला होता, जेणेकरून विद्यार्थी सरकारविरुद्ध आंदोलनात सहभागी होऊ शकतील.

माझ्या डोक्यात काही विशेष घुसत नव्हते. मी स्वतःशीच बोललो, 'मी तर ओबीसी आहे. मला कशाला इथे राहण्याची गरज आहे?' असे विचार करताना माझ्या मित्राला मी

बोललो, ‘मन्या चलना बे... हा तर आपला नव्हे. हा ओबीसीचा नाही, एससीचा प्रॉब्लेम आहे.'

मन्या: थोड्या वेळाने जाऊ या... ऐकून घे.

तो मला शांत करून बसला.

मी: नाही न बे, टाइम वेस्ट होत आहे.

असे बोलता-बोलता मी तिथून निघण्याचा प्रयत्न करू लागलो. आणि जेमतेम तीन-चार पावले समोर टाकले होते.

तसाच तो नेता माझ्यावर खेकसला, 'काय राजा, कुठे चालला?'

मी बोललो, 'सर, मी ओबीसी आहे. इथे काय करू?'

नेता मला समजावू लागला, 'मूर्खा, आज हा एससी समाजाचा प्रश्न आहे. उद्या एसटीचा होईल, नंतर ओबीसीवरही येईल. पण तुम्ही ओबीसी कधी एकत्र होणार नाही. तुमचे आरक्षण आधीच कमी केलेले आहे, तरी तुम्ही गप्प बसले आहात. तुम्ही फक्त त्या पिवळ्या चड्डीच्या मागे फिरा.'

मी थोडा घाबरलो.

तसाच तो नेता पुन्हा जोरात बोलू लागला, 'उद्या सकाळी आपल्याला संपूर्ण नागपूर बंद करायचे आहे. सर्व ज्युनिअर आवर्जून उपस्थित राहतील.' आणि पुन्हा माझ्याकडे बघत बोलला, 'राजा, तू तर अवश्य दिसला पाहिजे.'

आमच्या ब्लॉकच्या सीनियरने त्याला भरोसा दिला की सर्व ज्युनिअर अवश्य हजर राहतील.

मन वेगळेच फडफडत होते. रात्रभर मी आणि मन्या त्याच विचारात होतो की बचाव कसा करता येईल, पण काही सुचत नव्हते.

रात्री बाराच्या सुमारास दारावर धडधड आवाज झाला. मन थोडे घाबरले. डोळे कुसकरत दार उघडले. दोन सिनिअर एक गंभीर मुद्रा घेऊन उभे होते. एक माझ्या डोळ्यात मोठे-मोठे करून डोळे मला बघत बोलला, 'कायको पंगा लेता हैं रे? चुपचाप आ जाना कल.'

तसाच दुसरा मला बोलला, 'तुझ्या कॉलेजला सुट्टी राहील ना, लेका. मजा करू दिवसभर.' हे थोडेसे ऐकायला बरे वाटले. स्वतःला सावरण्याचा प्रयत्न करत होतो.

दुसरा पुन्हा बोलू लागला, 'अबे, तू म्हणशील तर तुझ्या डिपार्टमेंटला पहिले बंद करू.'

'चला माझा कॉलेज बुडेल पण इतरांचाही बुडणार' हा विचार येताच, थोडे नुकसानभरपाई झाल्यासारखे वाटले.

मी: हो सर, उद्या चालेन सोबतच.

तसाच तो पुन्हा मोठे-मोठे डोळे करत आणि आवाज वर चढवीत पहिला उद्गारला, 'यदि कल मोर्चे में तू दिखा नहीं, तो तेरा होस्टेल में रहना दुभर कर दूँगा.' पुन्हा मनामध्ये चिंता घर करू लागली. कुठे निसटण्याचा मार्ग दिसत नव्हता. मनातही वजाबाकी सुरू होती. एक चांगल्याने सांगतो तर दुसरा धमकी देतो. अस्सल बाब काही वेगळी तर नाही ना? पण उपाय दुसरा काही दिसत नव्हता. 'आऊंगा सर' म्हणून आपला बचाव केला.

सकाळ उजळली.

आठ वाजताच्या सुमारास कुणीतरी दवंडी दिली, 'सगळे ज्युनिअर्स जल्दी नाश्ता-वाश्ता कर लो बे.'

आम्ही आपापल्या परीने चहा नाश्ता करून तयार झालो होतो की होस्टेलमध्ये एक मेटॅडोर पोहचली, ज्यावर 'पँथर संघटना' असा बॅनर लावला होता.

तीन-चार 'हिरो होंडा सीडी-100 डबल एस' मोटरसायकली पण उभ्या होत्या. प्रत्येक बाईकवर तीन विद्यार्थी बसले होते. सगळ्यांनी निळ्या टोप्या घातलेल्या होत्या. एक बाईकवर, काल रात्री मला टारगेट करणारा विद्यार्थी नेता, जो विद्यार्थ्यांच्या वयापेक्षा पाच-सहा वर्ष मोठा दिसत होता, हजर होता. मला तयार बघून बोलला, 'शाब्बास' आणि एक टोपी त्याने माझ्या डोक्यावर ठेवली, निळ्या रंगाची टोपी.

त्याने एक पर्ची माझ्या हातात दिली. या पर्चीमध्ये पाच-सहा नारे लिहिले होते, काही मोर्चातील लोकांना प्रोत्साहित करण्यासाठी होती. पण काही नारे तर शासनविरोधी होती.

नारे वाचताच पुन्हा हृदय धडधडू लागले, पण माझ्यासारखेच चाळीस-पन्नास विद्यार्थी डोक्यावर निळी टोपी घालून बसलेले होते. '*इतकी गर्दी आहे, मग मला घाबरण्याची गरज काय?*' असा विचार करून स्वतःला सांभाळले.

मन्याही हजर होता.

एकाएकी एक नारा आकाशी गुंजू लागला

'एक दोन तीन चार,

पँथर संघटनेचा जय-जयकार.'

'जय शिवाजी,

दोन जातीचे घर

जय ज्योतिबा,

जय भीम.'

'जय भीम'चा नारा गुंजताच सर्व आकाश मला छोटे वाटू लागले. त्या 'जय भीमच्या' नाऱ्यासोबत कार्यकर्त्यांचा उत्साह गगनात चढू लागला.

कार्यकर्त्यांचा उत्साह वाढत होता आणि आकाश छोटे वाटत होते. कार्यकर्ते आपल्या शक्तीनिशी 'जय-भीम'चा उद्‌घोष करू लागले होते. मी बघतच राहिलो कारण नेत्यासाठी किंवा पुढाऱ्यासाठी अशा प्रकारच्या उद्‌घोष मी ऐकला होता पण असे उत्स्फूर्त समर्पण कधीही, कुठल्याही नेत्यासाठी बघितले नव्हते. मी विचार करू लागलो खरंच ही समर्थक अस्सल आहेत आणि समोर मलाही एक दिशा दिसू लागली की काय असेल या माणसात ज्याला बघून त्याचे समर्थक इतक्या प्रेमाने, इतक्या उत्साहाने, इतक्या शक्तीने सामोरे जात आहेत... फक्त एका नाऱ्यावर. याच्या आधी मी असे समर्थक एवढ्या जवळून बघितले नव्हते, म्हणून थोडा आश्चर्यचकित होतो.

आम्ही आता कॅम्पसच्या गेटवर पोहोचलो. गेटवर कुणी थांबवले नाही कारण खूप मोठी गर्दी होती. तिथे जोराचा आवाज, उत्साह आणि ऊर्जा होती.

आतापर्यंत कोणतीही इच्छा न ठेवता इथपर्यंत आलेलो मी, आता 'एक दोन तीन चार, पँथर संघटनेचा जयजयकार' करू लागलो होतो.

मलाच स्वतःचे आश्चर्य वाटले कारण थोड्यावेळापूर्वी मी इथे येणारच नव्हतो, आणि आता यांच्यातला एक भाग बनून कामाला लागलो होतो.

मी होस्टेलच्या सीनियरला म्हणालो, 'सर, तुम्ही माझे डिपार्टमेंट बंद करा. बाकीचे आम्ही करू.'

कारण आतापर्यंत मला माझा अभ्यास बुडण्यापेक्षा दुसऱ्याचा अभ्यास जास्त होईल ही चिंता होती, ती संपली होती.

सीनियर बोलला, 'ठीक हैं, पहिले फिजिक्स को बंद करते हैं, उसके बाद तेरे डिपार्टमेंट जायेंगे और तुम लोग डिपार्टमेंट मत जाना नहीं तो तुम्हारे प्रॅक्टिकल के मार्क्स कम किये जायेंगे.'

मार्क्सबद्दल ऐकताच मी पुन्हा घाबरलो कारण मला मार्क कमी करायचे नव्हते. पुन्हा मन स्वतःमध्ये घुसमटू लागले कारण मला अजून क्लॅरिटी नव्हती की मला करायचे काय आहे?

आम्ही 'एक दो तीन चार पँथर संघटनेचा जयजयकार', 'असं कसं होत नाही झाल्याशिवाय राहत नाही' अशी वेगवेगळी नारे लावत, डिपार्टमेंटचे गेट जोरात बंद केले आणि ओरडू लागलो 'बंद करो-बंद करो, डिपार्टमेंट को बंद करो,' 'जो साथ नहीं आएगा, वो मिट्टी में मिल जाएगा...'

गर्दी बघून सर्व विद्यार्थी घाबरू लागले. त्यांच्यामध्ये काही होस्टेलचे चेहरेही दिसू लागले पण आम्ही अनोळखी सारखे त्यांच्यासमोर वावरू लागलो. नंतर त्यांनाही 'चलो हमारे साथ' बोललो. कदाचित त्यांनाही डिपार्टमेंट बंद करायची खुशी असेल, म्हणून ते लोक आमच्यासोबत जुळू लागले.

एवढ्यात सीनियरचा आवाज आला, 'केमिस्ट्री डिपार्टमेंट भी बंद हो गया.' छान वाटले.

असे करता-करता आम्ही कॅम्पसमधील सर्व डिपार्टमेंट्स बंद केले. आधी शंभरच्या जवळ असलेली गर्दी आता दोनशेपर्यंत पोहोचली होती.

आम्ही पुन्हा कॅम्पसच्या गेटवर आलो. तिथे दोन-चार गाड्या उभ्या झाल्या होत्या. आम्हाला हेही कळत नव्हते की हे सर्व कोण ऑर्गनाइज करत आहे, कारण हा आमच्यासाठी पहिलाच अनुभव होता.

गेटच्या समोर पुन्हा तोच नेता आला, ज्याने रात्री सर्व विद्यार्थ्यांना गोळा करून मोर्चाचा प्लॅन केला होता.

तो बोलू लागला, 'आपली शक्ती वाढत आहे. सरकारला आपला आवाज ऐकावाच लागेल. आपण आपल्या आरक्षणातील काहीही कमी स्वीकार करणार नाही. हा आमचा अधिकार आहे. दोन हजार वर्षे आम्हाला दाबून ठेवलं होतं, पुन्हा तोच प्रयत्न सुरू आहे. आम्ही हा प्रयत्न सफल होऊ देणार नाही.'

मला आधी कळलंच नाही की हे कोणत्या दोन हजार वर्षाबद्दल बोलत आहेत. कारण या आधी मी असल्या कुठल्याही संभाषणामध्ये सामील नव्हतो.

कामठीमध्ये आम्ही चर्चा करायचो पण हा कधी चर्चेत आलेल्या विषय नव्हता. मन विचार करत होते की खरंच दोन हजार वर्षांचा हा हिशेब असेल का? दोन हजार वर्षे कुणी कसं सहन केले असणार? दोन हजार वर्षे सगळे अत्याचारच करत होते का? कुणी सामाजिक न्याय मानणारा जन्माला आला नसेल का?

बरे असो. आजच्या परिस्थितीत आम्ही कुठल्यातरी अन्यायाविरूद्ध लढा पुकारला आहे, हे मात्र खरे होते. पण

ज्यांच्याविरुद्ध लढा करतोय, त्यांना जाणीव आहे की नाही... ह्या बद्दल काहीच ठाऊक नव्हते.

मी लढा देत होतो की सिनियरच्या भीतीने सैनिक बनलो होतो, ह्यातच खरे द्वंद सुरू होते? पण मी लढा देत होतो, कारण मोर्च्याने माझ्या अंगात काहीतरी ऊर्जा भरलेली होती. निळ्या रंगाची ऊर्जा मला जास्त आकर्षित करू लागली होती, कारण बाबासाहेबांच्या नावाचा निळा तुफान माझ्यासमोर उभा होता. बाबासाहेबांना मी मानावं की नाही याबद्दल विरोधाभास होता पण त्यांना नक्की वाचेन, हे मात्र खरे होते.

तिथून आम्ही नाऱ्याच्या गजरात मेटॅडोरमध्ये बसलो.

आता कॅम्पस बंद करून नागपूरच्या महाल परिसरात जाणार होतो. कारण हा भूभाग आमच्या नेत्याच्या हद्दीमध्ये होता. इथे मोर्चा उभारणे व कॉलेज बंद करण्याची जबाबदारी त्यांच्यावर सोपवण्यात आली होती. त्याला भविष्यात इथले नेतृत्व करायचे होते.

आम्ही 'भारत माता की जय, संविधान बचाओ, जय भीम, आरक्षण हा मूलनिवासियांचा अधिकार' वगैरे-वगैरे नारे लावत व जोरात आणि जोशात वर्तमान राज्य सरकारला शिवीगाळ करू लागलो होतो.

रवीनगरच्या पुढे लॉ कॉलेज चौकात आमची गाडी थांबली. तिथे चौकात लाल दिवा सुरू होता. मेटॅडोरमधील गर्दी बघून लोक आमच्याकडे बघू लागले. लोक आमच्याकडे बघत आहेत, हे बघून आम्ही पुन्हा जोशात आलो आणि नारेबाजी सुरू केली.

ह्या नारेबाजीच्या ओघात आणि उत्साहात, हे विसरलो की काही लोक आमच्यावर विशेष नजर ठेवून आमचा पाठलाग करत आहेत. हळूहळू आमची गाडी समोर वाढत होती.

आमदार निवासाच्या पुढे आलो, तिकडून आकाशवाणीला सोडत कस्तुरचंद पार्कच्या बाजूने समोर वाढत गेलो. नारेबाजी तशीच जोरात सुरू होती. लोक बघत होते- काही आश्चर्याने तर काही नाक-तोंड मुरकटत.

रेल्वे स्थानकाच्या बाजूने निघालो. समोर छोटेसे ओवरब्रिज क्रॉस केल्यावर 'मेयो मेडिकल कॉलेजचे' गेट दिसले. आमच्यातील काही लोक ओरडले, 'चलो इसको भी बंद करते है.'

तसाच आमचा नेता ओरडला, 'असे काही करू नका. चला समोर निघा. महाल चलेंगे.'

त्याच उत्साहात आणि जोशात, 'सीपी अँड बेरार कॉलेज' जवळ पोहोचलो.

कॅम्पसची डिपार्टमेंट बंद केल्याने सफलतेचा स्वाद आमच्या ओठी लागूनच होता आणि हे खूप सोपे, मजेदार आणि साहसी वाटत होते. म्हणून हे सर्व करण्याचा वेगळाच आनंद अनुभवत होतो.

कॉलेजच्या मोठ्या लोखंडी गेटजवळ पोहोचलो. कदाचित कॉलेजच्या प्रशासनाला मोर्च्याची माहिती झाली असावी म्हणून त्यांनी गेट बंद करून ठेवले होते, जे आम्हाला आवडले नाही. आम्हाला आमचा स्वाभिमान दुखावला, असे भासू लागले.

तिथे दोन गार्ड उभी होते. त्यांची तमा न बाळगता आम्ही नाऱ्यांचा गजर सुरू केला. 'भारत माता की जय, इन्कलाब जिंदाबाद, असं-कसं होत नाही- झाल्याशिवाय राहत नाही' वगैरे वगैरे.

कदाचित आम्हा सर्वांमध्ये भगतसिंग संचारला होता. आम्ही जूनियर्स, जे पहिल्यांदा अशा मोठ्या कामात नाही म्हणता म्हणता आलो होतो, आता त्यांना जास्त मजा वाटू लागली आणि मलाही. आमचा दोनशे लोकांचा हुजूम, त्याचा उत्साह, आणि कामगिरी, दोन बाईकवाले दुरूनच बघत होते. एकमेकांना बघून सर्वांची ऊर्जा द्विगुणीत झाली होती.

आमचा नेता दुरूनच आम्हाला बघत होता आणि 'दोन्ही हात ऊंचावून' उत्साहही वाढवत होता.

अचानक धडामचा आवाज आला... आवाज खूप जोराचा होता. कोणीतरी एक मोठा दगड गेटवर मारला होता. दगड पाहून मी व मन्या थोडे दचकून गेलो. काहीतरी बरोबर होत नाही आहे, एकाएकी असे आम्हाला वाटू लागले.

धडामचा आवाज येताच दुरून बघणारे बाईकवाले धावत आले. तसाच पोलीस सायरनचा आवाजही कानी येऊ लागला. अफरातफरी माजली.

'पकडो-पकडो'चा आवाज आला आणि हातात दांडे घेतलेले पोलीस, कुठून तरी अवतरले.

आमचा नेता, कुठेतरी पसार झाला होता. होस्टेलचे सीनियर्सही गायब झाली होती.

मनात भीती संचारली होती.

आम्हीच आणलेल्या मेटॅडोरमध्ये आम्हाला बसवून सिटी कोतवाली पोलीस स्टेशनमध्ये घेऊन गेले. या आपाधापीत फक्त बावन्न पोरं सापडली होती आणि बाकी सर्व पसार झाली होती, मुख्यतः तीही जी आम्हाला इथे घेऊन आली होती.

मेटाडोर मधून उतरताच सर्वांना एका रांगेत उभे करण्यात आले. आतापर्यंत असे सीन फक्त पिक्चरमध्ये बघितले होते.

अंगात संचारलेला भगतसिंग कुठेतरी नाहीसा झाला होता. आतापर्यंत रोल मॉडेल असलेल्या भगतसिंगच्या शौर्याबद्दल अचानक शंका आली. एकदम छोटीशी शंका- 'काय भगतसिंग स्वयंभू कार्यकारी क्रांतिकारी होता? की होस्टेलच्या सीनियर्सच्या दबावामुळे बनलेला क्रांतिकारी?'

मग भगतसिंगने लिहिलेली पत्रे आठवली. स्वतःचीच लाज वाटली. पण पोलिसांची भीती मात्र कमी झाली नाही. मनात विचार पुन्हा भांडण सुरु झाले होते.

आम्हां सर्वांना समोरच्या प्रांगणात बसवून सर्वांची नावे लिहिली गेली.

आता समोर काय? हाच प्रश्न वारंवार उद्‌भवू लागला. काही कळत नव्हते. तितक्यात एक पोलिसवाला जवळ आला.

'कायचा मोर्चा होता रे?'

मी: सरकार एससी समाजाच्या आरक्षणामध्ये काही बदल करणार आहे म्हणून.

पोलीस: तूच नेता होस का?

मी एकदम बॅक फुटावर आलो. 'नाही सर, मी नव्हे.'

पोलीस: मग कोण आहे रे नेता?

आतापर्यंत चुपचाप असलेला मन्या बोलला, 'सर, ते लोक पळाले.' मन्या जमिनीकडे बघतच बोलला.

पोलीस: कॉलेज कायले बंद करत होत्या?

कोणीतरी मागून बोलले, 'सर, सरकारला आमची मागणी कळावी म्हणून.'

पोलीस: नोटीस देल्या होत्या का?

मी(आश्चर्याने): नोटीस... म्हणजे?

पोलिसवाला हसू लागला, 'बापू कोणताही मोर्चा काढावाच्या पहिले पोलीस ठाण्यात माहिती द्या लागते आणि सरकारले सांगा लागते.'

हे सर्व आमच्यासाठी नवीनच होते.

पोलीस: लेका हो, बिना नोटीसाने मोर्चा काढता आणि हिंसा बी करता.

मी: पण काकाजी...

'सर' वरून सरळ 'काकाजी' वर आलो, 'आम्ही काही हिंसा नाही केली.'

पोलीस: सरकारले शिव्या देता, कॉलेजच्या गेटवर गोटा मारता- हिंसा नव्हे का रे?

मन्या मागूनच बोलला, 'काकाजी, तो दगड मारणारा तर पळाला.'

पोलीस: गोट्याले दगड म्हणतेस. तू तर चांगल्या घरचा दिसतेस. मग कायले असे धंदे करता बे?

मन्या: अधिकारासाठी लढावे लागते.

पोलीस: तू पहिले तुझे नाव रजिस्टरमध्ये लिह.

“मनीष गिरेपुंजे...” मन्या बोलला.

पोलीस: तू तर तेली होस बे... ओबीसी. हा मोर्चा एससी लोकाइचा हो ना?

मी: पण ते आमचे मित्र आहेत ना काकाजी.

पोलीस थोडा चिडून, 'का काकाजी-काकाजी लावल्या रे. सर म्हणा... सर.'

एकाएकी पोलीस आणि आमच्यात अंतर वाढले.

पोलीस, मन्याला सोडून माझ्याकडे वळले, 'याना आपल्यासंगा आणलन का तुले?'

मी: नाही सर, मी पण ओबीसी आहे.

पोलीस: गजब एकता झाली रे ओबीसी आणि एससीची. आता वाटते पुऱ्या देशात काही वाद-विवाद होणार नाही.

पोलीस पुन्हा बोलू लागले, 'एवढे समजदार पोरं दिसता आणि बिना नोटीसचे मोर्चे काढता लेका हो, विद्यार्थी आहात तुम्ही. आता केस बनल अन तुम्हाले नोकरी नाही भेटावाची.'

'नोकरी नाही भेटावाची' ही पंच लाईन ऐकताच आम्हा सर्वांचे धाबे दणाणले.

'साला, सर्व कारभार आम्ही नोकरीसाठी करत आहोत आणि आता नोकरी नाही भेटणार.'

आई-ताई-संजू सर्व डोळ्यासमोर फिरू लागले. संजूचा आवाज कानावर पडला, 'का केलास भैय्या, आता कसा होईल?'

आईचा आवाज आला, 'आपला बी नाश केलन अन संजूचा बी अन पूर्ण घराचा. एकदम नासाळ्या पोरगा आहे.'

'चला रे अंदर' पोलिसांचा आवाज आला.

करियर संपले की काय? असे वाटू लागले. आमचे काही सोबती रडगुंडीस आले होते तर काही रडू लागले होते.

तसाच मी बोललो, 'सर, गांधीजी-नेहरूजी हे लोक पण तुरुंगात गेले होते ना?'

पोलीस: अबे! पण त्याइना नोकऱ्या केला का?

आता मलाही काही सुचत नव्हते. तसाच एक प्रेसवाला आला. त्याने आमच्या ग्रुपचा फोटो घेतला.

पोलीस: उद्या पेपरात दिसजा.

आतापर्यंत जे रडकुंडीस होते, तेही आता रडू लागले होते.

संध्याकाळ झाली.

आम्ही तसेच पोलीस स्टेशनच्या प्रांगणात बसलो होतो. एकदा पाणी व एकदा चहा पाजण्यात आला. पण भुकेचे बॉंब पोटात काहूर माजवत होते आणि चिंतेचे बॉंब डोक्यात.

समोर काय होणार याबद्दल काही सूचना मिळत नव्हती आणि काही आभासही होत नव्हते. आमचे नेते, जे काल रात्रीपासून सकाळपर्यंत आम्हाला क्रांतिकारी बनवून, स्वतः 'जयप्रकाश नारायण' बनू पाहत होते, ते अजून तिकडे फिरकलेही नव्हते. ना होस्टेलमधले सीनियर्स आले, ना बाहेरचे नेते आले होते.

'साला, आम्ही कोणासाठी आलो बे?' मन्याला बघत मी बोललो. 'साल्या, मी काल रात्री म्हणालो होतो ना, हा आपला नव्हे.' पुन्हा बोललो.

मन्या: मला काय माहित बे? होस्टेलमध्ये सर्वांनी मिळून आपली खूप रॅगिंग घेतली असती जर आपण सहयोग दिला नसता तर.

मी: त्यापेक्षा ओबीसीवाल्यांच्या मोर्चा किंवा बंदमध्ये सहभागी व्हायला पाहिजे होते ना.

मन्या: काय माहित बे, तिकडे पण असेच झाले असते तर?

मनात पुन्हा ओपन-ओबीसी-एससी-एसटी यांच्यातील द्वंद-भेद, फायदे-नुकसान याबद्दल वजाबाकी सुरू होती... पण ही वजाबाकी नसून शुद्ध नैराश्ययुक्त मानसिक स्थिती होती.

तसाच मागून कुणीतरी बोललं, 'अरे गज्या, होस्टेलमध्ये ज्युनिअर लोकांची काही जाती-वर्ण नाही राहत. कुठल्याही समाजातील उभरत्या नेत्याला मोर्चा काढण्यासाठी गर्दी हवी असते, ते होस्टेलमध्ये येतात, समजावतात, थोडे फुसलावतात, नाहीतर रागावतात पण घेऊन जातातच. होस्टेलचे जूनियर म्हणजे बिनाकिरायाने व बिनापैशाने भेटणारे मजूर.'

हा माझाच मित्र होता... रिंकू, जो स्वतः एससी समाजाचा होता आणि तोही बराच भांबावला होता. मला त्याची बाजू पटत होती, पण काही उपाय सापडत नव्हते.

तेवढ्यात एक गाडी आली.

इकडे लघुशंकेचा अलार्म वाढत होता पण तिकडे काही अशी व्यवस्था दिसत नव्हती. आम्हाला पोलीस चौकीच्या आत अजून बोलावले नव्हते म्हणून आतमध्ये शौचालय आहे की नाही... याची खात्री नव्हती. तसेच ते पोलीस काकाजी दिसले.

'काकाजी, हलका होण्याची काही व्यवस्था आहे का?'

पोलीस: वापीस कायचा काकाजी हो रे?

मी: सर, काही सांगा ना हलके होण्याच्या व्यवस्थेबद्दल.

पोलीस (गुर्रावल्यासारखा): येथी नाही, आता सीधा कोर्टात मूतजा.

पुन्हा भीती सळसळू लागली.

मन्या विचारू लागला, 'म्हणजे सर.'

पोलीस: चल दिसल, घडी भऱ्यात.

पुन्हा आम्हाला गाडीमध्ये भरले.

गाडी सुरू झाली.

थोड्यावेळात एक ट्रॅक्स गाडी तिथे पोहचली.

आम्ही एका दिवाणी न्यायालयात पोहोचलो.

आज सायंकाळी एक कोर्ट भरले होते. कदाचित आमच्यासाठीच विशेष भरले असावे.

आमचे वार्डन 'पाटील साहेब' दिसले. तेच ट्रॅक्सने आले होते. ते आम्हाला सोडवण्यासाठी आले होते. त्यांना सूचना कोणी दिली... त्यांनाच ठाऊक. पण त्यांना बघून थोडे बरे वाटू लागले.

आम्ही सर्व न्यायाधीशासमोर मान वाकवून आपले नाव सांगितले आणि विना पूर्वसूचनेचा मोर्चा काढला व दगडफेक केली म्हणून माफी मागितली आणि पुन्हा कायदा तोडणार नाही, अशी ग्वाहीही दिली.

आम्ही सुटणार होतो. आता पोलीसवाल्याबद्दल काही भीती नव्हती वाटत. तोही आता सामान्य नागरिक असल्यासारखा भासत होता. मन्याला व मला कुठेतरी बोट दाखवीत तो म्हणाला, 'मुत्रीघर तिकडे आहे.'

आम्ही हलके होऊन आलो. खरंच खूप हलके वाटत होते... डोक्यात आणि पोटात, सगळीकडे.

बाकी लोक आपापली हजेरी लावत होते, न्यायाधीशासमोर. पुन्हा तो पोलिसवाला दिसला. आम्ही धन्यवाद बोललो. त्याच्या युनिफॉर्म वरील नाव वाचले 'मोहन राघोर्ते.'

त्याचे आडनाव, माझ्या आडनावासारखेच होते.

मी बोललो, 'सर, मी पण राघोर्ते हो.'

पोलीस: माहित आहे...नाव वाचलो. कुणबी होस ना? मंग कुणबीसाठी काही कर, ओबीसीसाठी काही कर. ह्या निळी टोपीवाल्यांना तुमची गरज नस. ते बहुत जागरूक आहेत अन ताकदवर बी.'

मी: तुम्ही काही करता का ओबीसीसाठी?- अचानक प्रश्न सुटला.

पोलीस: मी आता ओबीसी नाही राहिलो.

डोळे चोरत पोलीस निघून गेला.

आम्ही गाडीने होस्टेलला आलो. पाटील सर स्मित हास्य करत व हातवारे करत निघून गेले.

'मी आता ओबीसी नाही राहिलो' हे दिमाखात घुमत होते. उत्तर सापडत नव्हते, कुणाला विचारू? असे काही कळतही नव्हते. मन खालीवर होत होते.

तेवढ्यात समोरून आमच्या ब्लॉकचे सीनियर आले. आम्हाला बघून नजर चोरून पळत आहेत, असे स्पष्ट दिसत होते. आता त्यांची भीती व आदर मनातून संपला होता.

पुढचे तीन-चार दिवस दररोज टपरीवर चहा पिताना मुद्दाम पेपर चाळत होतो. **'सीपी अँड बेरार कॉलेजमध्ये दगडफेक, विद्यार्थ्यांचा मोर्चा आणि अटक'** अशी बातमी शोधत होतो.

लोकमत वर्तमानपत्राच्या नागपूर विशेष मध्ये कुठल्यातरी पानावर फोटो छापला होता. फोटोमध्ये कोण आहे? कुणीही ओळखू शकत नव्हते आणि खाली कुणाची नावेही लिहिली नव्हती. बरे वाटले.

पण कुणीतरी बोलून गेले की नोकरी मिळायच्या आधी पोलीस वेरिफिकेशन होतो. तेव्हा ही केस अडचण करू शकते.

24. बुरा न मानो होली है

दिवस जात होते. महिने जाऊ लागले. फर्स्ट इयर संपण्याच्या मार्गावर होता. होळी नंतर प्रॅक्टिकल परीक्षा व त्यानंतर मुख्य परीक्षेची तयारी सुरू झाली होती.

संजूचे शेती काम, आई-बहिणीने मदत करणे, महिन्यात एकदा पोस्टाद्वारे मनीऑर्डर येणे, हे नियमित सुरू होते.

अधूनमधून कधी बहिणीची तर संजूची पत्रे यायची.

संजू स्वतःच्या शेतात तर कामे करत होताच, त्याच बरोबर दुसऱ्यांच्या व्यवसायात पण मदतनीस म्हणून जात होता. कधी- कधी मोटरसायकल रिपेरिंगची कामेही शिकतोय, अशी माहिती मिळाली.

छोट्या भावाचे त्याग व समर्पण बघून त्याच्याबद्दल प्रेम वाढू लागले होते. नोकरी लागली की संजूसाठी काहीतरी नक्की करेन, असा पक्का निर्धारही केला.

मी पत्रात त्याला घरची परिस्थिती सुधारेल, अशी आश्वासनेही देऊ लागलो. पण शनिवार-रविवार येताच कॉलेज-मूवी जाणे, धरमपेठमधील साउथ इंडियनमध्ये जाणे, वर्गातील मित्र-मैत्रिणीसोबत गप्पा मारणे हे आवर्जून करायचो. तेव्हा घरचे लोक काय खातात? कसे खातात? हे ध्यानी येतच नव्हते.

एकदा आईने पत्रात लिहिले की संजूचा अभ्यास सुटला आहे, म्हणून त्याचे जिल्हा परिषद मोहाडीचे 'बकाने सर' घरी आले होते. त्याला समजावण्यासाठी गांधी चौकात घेऊन गेले होते. नंतर कॉलेजच्या गेटपर्यंत पोहोचवले पण संजू कॉलेज जायला तयार झाला नाही. उलट सरांना बोलला, 'माझा अभ्यास, माझा भैय्या करत आहे.'

रात्री स्वप्नात धरमपेठच्या साउथ इंडियन हॉटेलमध्ये स्वतःला बसताना बघितले... रवीनगरात नुकत्याच उघडलेल्या पँटालून मधून घेतलेली टी-शर्ट आणि बेयर ब्रेण्डचे जीन्स अंगावर दिसले. समोर प्लेटमध्ये कांदा उत्तपम, डाव्या हातात स्टीलच्या काटा... फॉर्क, उजव्या हातात चमचा. समोर नारळाची खमंग चटणी आणि सांबार. नारळाची चटणी चमच्याने स्वतःला भरवू लागलो व काट्याने उत्तपम तोडणार तसाच उत्तपमच्या ठिकाणी ***'संजूचे भविष्य'*** असे लिहिलेले दिसले.

मी तळफळून उठलो. पूर्ण शरीरावर घामच-घाम, उशी ओलीचिंब आणि डोळेही... झोपच उडाली होती. मी ठरवले संजूची जिवापाड मदत करणार, नोकरी मिळवणार वगैरे-वगैरे.

तीन दिवसांनी होळी होती. नागपूरच्या होस्टेलची ही माझी पहिलीच होळी होती. मन्याने सर्वांकडून पन्नास-पन्नास रुपये गोळा केले आणि त्याने बर्डीवरील नवीन उघडलेल्या दुकानातील सेलमधून जवळपास पंचवीस एकसारख्याच टी-शर्ट आणल्या. एकदम सारख्याच...बँड पार्टीसारख्या. सर्वांनी उत्साहात टी-शर्ट घातले आणि धिंगाणे सुरू केले. धिंगाणे म्हणजे रंग खेळणे, रस्त्यावर एकमेकांना चिखलात लोळवणे.

कोणीतरी डेकवर दलेर मेहंदीचे गाणे वाजवले. त्याच्या ***'बोलो तारा रा रा'*** धुनवर सगळे नाचत होते. एकंदरीत सर्व आपापल्या गचकरणात व्यस्त होते, अस्तव्यस्त होते. होस्टेलमध्ये होळी खेळता-खेळता आम्ही कधी नागपूर-अमरावती रोडवर आलो, माहितही नाही पडले. काही विद्यार्थ्यांनी टॉनिक सुध्दा घेतली होती पण त्याचे आम्हाला काय? म्हणत आम्ही आपापल्या गुंत्यामध्येच खुश होतो. रस्त्यावरून प्रत्येक येणाऱ्या जाणाऱ्या माणसाला ***'हॅपी होली-बुरा न मानो होली है'*** हे शुरू होते. काही लोक हात हलवून अभिवादन करत होते तर काही हातभर दूर पळत होते.

समोरच 'मानसी गर्ल्स हॉस्टेल' होते. तिथे जवळपास सर्व श्रीमंत घरच्या मुली राहायच्या. हे त्यांच्या रहाणीमानावरून कळत होते आणि आमच्या राहणीमानावरून आम्ही सरकारी हॉस्टेलमध्ये राहणारी गरीब घरची पोरं वाटायचो. कदाचित म्हणूनच त्या सर्व मुली आम्हाला श्रीमंत वाटायच्या. तसेही त्यात वेगळे वाटण्यासारखे काहीच नव्हते कारण आम्ही सर्व साधारण घरचीच पोर होतो. त्यातही मी थोडा जास्तच गरीब घरचा वा मधातच गरीब झालो होतो.

आम्हा बर्गुडा-टी-शर्ट ग्रुपला, समोरच्या मानसी होस्टेलला बघून वेगळीच ऊर्जा संचारली होती. वरून आज होळी, त्यातही काही लोकांनी टॉनिक घेतलेली.

समोरचा रस्ता ओलांडून कधी मानसी होस्टेल समोर पोहोचलो, माहीतच नाही पडले. एवढ्यात कोणीतरी मानसी हॉस्टेलमध्ये रंग भरलेले फुगे फेकले. त्यामुळे गोंधळ होऊ लागला. पोरं पुन्हा उत्साही होऊन येणाऱ्या जाणाऱ्यावर पण फुगे फेकू लागले. याच दरम्यान मानसी गर्ल्सच्या वॉचमनने किंवा आजूबाजूच्या कुठल्या तरी माणसाने पोलिसांना फोन केला असावा कारण एकाएकी पोलीस सायरन घरघरू लागले आणि आम्ही सैरावैरा पळु लागलो.

पोलीस मागे धावू लागले. कोण कुठे पळत आहेत हे लक्षात येत नव्हते. पण एकसारखे टी-शर्ट त्यांच्या लक्षात राहिली असावी, कारण ते टी-शर्टचा पाठलाग करत-करत समोर वाढत होते. पोलीस कुठलाही परवाना नसताना हॉस्टेलमध्ये सारखी टी-शर्ट असलेल्या सर्व लोकांना 'भरतनगर पोलीस स्टेशनला' घेऊन गेले. एकाच वर्षात पोलीस स्टेशनला दिलेली ही दुसरी भेट होती. मन पुन्हा धडघडू लागले. धास्ती भरली. पुन्हा नोकरीच्या वेळेस पोलीस केसमुळे त्रास तर होणार नाही ना, अशी भीती वाटू लागली. पण या वेळेस भीती जास्तच होती. पुन्हा आई-संजू आणि ताई डोळ्यासमोर फिरताना दिसत होती.

मनात 'भैय्या असा काऊन केलास?' संजूचा आवाज गुंजत होता.

'संजू आणि ताईचा अभ्यास सोडवलास अन पोलिसाच्या लफड्यात पडतेस' - आईचा आवाज. बहिणीचे फक्त रडणारे डोळे व एका हाताने तोंडात भरलेली ओढणी दिसत होती.

माझ्या डोळ्यात पाहून बोलणाऱ्या संजूचा चेहरा माझ्या अवतीभोवती फिरत होता. अचानक कुणीतरी कानफटात मारल्यासारखा आवाज आला, 'मूर्खांनोss काय करत आहात?'

वॉर्डन पाटील सरांचे शब्द होते आणि पुन्हा ते खुद्द आम्हाला सोडवायला हजर झाले होते.

पण या वेळेस त्यांच्या डोळ्यात, आम्हाला आमच्यासाठी राग दिसत होता.

होळीच्या रंगाने भरलेला चेहरा सुध्दा त्यांची भावना लपवण्यात असमर्थ होता. तिथे पुन्हा कोतवाली मधला पोलीसवाला दिसला. कदाचित इकडे त्याची बदली झाली असावी.

'आता मी ओबीसी नाही राहिलो" हे शब्द आपोआपच माझ्यासमोर गुंजू लागले.

होस्टेलवर आलो. आता शुद्ध अभ्यास करायचा हे ठरले. पैसे कमवावे म्हणून शिकवणी धरली.

बीएससीमध्ये विद्यापीठात रसायनशास्त्र या विषयात सर्वाधिक गुण मिळाले होते, म्हणून मला एक विशेष पुरस्कार दीक्षांत समारंभात देण्यात आला 'हरीश जी डोले पुरस्कार.'

राज्यपाल महोदय उपस्थित होते. बीएआरसीचे मोठे वैज्ञानिक ‘श्री चिदम्बरम सर’ पुरस्कार द्यायला आले होते. पुरस्कार घेण्यास गेलो. माझ्या पुरस्कार घेणाऱ्या हातात, मला संजूचे हात दिसत होते. फुगणाऱ्या छातीमध्ये आई व आनंदी डोळ्यांमध्ये ताई दिसत होती.

25. नौकरीचा झांगळगुत्ता

बघता बघता एमएससी झालो. रसायनशास्त्रात शिकवणी देऊ लागलो. रवीनगरची चाटे कोचिंग क्लासमध्ये दाखल झालो. नंतर सदरच्या शाखेत आणि उमरेड रोडच्या शाखेत पण.

अधिकाधिक शिकवणी घेणे. पैसे बनवणे, पैसे जमवणे, अभ्यास करणे, मेहनत करणे, नागपूरमध्ये सर्व उपलब्ध असलेले फॉर्म भरणे सुरू केले होते. लोकमत, टाइम्स ऑफ इंडिया यांच्या जाहिरातीवरही लक्ष ठेवून होतो. ऑर्डनन्स फॅक्टरी, भाभा ऑटोमिक रिसर्च सेंटर, न्यूक्लियर पॉवर कॉर्पोरेशन, एनटीपीसी, बँक, रेल्वेचे फॉर्म भरले होते, काहीच सोडले नाही.

परीक्षा दिल्या. काहींचे निकाल आले. न्यूक्लियर पॉवर कॉर्पोरेशन, ऑडनस फॅक्टरीचे इंटरव्यू झाले पण अजूनही फायनल निकाल आलाच नव्हता.

एनटीपीसीचा इंटरव्यू कॉल आला होता म्हणून दिल्ली पोहोचलो आणि इंटरव्यू सुरु झाले.

आधी टेक्निकल आणि नंतर इंटरव्यूमध्ये माझी जबाबदारी विचारली गेली. तसेच दिमाखात आई-संजु-ताई पुन्हा डोळ्यासमोर फिरू लागले आणि हिमालयात गेलेला हिटलरही फिरु लागला. पण मी त्या तिघांबद्दलच बोललो... फक्त.

कदाचित एनटीपीसीवाले गरजवंत लोकांना शोधत आहेत, असे मला भासले. आणि मी त्या पात्रता पूर्ण करतोय असा विश्वास जागृत झाला. इंटरव्यू जवळपास वीस मिनिटे तरी चालला. शेवटी माझा छंद विचारला. एरवी क्रिकेट खेळणारा किंवा हिटलरला शिवीगाळ करणारा मी, 'गाणे ऐकतो' बोललो. तर त्यांनी मला गाणं गाण्यास सांगितलं.

एरवी रॅगिंगमध्ये किशोर कुमारचे रोमँटिक गाणे गाणारा मी. तर कधी सीनियर आणि ज्युनिअरसोबत दर्द भरे नगमें... प्रेमभंग झालेले तर कधी गुलाबाच्या अत्तराला आठवण करून तर कधी अभिनेत्री काजोलला आठवण करून ***'पल पल दिल***

के पास तुम रहती हो' डखरणारा मी, कुठल्यातरी विचारात पडलो.

त्यांनी पुन्हा गाणे गाण्यास सांगितले. अचानक तंद्रितून जागा झालो.

हॉस्टेलमध्ये सीनियर रॅगिंग घेताना सांगत होते की कुणीही इंटरव्यू पॅनलमध्ये छंद-हॉबी विचारला तर त्या गोष्टीत कधी मागे थांबू नये आणि अनभिज्ञतेने का होईना किशोर कुमार चे गाणे ***'रुक जाना नहीं, तू कहीं तो हार के'*** आपोआप ओठांवर फुटले.

त्या संघर्षाच्या ठिकाणी हेच योग्य असावे म्हणून देवाने माझ्या तोंडून हे गाणे काढले होते, कदाचित. माझ्यासोबत, माझा संजूही इंटरव्यू देत आहे असे गाणे गाताना मला वाटत होते. संघर्ष तर त्याचाच होता. मी तर फक्त आनंद लुटत होतो.

इंटरव्यू संपला. बाहेर पडलो.

नागपूरला पोहोचलो आणि दैनंदिन प्रक्रिया सुरू झाली.

आई मोठे-मोठे डोळे करून मोठ्या अपेक्षेने आणि आशेने वाट बघत होती, कुठल्यातरी इंटरव्यूचा चांगला निकाल यावा म्हणून. एकाच वेळी सगळे निकाल येऊ लागले- न्यूक्लिअर पॉवर कॉर्पोरेशन, ऑर्डनन्स फॅक्टरी, भंडारा आणि एनटीपीसी.

माझे मन एनटीपीसीकडे लागून होते कारण पैसा जास्त दिसत होता. ऑर्डनन्स फॅक्टरी, भंडारा हे ठिकाण आमच्या मोहाडीपासून जवळच होते. मी तिथे काम करावे, अशी आईची अपेक्षा होती.

आई, 'भंडाऱ्याचे बघ रे' म्हणून पुन्हा जोर देऊ लागली.

संजू, 'एनटीपीसीवाला मोठा साहेब राहते' म्हणून माझी बाजू घेऊन लागला. बहीण, आईच्या पाठीवर लटकत तर कधी गळ्यात हात घालत माझी बाजू घेऊ लागली, 'त्याला जाऊ दे ना... ग.' आई दिल्ली दूर आहे, म्हणून डोळे पुसू लागली पण ताई आणि संजू तिला धीर देत होते.

शेवटी, 'जा, करा आपल्या मनाचे' म्हणत आई स्वयंपाकघरात गेली आणि साखरेच्या डब्यातून साखर आणि नारळ काढून आम्हा तिघांना भरवू लागली.

'आई, संजूचा बी चांगला करीन आणि हिचा लगन बी लावीन' - मी बोललो.

'हट रे-हट रे' म्हणत ताई रडू लागली. आईने पदर हाती घेतले व तिचे डोळे पुसू लागली.

"भैय्या, सर्व बरोबर करेल व आई" संजू रडत-रडत बोलू लागला.

संजू मला बिलगला. आम्ही सर्व एकमेकांना पकडून रडू लागलो. सर्वांची तपस्या सफलतेच्या मार्गी लागली, असे वाटत होते.

नागपूर ते नवी दिल्ली जाण्यासाठी एसीचे तिकीट मिळणार होते म्हणून घरचे सर्व लोक खुश होते. संजू, गावभर सांगत फिरत होता, 'माझा भाऊ एसीने जाणार आहे. आमच्या घरचा पहिला मनुष्य जो एसीमध्ये बसेल.'

एक वर्ष ट्रेनिंग नंतर छत्तीसगढच्या, कोरबामध्ये पोस्टिंग असे पत्रात लिहिले होते.

संजूच्या मेहनतीने कुणबी जातीचे प्रमाणपत्र बनवले होते आणि नॉन-क्रीमीलेयर सर्टिफिकेट पण हाती आले. त्यामुळेच नोकरी मिळाली असावी.

दिवस वेगवान झाले. तुफान गतीने धावू लागले. दिल्लीत वर्षभर ट्रेनिंग झाले.

वेळ उडाली.

एनटीपीसी, कोरबामध्ये रुजू झालो... शिफ्ट ड्युटीत.

पैसे फुकटात येत नाहीत व एक-एक रुपया कमवायला खूप मेहनत करावी लागते, हे आता मला कळू लागले होते.

संजू व आईने मला शिकवण्यासाठी पैसे कमावून कसे पाठवले असतील, याची मला जाणीव होऊ लागली होती. त्यांच्याबद्दल आदर व प्रेम उंचावू लागले होते.

26. लग्नाची वजाबाकी

काही दिवसांनी, आईचे पत्र आले- पत्रात 'मामा, बहिणीचे लग्न करण्यासाठी स्थळ आणतोय. बाली मोठी होत आहे, लग्न करूया.' एवढे वर्ष अज्ञातवासात असलेला मामा, एकाएकी सक्रिय का झाला... मलाही नवल वाटले.

हिटलर गेल्यानंतर संजू आणि आईच्या तोंडी कधी त्याचे संबोधन ऐकले नव्हते. पण आईला आताही मामाच्या नावाची मोहिनी होती. कदाचित प्रत्येक बहिणीला लग्न झाल्यावर... भावाची मोहिनी लागत असावी, मग तो भाऊ छोटा असो की मोठा. अजून जर भाऊ जिम्मेदार व कमावू असला तर, तिची मान हिमालयासारखी मोठी आणि उंच होते, हे नक्की.

आईचा भाऊ कमावणारा होता आणि जिम्मेदारी आता अचानक घेऊ लागला होता. म्हणून कदाचित ती त्याला

जास्त भाव देऊ लागली होती. कदाचित इतकी वर्षे ती वाट बघत होती की तिचा भाऊ कधीतरी तिच्या प्रती जिम्मेदारी दाखवेल. बहुतेक ती या गोष्टीची प्रतीक्षा लग्नाच्या पहिल्या दिवसापासून करत होती- आपल्या सासू-सासऱ्यासमोर, नवऱ्यासमोर. केस काळे असेपर्यंत तिची प्रतीक्षा पूर्ण झाली नव्हती पण आता ती शक्य होणार असे दिसत होते.

तिकडे आईने, संजूद्वारे खैरीत पत्र पाठवले की 'बालीचे लग्न उरकवू या.'

दादाजीचे पत्र आले. 'एक मास्टर ढूंढ के रखा हूँ, अगले हप्ते वो घर आयेगा. हम लोग भी आयेंगे. गजू को भी बुला लो.'

मलाही दादाजीचे पत्र आले, 'आठ दिन की छुट्टी लेकर आ जाओ.'

दादाजी व माँ येणार हे ऐकताच माझ्यात एक वेगळीच ऊर्जा संचारली. माँ व दादाजी, मला खूपच लाड करतात हे जग जाहीर होते. खैरीत उपभोगलेले सुरुवातीचे दिवस हे सुगीचे होते. ते पुन्हा डोळ्यासमोर फ्लॅशबॅकसारखे प्रसारित होऊ लागले होते.

सर्व तसेच हिरवे हिरवे दिसले... आधीसारखेच- काका-काकू, मोठी आई, बुड्ढी आई, आमचे वावर, गुरे-ढोरे, शिंगरी गाय, वैनगंगा नदी, घरची वाडी, चिंचेचे झाड.

मी मोहाडीला पोहोचलो.

माँ-दादाजी, आक्का, काका-काकू आणि खैरीतील मोठी मंडळीही आली होती.

आता दादाजी, संजू सोबतच जास्त राहायचे. प्रत्येक गोष्ट त्यालाच विचारणे-सांगणे वगैरे-वगैरे. दोघांची अशी जवळीक

मी पहिल्यांदाच अनुभवत होतो. काहीतरी हृदयात खुपसल्यासारखे वाटले आणि थोडे वाईटही.

मला का सांगत नाहीत? का विचारत नाही? असे प्रश्न अनायासे डोक्यात उद्भवू लागले होते.

माँ, मात्र आधीसारखीच माझ्याजवळ, माझ्या आसपास होती. पण आता ती, संजूसोबतही होती. पहिल्यांदाच संजूने माझ्या आयुष्यातले प्रेम हिसकावल्यासारखे मला वाटू लागले. पण मीही संजूवर खूप प्रेम करतो. त्याच्यासाठी खूप काही करायचे आहे आणि करत आहे असे वाटत होते-नोकरी लागताच शेतीत मदत होईल म्हणून ट्रॅक्टर घेऊन दिला होता. घर पक्का करायचा बेतही केला होता.

पण तरीही दादाजी आणि माँ यांचे वागणे व संजूला माझ्यासारखेच प्रेम देणे, मला थोडे जड जात होते. घरी मी मोठा असल्याने मला जे मिळायला हवे होते, तेच त्याला भेटत होते. कदाचित त्याच्या जबाबदारी घेण्याच्या हिंमतीने ते मोठेपण त्याला मिळाले असावे किंवा तो गावात राहतो, म्हणून तिथल्या सर्व जबाबदारीच्या गोष्टी सांगत असतील, असं स्वतःला समजावत होतो.

मी कित्येक वर्षापासून घराच्या बाहेरच होतो. कधी सणासुदीला आलो किंवा कुठल्या दुःखात आलो, तेवढीच माझी उपस्थिती राहिली होती म्हणून त्याला वेगळी वागणूक व प्रेम लाभत होते, कदाचित. असे मी स्वतःला तसे समजावण्याचा प्रयत्न करत होतो, पण हे सर्व कठीण होते.

'सोड रे' म्हणत मी पुढे वाढण्याचा निश्चय केला. संजू माझाच होता आणि त्याला त्याच्या प्रत्येक निर्णयात 'भैय्या हवा असायचा.'

रविवार उजाडला.

दोन जातीचे घर

सकाळपासून घरी साफसफाई, सडा-सारवण सुरू झाले.

काकू, घरच्या खाण्यापिण्याच्या व्यवस्थेत लागली. बेबी आक्का घर सजविण्याच्या कार्यात होती. माँ-आई, ताईला कसे वागावे, कसे चालावे, कसे बोलावे सांगत होती.

माँ बोलली, 'खूपच धीरू-धीरू नको चालजो, अन विचारतील तइच बोलजो. घडी घडी वर-खाली नको करजो.'

आई: जास्त बोलू नये बेटा. पदर घसरायला नको. काही विचारतील तर स्पष्ट बोलशील.

बहिण भुलल्या वांडरासारखी म्हणजे हरवलेल्या बंदराच्या पिल्ल्यासारखी दोघांनाही बघत होती आणि जेवढे आत्मसात करता येईल, तेवढे आत्मसात करण्याचा प्रयत्न करत होती.

त्यांचे संभाषण सुरूच होते.

फिरता फिरता तिकडे दादाजी आले... थोडा वेळ तिथे थांबून ऐकत बसले.

शेवटी ताईला जवळ घेत बोलले, 'बेटा ज्यादा परेशान होने की जरूरत नही हैं, तू जैसी है वैसे ही रह' आणि तिच्या डोक्यावरून हात फिरवत ते निघून गेले.

तिने हसण्याचा प्रयत्न केला.

मी, कोरबाहून येताना लगतच्या 'छुरी' नावाच्या गावातून कोसा साडी घेऊन आलो होतो. तिथे प्रत्येक मोहल्ल्यात कोसा विणण्याचे काम केले जाते.

बहिणीने तीच गुलाबी रंगाची साडी घातली होती. खूप सुंदर आणि खुलून दिसत होती.

हिटलर गेल्यानंतर घरात होणारा हा कदाचित पहिलाच सोहळा असावा ज्यामध्ये वडिलांच्या बाजूची व आईच्या बाजूची पाहुणे मंडळी गोळा झाली होती.

दादाजींनी मुलाला आधीच बघितले असावे कारण ते नेहमी मुलाबद्दल सकारात्मक बोलत होते.

सूर्य उगवून बराच वेळ झाला. नऊ वाजेपर्यंत घरातील सर्व कामे संपवून, आम्ही पाहुण्यांचे वाट बघणे सुरू केले होते.

घरासमोर छान रांगोळी टाकली होती. तुळशीपाशी आईने रांगोळीने स्वतःच आपल्या हाताने 'राधाकृष्ण' कोरले होते.

आम्ही सर्व लोक आंघोळ वगैरे आटोपून, नाश्ता करून गप्पा करत होतो. आई आणि माँ अधामधात काही सुटले तर नाही म्हणत, सर्वांची विचारपूस करत होती.

आतापर्यंत कित्येक वर्षापासून दोघांमध्ये विरोधाभास बघत आलो होतो पण आज पहिल्यांदाच त्या दोघांमध्ये जास्त सामंजस्य बघत होतो. सासू-सुनेचे थोडे थोडेसे मायलेकीमध्ये रूपांतरण झाले होते.

माँ, माझ्या अक्काला एक दोनदा रागावली होती पण आईला प्रत्येक कामात सल्ला देत होती व तिचा सल्ला घेत होती.

दादाजी आणि संजू काहीतरी बोलायचे आणि मग कुठल्यातरी व्यवस्थेत लागायचे, मी बघत होतो. कुणी काही सांगितले तर ते करत होतो पण स्वतः काही निर्णय घेऊ शकत नव्हतो की समोर काय करायचे आहे.

अभ्यास करणे, स्पर्धा परीक्षा मारणे आणि घरची कामे सांभाळणे ह्यात नक्कीच अंतर आहे, असे मला जाणवत होते.

बेबी आक्का आपल्या धुंदीत होती. ताईला आपल्यासमोर बसून तिची वेणी घालतांना मुद्दाम चिडवत होती,

'बाली, मला सांग-बाली मला सांग

कोण येणार ग पाहुणे.'

ताई चिडल्यासारखी लाजत होती. तशीही तिला थोडी भीती वाटत असावी- काय बोलतील, काय म्हणतील म्हणून ती सजग राहून जास्तच कृत्रिम वाटत होती.

तशीच माँ ओरडली, 'तुमचा सिंगार होईल का व आज?'

आक्का 'झाला-झाला' म्हणत मोकळी झाली.

तसेच कुणीतरी हळू आवाजात ओरडले, 'आले-आले, पाहुणे आले.'

साडे दहा वाजले होते.

घरासमोर एक ट्रॅक्स व दोन बाईक्स उभ्या झाल्या होत्या.

दादाजी, मी व संजू बाहेर पडलो.

'या या' म्हणत आम्ही त्यांचे स्वागत करू लागलो.

आईच्या वयातील एक बाई, लुगडा घातलेली आणि दागिन्यांनी नटलेली, मोठा कुंकू डोक्यावर...एकदम आत्मविश्वासी चाल. मुलाची आई असावी.

कुर्ता घातलेले एक इसम शांत हिटलरच्या वयातील. दादाजीला बघताच नमस्कार करायला वाकले. मुलाचे बाबा असणार.

मुलगा जीन्स, शर्ट व वुड्लँडचे शूज घातलेला. सोबतीला अजून दोन स्त्रिया, दोन पुरुष आणि तीन मुले.

"इतके लोक बघायला येतात का, ते ही पहिल्यांदाच? विचार करत होतो.

दारासमोर एक लाकडी पाट ठेवले होते, बाजूला एक प्लास्टिकची बाल्टी आणि एक मग्गा. बाल्टी पाण्याने भरलेली. बाजूला काका हातात टॉवेल घेऊन उभे होते.

पाय धुऊन सगळे घरात आले. बसले.

विचारपूस आणि प्रश्नोत्तरे- माझ्याबद्दल, संजूबद्दल, बहिणीबद्दल.

माहिती पडली की मुलगा छत्तीसगढ बॉर्डरवर स्थित ‘देवरी’ नावाच्या गावात शिक्षक आहे. मुलाच्या वडिलांनी आमच्या ताईला तिच्या कॉलेजमध्ये बघितले होते. त्यांच्या मित्राची मुलगी, आमच्या बहिणीची वर्ग मैत्रीण निघाली.

बेबी आक्का मुलाच्या आईशी हसत भेटली, 'बाई कशा आहात?'

‘चांगली आहे.’

‘घर सापडला ना बरोबर?’

‘तुमच्या गुरुजींनी रस्ता सांगला होता ना... त्रास नाही झाला.’

बेबी आक्कानेच मुलाच्या वडिलांना, दादाजीसोबत संपर्क करायला सांगितले होते.

मुलाच्या आई-वडिलांचे संभाषण ऐकून आईला आणि माँ ला थोडे बरे वाटत होते.

नाश्ता-पाणी झाला.

थोड्या वेळाने दादाजी बोलले, 'आपकी क्या अपेक्षा हैं, हमारी लडकी से?'

मुलाचे वडील, 'विशेष काही नाही खुशी-खुशी घर सांभाळावा आणि आमच्या मुलालाही, बस एवढेच.'

दादाजी बोलले, 'नौकरी करने देंगे क्या, मेरी बेटी को? टीचर बन सकती हैं.'

मुलाची आई 'हो' म्हणाली.

बहिणीचे नाव-गाव-पत्ता-मामाचे आडनाव विचारून घेतले.

दादाजी मुलाशी बोलले, 'आपको कुछ पूछना या कहना है, तो कर सकते हैं."

तशीच आक्का बोलली, 'पोरगा-पोरगी पाच मिनिटं अंगणात बोलून घ्या ना.'

तशीच माँ, मोठे-मोठे डोळे करून आक्काकडे बघू लागली पण दादाजी उत्तरले, 'हां बेटा, बात कर लो.'

बहीण लाजत लाजत जाऊ लागली. पायाचे पैंजण 'छन-छन' वाजू लागले. 'छन-छन' ऐकून तितकीच सावधान राहू लागली.

तशीच आक्का तिचा हात धरून अंगणात आली व तशीच तिला सोडून घरात आली. मुलगाही पोहचला.

दोघेही काय बोलले, कुणास ठाऊक? दहा-बारा मिनिटात ते दोघेही आत आले.

आईने बहिणीला काहीतरी विचारले आणि सांगितले.

बहीण आलू-पोहा घेऊन आली. खमंग सुवास पोह्यावर खोबऱ्याचा कीस आणि हिरवी-हिरवी कोथिंबीर सजवलेली होती.

पुन्हा चर्चा कमी आणि गप्पा जास्त.

अचानक दादाजींनी, आईला काहीतरी सांगितले. आईने मान डोलावली.

दादाजी बोलू लागले, 'लडका हम लोगों को पसंद हैं, आपका विचार हमें बता दीजिए.'

मुलाची आई हळुवार आवाजात आपल्या मुलाशी काही बोलू लागली.

तिच्या चेहऱ्यावर पण स्मित खुलत होते, 'बाई! वांगा-भात करूया का आज?' आईकडे बघत बोलली.

तशीच बेबी आक्काने उठून तिला मिठी मारली, 'हो बाई...चला करू या.' असे म्हणत आक्का आईला जाऊन बिलगली आणि माँ ला पण.

आई, माँ, काकू, मोठी आई सर्वजण डोळे पुसत, 'चला, स्वयंपाक करू या' म्हणत आतमध्ये गेले.

काकू घरातून पेढे घेऊन बाहेर आली. तिने सर्वांना पेढे दिले.

आता, आम्ही नवीन नाते जोडत होतो.

आई, माँ, बहीण डोळ्यातून पाणी काढतच होते. आक्का, काकूला ओढत, 'चल व आपणच रांदून वांगा-भात.'

मोठी आई, माझ्या आईला हाक देऊन बोलू लागली 'पार्वता, तू इकडे राय, आम्ही आपुन पाहून घेऊन.'

आक्का, मला ओढत आत घेऊन गेली. तिने सामानाची यादी करून दिली आणि मी बाजारात गेलो.

घरी आलो.

अचानक मामाही अवतरला होता.

तो आईपाशी काही काही गुणगुणत होता, 'सांगलीस नाही, अचानक पाहुणे आले.'

आई म्हणाली, 'गजूची, नानी तर आली आहे ना?'

जेवण झाले.

नारळ आणि काही कपड्यांची देवाण-घेवाण झाली.

पाहुणे गेले, पण मामाची उदासी गेली नाही, 'मी बी चांगले पोरं सांगणार होतो, काईची एवढी घाई केल्या व?'

दादाजी खूप वेळचे मामाला बघत होते.

अचानक बोलले, 'मामाजी, ये सब उपरवाला जोडता है, आशीर्वाद दे दो बच्चों को. वैसे भी मामा को बहुत काम करना होता हैं, भांजा-भांजी की शादी में.'

मामा अजून काही विशेष वजाबाकी करत होता, 'पोरगा माझ्या मनाचा त नाही आणल्या पण पोरगी आमच्या घरची येऊ द्या,' असं बोलला.

आई, आश्चर्याने त्याला पाहू लागली- माँ, दादाजी, आक्का, काकू, मी-संजू-ताई सर्वच.

मामा: आता बालीचा उरकला. आमच्या छबी संगा लग्न करून द्या गजूचे.

आई 'हो-नाही' काही म्हणणार, तसाच मामा पुन्हा बोलला, 'बालीच्या लग्नात तसे बी पैसे लागतील. दोन लगन लावून एकाच मांडवात, पैसे भी वाचतील,' मामा आपल्याच गतीने समोर जात होता.

आई जास्त दबावात 'हो तर नाही म्हणणार,' अशी भीती मला वाटत होती.

तसाच मी बोललो, 'मी आता लग्न नाही करणार, संजूचे व्यवस्थित झाल्यावरच करेन.'

मामा: संजूचा चांगला सुरू आहे. ट्रॅक्टर मस्त चालते, बढीया कमवून राहिला.

मामाला आमच्यापेक्षा आमचे जास्त माहिती आहे, असे मला वाटत होते .

'मी आणि संजू एकाच वेळेस लग्न करून' असं म्हणत, मी मामाला अडकवण्याचा प्रयत्न करू लागलो.

'तेव्हा बी पैसे वाचतील मामा, हो का नाही?"

मामा: छबीले एवढे दिवस आम्ही बसवून ठेवून का?

'छबीसोबत लग्नाची गोष्ट कुठून आली? मी नाही करणार. मी कधी असा विचारच केला नाही, मामा.'

मामा: का खराबी आहे आमच्या पोरीत.

मलाही राग चढू लागला, 'तुमच्या पोरीत काही खराबी नाही आहे, पण तुमच्या आणि आमच्या कुंडलीत आहे.'

मामा: म्हणजे?

मी: तुमच्या घरच्या पोरी आल्या का आमच्या घरचे पोरं परतेत.

हिटलरची आठवण झाली.

'काय बोललो, काय नाही' मला काही कळत नव्हते.

पण मामाच्या रागात, मी आईवर हमला केलेला होता.

आई, आपल्या पदराने आपले तोंड लपवत होती. अचानक, ती स्वतःलाच दोषी ठरवत होती.

घरचा आनंदी असलेला माहोल एकदम बदलला होता, मामामुळे आणि माझ्यामुळे. पण शब्द बाण सुटले होते.

दादाजी, माझ्यावर खूप संतापले होते आणि मला लवकरात लवकर ड्युटीवर रुजू होण्यास सांगितले, 'कल कोरबा चले जाओ, हम लोग इधर संभाल लेंगे, संजू के साथ तैयारी कर लेंगे.'

संजू माझ्याकडे बघत होता.

मामा रागात 'पाहून घेईन' म्हणून निघून गेला.

आईला एकदम घरून-बाहेरून दोन्हीबाजूने तुटल्यासारखे वाटत होते. नवऱ्याने आधी तोडले होते, मुलानेही तसाच प्रयत्न केला. मी, स्वतःलाच खलनायकासारखा भासू लागलो होतो आणि रडू लागलो- आईसमोर, दादाजीसमोर, माँ समोर, सर्वांसमोर... हात जोडून.

माँ, फक्त रागात पाहत होती.

दादाजी: बेटा, पिता से नाराजी रखते-रखते तुम भी तो वैसे ही बन गये हो...

मी आणि हिटलरसारखेच?

'छे...छे' मी हिटलरपेक्षा बरा आहे, स्वतःलाच दिलासा देत होतो.

बहिणीचे लग्न धुमधडाक्यात आटोपले.

भाऊजी घरचे सदस्य बनले आणि त्यांच्या दिशेने नवे विचार पण घरात येऊ लागले होते.

संजू नेहमी बोलायचा की 'भैया खूप हुशार आहे, कोणतीही परीक्षा पास होऊ शकते.'

आई-बहीण संजूसोबत या मुद्द्यावर भांडायची. तेंव्हा भाऊजी बोलायचे, 'गजूने, यूपीएससी करायला हवी होती. तसेही ओबीसी आणि मुख्यता कुणबी, प्रशासनिक सेवेत कमी आहेत. आताही प्रयत्न करायला काही हरकत नाही.'

हिटलरची आठवण झाली. राग अजूनही संपला नव्हता.

मला आता पुन्हा अभ्यास करावा, अशी काही विशेष इच्छा नव्हती. वरून घरचे खर्च आणि संजूच्या ट्रॅक्टरची ईएमआई लागलीच होती.

सोबत एनटीपीसीची सुंदर टाऊनशिप, खेळण्या कुदण्याचे भरपूर साधन आणि व्यवस्था, नवीन मैत्री आणि महिन्याच्या शेवटी हातात येणारा पगार मला जास्त आनंददायक आणि सोपा वाटत होता, म्हणून मी टाळण्यासाठी बोललो, 'आमची पोरं करतील, हो की नाही रे संजू?'

साला, हिटलरसारखाच बोलू लागलो होतो मी.

दोन जातीचे घर

'भैय्या, तू काहीही करू शकतेस ' असे बोलत संजू माझ्यावर ढकलण्याचा प्रयत्न करायचा.

'खूप जबाबदारी आहेत' मी बोललो.

'मी करून घेईन सर्व.' संजू माझा उत्साह वाढवण्याचा प्रयत्न करू लागला.

'आता उशीर झाला रे,' मी म्हणालो.

'भैया, तू करू शकतेस' संजू पुन्हा बोलला.

समोरचे दोन-तीन वर्ष असेच धावत गेली.

मामा अजूनही नाराजच होता.

आता, आई स्वतः माझ्या लग्नाची घाई करू लागली होती आणि दादाजी-माँ-बहीण-भाऊजी-काका-काकू सर्वच.

छबी पण हसत आपल्या सासरी गेली होती. तिलाही काही तक्रार नव्हती पण मामा आताही मनात तेच घेऊन फिरत होता.

माझ्या एनटीपीसीच्या मित्रांचे हात दोनचे चार झाले. आईला घरची कामं जास्त व्हायची, म्हणून ती गजू-संजूचे लग्न एकाच मांडवात करू या, म्हणून बोलू लागली.

इंटरनेटचे आगमन झाले होते. हातात नोकियाचे बटनवाले मोबाईल पोहोचले. जुने मित्र इंटरनेटमुळे पुन्हा जुळत होते. गुगलच्या ऑर्कुटमुळे संदीपक, आमोद, राजीव, मन्या व इतर पुन्हा जुळले होते. काहीचे लग्न झाले होते तर काहीचे होणार होते.

अशातच भंडाऱ्यावाल्या मावशीकडून निरोप आला... जयाबद्दल. जया, एमए मराठी कुठल्यातरी शाळेत शिकवत होती. पहिल्याच भेटीत मनात भरली, माझ्या आईलाही आवडली.

आमचे जुळले. दादाजी खुश होते. माँ, आईला बोलली, 'आता तुया बेस रायल व, जया घर पायल. तू खैरीले चालजो.'

दादाजी बोलले, 'संजू का भी कर देंगे, गजूके साथ में.'

मी आणि जया पत्रव्यवहार करू लागलो होतो आणि ईमेलही. या पत्रव्यवहाराचे रूपांतर प्रेमपत्र व्यवहारात झाले. आंतरदेशीय पत्रे कमी पळू लागली, लिफाफे भरू लागले. पत्रात कधीतरी मी संजूच्या लग्नाची चिंता जाहीर केली होती. आठवड्यात रात्री नऊनंतर फोनवर गप्पा करता होतो कारण रात्री नऊ नंतर कॉलचे दर कमी असतात.

माझ्या झाडीपट्टी मराठीचे, छत्तीसगढी मराठीमध्ये रूपांतर होऊ लागले होते. मी अस्सल गावठी भाषा बोलणारा आणि जया भंडाऱ्यात राहणारी पण काही वर्षे पुण्यात काढलेली, माझ्या भाषेवर आणि शैलीवर क्रिया-प्रतिक्रिया देऊ लागली, 'अशी कशी तुमची ही मराठी? कशी तुमची ही भाषा?'

मी हसू लागायचो, 'तुमची ती पुण्यातील येलारनारी भाषा, मले नाही जमे.'

एके दिवशी जयाचा फोन आला. ती मायाबद्दल बोलली, 'संजू भाऊसाठी बघूया का?'

'माया', जयाची आत्ये बहीण, लाखनीला राहणारी.

मी, ताई-भाऊजी यांना सांगितले. त्या दोघांनी आई आणि दादाजीला सांगितले.

पोहे खाण्याचा कार्यक्रम ठरला.

संजू आणि माया दोघेही एकमेकांना आवडू लागले.

माया, जयाची खूप लाडकी आहे हे सुद्धा कळले. आई खुश होती.

'ये जया सब संभाल लेंगी' दादाजींनी म्हटले.

साखरपुड्याचा कार्यक्रम मोहाडीच्या चौंडेश्वरी मंदिरातच झाला, देवीच्या साक्षीने आणि दोन लग्नं खैरीत आटोपली.

दादाजींनी अखंड रामायणाचा पाठ केला. तुळशीदासाचे 'रामचरितमानस' याचे चोवीस तासात पूर्ण वाचन करणे, नंतर भटाच्या हाताने हवन पूजन.

पूजेच्या कार्यक्रमात गावातील विविध जातीचे लोकही साथ देतांना दिसले. 'भाली' केसकर्तन करणारा व्यक्ती, ज्याने हवन-पूजनासाठी विविध प्रकारची लाकडे गोळा केली. 'मराराने' भाजीपाला आणून दिला, घरच्या गाई-म्हशी सांभाळणाऱ्या 'गोवाऱ्याने' दूध-दही आणून दिलं आणि 'मारवाड्याने' किराणा सामान वगैरे-वगैरे.

माँ, आई, काकू, मोठी आई, बायाबाई यांनी सर्व घराला शेणाने सारवले होते. दादाजींच्या संबंधामुळे गावातील काही हरिजन परिवार आले होते.

गावातील बुजुर्ग माणसे श्रद्धेने दादाजीसोबत काही कार्यक्रमास जुळले पण त्यांच्या घरची माझ्या व संजूच्या वयोगटातील पोरं दुरूनच सम्मिलीत होत होती. डोक्यावर लाल टिळा लावायला तयार नाही झाली. 'जय भीम' इकडे गावातही पोहोचू लागला होता.

हवन आटोपल्यावर आम्ही घरच्या मोठ्यांचा आशीर्वाद घ्यायला लागलो तशीच कानात कुठून तरी आवाज आला, 'हे, ओबीसी बामण बनाले पायतेत.'

कदाचित हे भटाने ऐकले असावे म्हणून 'पूजा में नास्तिक लोग नहीं आने चाहिए, नहीं तो पूजा का संपूर्ण फल नहीं मिलता'... सांगत होता.

मन खिन्न झाले. वजाबाकी आपोआप सुरू झाली. तीन-टक्के ब्राह्मण खरंच आम्हाला चालवतात का? की बारा पर्सेंट अल्पसंख्यक आम्हाला चालवू पाहतात?

हे सर्व आम्हालाच का हाताळू पाहतात? आमची बुद्धी कमी आहे म्हणून की आमची सहनशक्ती जास्त आहे म्हणून? ओबीसी 'सैंडविचमधला आलू' आहे का बे? आम्ही इकडे जावे की तिकडे जावे? विचार सुरु झाले. पुन्हा मनाला दिलासा दिला.

जातिभेदाचा एवढा प्रॉब्लेम असता तर निषादराज गुहाला श्रीरामाने राज्याभिषेकात का बोलविले असते?

चुटीवाल्यांच्या इतका प्रॉब्लेम असता तर बाबासाहेबांनी दुसरे लग्न ब्राह्मण पोरीची कशाला केले असते?

थोडे बरे वाटले, कदाचित ओबीसीच समजातील वाढलेला दुरावा मिटवू शकतील. पूजेकडे लक्ष लागले.

गाव जेवण झाले. कार्यक्रम आटोपला.

मी आणि जया कोरबात पोहचलो आणि संजू-माया मोहाडीत... आईकडे.

27. बीजगणित

दोन वर्षे उलटली.

ताईकडे छोटी आली नंतर आमच्या घरी 'सिद्धार्थ' जयाकडे व 'रुद्र' मायाकडे आले. सिद्धार्थ रुद्रपेक्षा दोन महिने मोठा होता. घरात सगळीकडे नवीन ऊर्जा संचारली होती. आई पुन्हा शक्तिमानसारखी वागू लागली होती. मोहाडी गेलो की घर अंगण भरलेले असायचे. आईला माझ्यासाठी वेळ नसायचा, पण सिद्धार्थ-रुद्र हीच तिची नवीन दुनिया बनली होती.

सिद्धार्थ कधी-कधी यायचा म्हणून कदाचित ती त्याच्यावर जास्त जीव लावायची. माझी माँ सुध्दा माझ्यावर जीव लावत होती, तेंव्हाही आणि आताही. मी आताही तिच्यासाठी लहानपणीचा गजू होतो. पण तिच्या दुनियेत आता संजू, सिद्धार्थ आणि रुद्र शिरले होते.

छोटी बाली आली की ती सर्व घर आपल्या डोक्यावर घ्यायची आणि घरही तिच्या डोक्यावर जायला सज्ज राहायचे. घरची पहिली नात म्हणून कदाचित तिला जास्त स्वातंत्र्य आणि अधिकार मिळायचा किंवा पोरीची पोरगी आहे आणि भविष्यात दुसऱ्याच्या घरी जाणार म्हणून किंवा ती स्वतःच्या प्रेमाने आपला अधिकार निर्माण करायची, ह्या पैकी काहीतरी.

सिद्धार्थ आणि रुद्रही तिच्याच मागे असायचे.

जे प्रेम छोट्या बालीला आमच्याकडे मिळायचे तसेच प्रेम आम्हाला आमच्या मामाकडे सुरुवातीच्या दिवसाला लाभले पण मध्यकाळात बिचारी छबी मधात आली आणि मामा बिदकला. खरं पाहता तर छबी मधात आलीच नव्हती पण

मामा तिला मधात आणायचा प्रयत्न करत होता. कदाचित तिनेही कधी माझ्याशी लग्नाचा विचार केला नसावा कारण ती मला कधी तसं बोलली नव्हती. मी सुध्दा कधी तसं बोललो नव्हतो, पण मामाने आपलेच बीजगणित पेरले होते. पण मामाही आता नाराजच असायचा. आला म्हणजे जया आणि माया यांच्यात काहीतरी अंतर होईल असंच बोलायचा.

28.जया आणि माया

जयानेच मायाचे लग्न जुळवले होते. दोघांचे आपसात खूप प्रेम होते...लग्नाच्या आधीपासून, असे जाणवायचे.

मोहाडीला आलो की जया व माया एकमेंकांसोबत राहायच्या. घरचा गौपाल (गायी-म्हशी बघणारा) नसला म्हणजे माया कधी गाईचे दूध काढायची तेंव्हा जया तिच्या आसपासच असायची. जयाने कधी गाई-म्हशी, गुरेढोरे केलेच नव्हते. ती मोहाडीला गेल्यावर आवर्जून हिरवे गवत गुरांना चारा म्हणून टाकायची पण ते फक्त तिचे प्रयत्नच होते. तिला तेवढेही जमायचे नाही. माया समोर-समोर होत, 'ताई, तू राहू दे व' म्हणत स्वतःच करायची.

तेव्हा जया कामाबद्दल काही न बोलता, 'अवं' म्हटलं की रागवायची- तुझी भाषा कशी ग?' आपल्या पुणेरी शैलीतच तिला समज द्यायचा प्रयत्न करायची.

माया 'खो-खो' हसत, 'काही नाही हो ना व,' म्हणत आपल्या भंडाराच्या झाडीपट्टी शैलीत उत्तर द्यायची. जया पुन्हा रागवायची. संजू व मी आणि कधी कधी आई सुध्दा झाडीपट्टीच्या भाषेतच बोलायचो. तेव्हा ती आमच्यावर शिक्षिका बनून रोब दाखवायची, पण मायाने 'अव-तूव' केले की ओरडायची.

रुद्रला इथे नाही ठेवणार, 'तुम्ही अव-तुव, खाल्लू-पिल्लू करता, तो पण असाच शिकेल.'

माया, थोडी रुसायची. कदाचित रुद्र दूर तर जाणार नाही ही भीती तिच्या मनात संचारायची, पण संजू जाम खुश व्हायचा. तो जयाच्या समर्थनार्थ बोलायचा, 'वहिनी रुद्रले घेऊन जाजो, तिकडे रायल त भैय्यासारखा बनल.'

जया, त्याच्यावरही रागवायची, 'तुझा भैय्याही असंच बोलतो, पण रुद्र असे नाही बोलणार.' ती रुद्रवर जास्तच अधिकार दाखवायची. संजूला हे बरे वाटायचे आणि मला ते तिचे नेहमीचेच वाटायचे.

सकाळी अंगणात शेणाचा सळा टाकता-टाकता ती काही मंत्र बडबडायची. आई कधी बोलायची, 'बामणीन आहेस का व?' तेव्हा जया चिडून न चिडल्यासारखे बोलायची, 'आई हे आपले हिंदूंचे मंत्र आहेत, ह्यावर फक्त ब्राह्मणांची मालकी नाही.'

एकदा संजूने उगाच विचारले, 'सिद्धार्थ नाव तर बौद्ध लोक ठेवतेत, तू कायले ठेवलीस? आपण हिंदू आहोत.'

जया: असा काही नियम आहे का रे? आणि तसेही आपण भगवान बुद्धाला विष्णूचे अवतार मानतोच ना.

संजू: पण बौद्ध लोक असे नाही मानत.

जया: तो त्यांचा प्रश्न आहे, कदाचित ते नवबौद्ध असतील आणि ते मुद्दाम मानत नसणार. सर्व आपल्या सवडीनुसार स्वीकार केला जातो... हिंदूंमध्ये पण आणि बौद्धांमध्ये पण. जेव्हा बाबासाहेब मंदिरात प्रवेश करू पाहत होते, तेंव्हा ते जर सफल झाले असते आणि आपण हरिजनांना चांगल्या मनाने आपण स्वीकारले असते तर, आज विचार नक्कीच वेगळे असते. समाजात जातीभेद नसते तर परिस्थिती वेगळीच

असती. 'रामचरित मानस' मध्ये लिहले आहेच की ***"जद्यपि जग दारूण दुःख नाना, सबते कठीण जाति अपमाना"***, म्हणजे जातीच्या अपमानासारखे दुसरे काही कठीण नसते.

त्या दोघांची संभाषण चालूच राहायचे. जर संजू चांगला शिकू शकला असता तर नक्कीच खूप मोठा अधिकारी बनला असता.... मोठा तर तो आताही आहे.

संजू बोलला, 'पण वहिनी सगळे वेगवेगळे मत काऊन ठेवतेत व?'

प्रश्न मलापण तोच पडायचा पण मी दुरूनच संभाषण ऐकत होतो. सिद्धार्थ व रुद्र आपल्या 'आजीच्या वट्यात' बसून इकडे-तिकडे भुलल्या वांडरासारखे बघत राहायचे. जया खूप वाचन करायची पण आम्ही असे कधी बोललोच नाही. मी, माझे ऑफिस, माझे छंद यांच्यातच राहिलो होतो.

जया: संजू भाऊ, इतिहास हा आपल्या-आपल्या परीने लिहिला जातो किंवा सर्वांचे आपले सत्य असते. आणि आपल्याला जे मान्य असते किंवा सोयीस्कर असते, तेच आपण लोकांना सांगत असतो आणि स्वीकारत असतो. कारण प्रत्येक गोष्टींची सत्यता दाखवणे शक्य नसते. जसे मुलाला लहानपणी त्यांच्या वडिलांचे बोलणे पूर्णतः खरे वाटते व तो तसेच मानत पुढे वाढतो.'

मला हिटलर आठवला. थोडा रागही आला.

जया पुढे बोलू लागली, 'काही वर्षानंतर त्याच मुलाला वडिलांचे ते बोलणे कित्येकदा चूक वाटते किंवा पटत नाही, तरीही तो मुलगा त्या विचारांना थोडेफार बदल करून स्वीकारतो, पण पूर्णतः बदल करत नाही. जसे भगवत गीतेवर खूप वेगवेगळी मत आहेत, रामायणही खूप लिहिली गेली आहेत. बौद्ध धर्माच्या सर्व कथाही एकसारख्या नाहीत.

म्हणजे परिस्थिती आणि त्यावेळेस प्रशासन करणाऱ्यांची वैचारिक दृष्टी खूप काही निर्धारित करते."

जया बोलत होती, 'जसे औरंगजेब आपल्या देशात बहुतांश हिंदू लोकांना खलनायक वाटतो, पण काही लोकांच्या विचारात तो खलनायक नसेलही. जेव्हा त्याने लाखो लोकांना भीतीने वा लालच देऊन मुस्लिम बनवले तेंव्हा त्याने त्या कार्याच्या समर्थनात पुस्तके लिहिण्यास दबाव टाकला नसेल का? किंवा जे साहित्य त्याच्या विरोधात लिहिले गेले असावे, त्याने ते नष्ट केले नसेल का?

तसेच जे ज्या धर्माचे उपासक असतात, ती लोक तो धर्म कसा श्रेष्ठ आहे सांगण्याचा आटोकाट प्रयत्न करतात आणि हाच प्रयत्न फसतो. उलट इतरांना जास्तच राग यायला लागतो. रागात व स्वतःला श्रेष्ठ दाखविण्याच्या नादात आपल्या धर्मातील साहित्य हे आधीचे आहे व दुसऱ्या धर्मातील विचार आमच्या धर्मातील विचारांच्या समांतर लिहिले गेले वा त्याला बघून बनवले गेले आहे, असे सांगण्याच्या वा दाखविण्याचा प्रयत्न केला जातो.

हिंदू, ज्यांनी बौद्ध धर्म हा हिंदू धर्माच्या भाग नाही असे स्वीकारले आहे, ते म्हणू शकतात की बौद्ध धर्म हा भगवद्गीतेच्या कर्मयोगावर आधारित आहे. तसेच बौद्ध लोक, गीता हा बुद्धाच्या शिकविणीच्या समांतर लिहले गेले आहे, असे सांगू शकतात.'

संजू: वहिनी, आपला हिंदू धर्म वैज्ञानिक दृष्टी वाला नसे का व? फक्त बौद्ध धर्म हा वैज्ञानिक दृष्टीकोनाचा आहे म्हणतेत ना व? अजून, जे नवबौद्ध आहेत ते आपल्या धर्माच्या तिरस्कार व राग काउन करत असतील व?

जया: अव- तुव कशाला करतोस रे?

संजू (सांभाळून बोलण्याचा प्रयत्न करत): सांगना व.

जया: प्रत्येक धर्मात काहीतरी वैज्ञानिक आहे आणि काहीतरी नाहीही आहे. जसे उपवास करणे हे वैज्ञानिक दृष्टीने आवश्यक आहे, हे मुख्यतः हिंदू धर्मात रूढ आहे पण काही लोक याची गंमत करतात. पण हे शरीर शुद्धीसाठी आवश्यक आहे. सकाळी उठणे, उत्तर दिशेला डोकं ठेवून न झोपणे हे सुद्धा वैज्ञानिक आहे. बौद्ध धर्म हा कर्मयोगावर भर देतो पण भगवान बुद्धाला बोधी वृक्षाखाली ज्ञान प्राप्त झाले होते म्हणजे ज्ञानासाठी शाळा कॉलेजची गरज नाही असे म्हणता येईल का?

तसेच जेव्हा सिद्धार्थ हे बुद्ध बनले, ते वाराणसी जाण्यास निघाले. तिकडे जैन मुनि उपक भेटला व बुद्धास तुमचा गुरु कोण? असे विचारले. बुद्ध म्हणाले, 'माझा गुरु कोणी नाही. माझ्यासारखा मीच आहे. मी सम्यक बुद्ध आहे.'

बुद्ध 'अत्त दीप भव' म्हणतात म्हणजे स्वतःचा गुरु स्वतःच बना. मग त्यांनी अनुयायी का बनवले? त्यांनी स्वतःच लोकांना घडायला वा परावर्तन करू द्यायला हवे होते. बुद्धाचे 'माझा गुरु मीच आहे,' हे गीता उपदेश करणाऱ्या कृष्णासारखे नाही आहे का, संजू भाऊ?

संजू, 'हो व वहिनी' म्हणत डोका हलवत होता.

जया: जे प्रगाढ मित्र असतात ना, तेच कट्टर शत्रू बनतात. कारण न्यूटनचा तिसरा सिद्धांत म्हणजे जिथे आपुलकी व प्रेम जास्त असते आणि जर तिथे अपेक्षाभंग वा अपमान झाला की शत्रुत्वही तसेच होते.

संजू: याच्यावर उपाय काय असेल व?

जया: मी काय सांगू ते? पण बाबासाहेबांनी एकदा प्रयत्न केला होता, हिंदू धर्मात येण्याचा तो फसला. आता कदाचित हिंदू लोकांना तो प्रयत्न करायला पाहिजे. उशीर होईल, वेळ लागेल. लोक मिळतील वा नाही मिळणार, जुळतील वा नाही जुळणार, पण आपुलकीने सोबत राहू तर शकतील.

मला रजीच्या वडिलांनी सांगितलेला **'नेल्सन मंडेला'** आठवला.

रुद्र आणि सिद्धार्थ, आपल्या आजीच्या कुशीतून बाहेर पडण्याचा प्रयत्न करत होते पण माझी आई त्यांना जाऊ देत नव्हती. शेवटी जया बोलली 'शिका, संघटित व्हा व संघर्ष करा', हेच सत्य आहे.

अचानक कुठून तरी मायाचा आवाज आला 'तुम्ही दोघेही हिंदू- बौद्ध काऊन करून राहिले जी?'

एकाएकी दोघेही बोलले, ‘ती दोन्ही एकाच घरचे दोन रस्ते आहेत’ आणि हसू लागले.

आई: बाप्पा-बाप्पा, का-का बोलता रे तुम्ही? जया तूच आपल्यासंगा नेशील व या रुद्रले.

माया, थोडी शांत झाली. आई पुढे बोलू लागली, 'गजू बी लहानपणी खैरीला गेलता का नाही?'

जया: आई, रुद्रला थोडा मोठा तर होऊ दे, मग नेणार. आपण सारे सोबतच राहू... एकाच घरी.

सर्व खुश होते, जणू कुठल्या सोहळ्याची तयारी होत आहे म्हणून.

29. भैय्यासारखा बनजो

चार वर्षे गेली.

सिद्धार्थ आणि रुद्र पटापट मोठे होत होते. सिद्धार्थच्या पाठी पार्थ झाला आणि रुद्रच्या पाठी आली... चिमणी.

चिमणी आल्यामुळे, आईची चिंता थोडी मावळली होती की घरी भाऊबीज व रक्षाबंधन हे सण कसे होतील? तसेही कित्येक वर्षे झाली, तिने स्वतः हे दोन्ही सण आपल्या माहेरी साजरे केले नव्हते.

चिमणी आल्यानंतर मोहाडीत एक वेगळीच ऊर्जा आली होती. सर्वजण तिच्या मागे असायचे. एकच बहीण, तीही सर्वात छोटी, वरून सर्वांना लाडवणारी आणि मुख्य म्हणजे 'चबरी', स्वतःहून सर्वांशी गप्पा मारणारी.

रक्षाबंधनच्या सणासाठी आम्ही कोरबावरून मोहाडीला आलो होतो. आई जाम खुश होती, राखीला खूप वर्षांनंतर मामा आला होता. ताई आणि भाऊजीही पोहचले होते.

आता सर्व मुलांच्या शिक्षणाच्या गोष्टीवर पण गप्पा करू लागले. भाऊजी, पोरांनी यूपीएससी करावे म्हणत असत. जावयाच्या गोष्टी ऐकल्या की आई पण रुद्रच्या शिक्षणाची चिंता करायची व जयाकडे बघायची. माया थोडी विचलित व्हायची पण तिलाही मोहाडीपेक्षा कोरबांमध्ये शिक्षण चांगले होईल असे वाटायचे.

एनटीपीसी कोरबाची ती सुंदर टाऊनशिप. बाहेर सुरक्षा चक्र, नेहमी गेटवर गार्ड असायचे. व्यवस्थित घरे... गंगा विहार, यमुना विहार, कावेरी विहार आणि आमचे कृष्णा विहार. अशा चार विहारांमध्ये पूर्ण टाऊनशिप विभागली होती.

प्रत्येक विहारात छोटे-मोठे सुंदर बगीचे, खेळण्यास झुले होती. गंगा विहाराजवळ, दोन मोठी-मोठी मैदाने मानसरोवर स्टेडियम क्रिकेटसाठी आणि नेताजी सुभाषचंद्र स्टेडियम मुख्यतः फुटबॉलसाठी. जवळच एक मोठे शॉपिंग कॉम्प्लेक्स 'मानसरोवर.' लागूनच एक मोठा दवाखाना. बाजूला दोन केंद्रीय विद्यालय, पोरांनी गच्चं भरलेले.

दुसऱ्या कोपऱ्यात एक खूपच सुंदर सिल्वर जुबिली उद्यान, भिन्न भिन्न फुलांनी भरलेले. त्यात बोटिंगची सुंदर व्यवस्था. आजूबाजूला सतत आवाज करणारी बदके.

उद्यानाच्या बाजूला एक मोठी शाळा होती- 'डीपीएस एनटीपीसी, कोरबा.' पांढरा ड्रेस घातलेली खूप सारे विद्यार्थी, त्यांना आणण्यासाठी-नेण्यासाठी बस, ऑटो सारे डोळे दिपवून टाकणारे आम्हां मध्यमवर्गाला. तसेच छोट्या मुलांसाठी बालवाडी म्हणजे 'टाईनी कॉटेज.'

संध्याकाळी सर्व लोक मैदानातच दिसायचे किंवा न्यूक्लियस वा प्रगती क्लबमध्ये बॅडमिंटन, टी.टी. किंवा कॅरमसारखे काहीतरी खेळ खेळत.

उन्हाळ्यात स्विमिंग पूलमधली मस्ती, ज्याचे सिद्धार्थ नेहमी वर्णन करायचा आणि रुद्र 'मले बी जावाचा आहे' म्हणत असायचा.

जया त्याचे रुसणे न सोडवता, 'मला पण जायचे आहे' म्हणायला लावायची, शिकवायची आणि त्याला सांगायची की 'मी, तुला घेऊन जाणार.' रुद्रही कोरबा जाण्याचा लालच करायचा आणि जयासाठी शुद्ध बोलण्याचा प्रयत्न करायचा. आई, मायाला म्हणायची 'रुद्रला नेऊ देशील.' माया 'हव ना आई' म्हणून तिला विश्वास द्यायची आणि रुद्रला आपल्याकडे ओढायची.

जया, रुद्रकडे बघत असायची, चेहऱ्यावर काही भावना न दाखवता. संजू खुश व्हायचा आणि बोलायचा, 'भैय्यासारखा बनजो.'

'भैय्यासारखा नाही. भैय्यापेक्षा बी अच्छा बनल' मी म्हणालो. कदाचित मी चांगला आहे का? ही मलाही शंका होती.

'कशी ही भाषा तुमची अहो'... जया कपाळावर हात ठेवत मला बघत बोलली.

"काऊन त व? बेस बनल हा, तूया संगा."- आई मधातच बोलली.

सगळे खूप हसत होते. आई इकडे-तिकडे बघत होती. वयानुसार आईची भाषा खैरीच्या भाषेमध्ये मिसळू लागली होती आणि जया सुध्दा हसत होती.

राखी बांधण्याचा कार्यक्रम संपला होता.

चिमणी जास्तच उडत होती- इकडे-तिकडे, गुलाबी ड्रेसमध्ये.

रुद्र, तिला 'चांगली राय-चांगली राय' म्हणून समजवण्याचा प्रयत्न करत होता. पार्थ तिच्या अवतीभोवती आणि सिद्धार्थ तिला दुरूनच निहाळत होता. तिने फेविकॉलसारखा सर्वांना चिपकवून ठेवले होते.

पंगत बसली.

आज जयाने चारही भावंडांना जेवताना एक प्रार्थना शिकवली.

"मुखी घास घेता करावा स्वीकार,

शेतकरी हाच जीवनाचा आधार,

माझी भरली थाळी, ही त्याचीच कृपा.

त्याला कधी उपाशी नको ठेवू रे बाप्पा.

सद्‌गुरुनाथ महाराज की जय."

संजू, 'मस्त आहे व प्रार्थना वहिनी' म्हणत, अभिमानाने पोरांकडे बघता बघताच बोलला, 'पोराइले शेतकऱ्याची किंमत समजेल'.

खूप वेळचा गप्प बसलेला मामा थोड्यावेळात बोलला "असा काही नाही रायत, फक्त बोलावाचा रायते, शेतकरी... शेतकरी."

"शेतकऱ्याच्या पोरीसंग लग्न करावाले पाहत नाही लोक, लग्नाच्या गनी साहेबाच्या पोरी पाहिजेत" मामा माझ्याकडे बघत बोलला.

मग मायाकडे बघत पुन्हा बोलला, "तुझ्या रुद्रले कोरबात काम सांगतील... पाहिजो, तई समजल तुले, शेतकऱ्याच्या पोरगा अन साहेबाच्या पोरगा."

आई-जया-माया आश्चर्याने मामाला बघतच राहिल्या. संजू खूप चिडला. इकडे तिकडे येरझारा घालू लागला. मलाही खूप संताप आला होता.

मी, मामावर ओरडलो, "मामा, तुया प्रॉब्लेम का आहे? घर तोडाले पाहून राहिलास का? किती जुनी गोष्ट धरून बसला आहेस... मी कधी म्हणालो होतो का तुले किंवा छबिले- *'लग्न करीन म्हणून.'* आता छबीचे बी पोरंबाळं आहेत. आमचे बी पोरंबाळं आहेत. ती तिकडे खुश आहे, आम्ही इकडे खुश आहोत. आता तुले का पाहिजे?"

जेवणाची इच्छाच संपवून टाकली होती, मामाच्या भाषेने. तोही रागातच उठला. हात पुसत पुसत मायाकडे बघत

बोलला, 'पोरी, तू कास्तकाराची पोरगी होस. तू सांभाळून रायजो. तुझ्या पोरा-पोरीले जास्त काम करवतील, काऊन का तुझा नवरा बी कास्तकारच आहे.' बोलता बोलताच मामा घराबाहेर पडला.

त्याने आपला थैला उचलला आणि बाईकवर निघून गेला. जया-माया एकमेकींकडे बघून रडू लागल्या. त्यांच्या भावना त्यांनाच माहित. कदाचित जीवनात पहिल्यांदाच त्यांना आपसामध्ये काही अंतर भासले असावे...

चुलत-बहिणी?

साहेब -शेतकऱ्याची बायको?

नोकरीवाला- विनानोकरीवाला नवरा?

पैसेवाला- कमी पैसेवाला नवरा?

संध्याकाळी तुळशीजवळ दिवा सर्व भावंडांनीच लावला. आम्ही उद्या, मुंबई हावडा मेलनी जाणार म्हणून आधीच सर्वांना ठाऊक होते.

जया, 'रुद्रला आम्ही नेणार' म्हणून मायाची विनवणी करत होती. मायाचा प्रतिसाद थोडासा बदललेला वाटत होता. मुलगा दूर जाणार हे दुःख होते की मामाचे शब्द तिला टोचत होते, हे समजणे कठीण होते.

'मामा हंबीररावसारखा बी राहू शकते. संभाजी महाराजांचा सांभाळ करू शकते. तोही जेव्हा, तो स्वतः सावत्र मामा आहे. किंवा मामा शकूनीसारखा बी राहू शकते आणि घर तोडू शकते, तोही जेव्हा तो सख्खा मामा आहे. विचार डोक्यात काहूर माजवत होते.

रुद्रला नेतोय- बरे करतोय की नाही? काही भेदभाव तर होणार नाही? सिद्धार्थ बरोबर राहील ना? प्रश्न उड्या मारत होते.

संजू अजूनही ठाम होता. 'रुद्र, कोरबाला जाईल अन तिकडेच शिकेल म्हणून.'

माया तयार झाली. तिनेच सर्व तयारी करून दिली होती. संजूचा दबाव होता वा आईचा दबाव होता की तिचीही इच्छा होती, हे समजणे कठीण होते. तसेही तिला या घरी जयानेच आणले होते, सांभाळले होते. हे तिलाही ठाऊक होते म्हणून ती गप्पच होती.

मोहाडीवरून लाल रंगाच्या एसटीने आम्ही भंडारा रोड स्टेशनवर गेलो. संजूही आला होता. घरीही एक कार असावी, सेकंडहॅन्ड असली चालेल असे वाटले. कार असल्यास स्टेशनवर जायला, कधी आईला किंवा चिमणीला दवाखान्यात न्यायला मदत होईल असे वाटले.

सेकंड हॅन्ड कार घेतली तर मामासारखा कुणी पुन्हा काही-बाही बोलेल का? अशी वजाबाकी आपोआप सुरू झाली.

"त्या स्टेशनला भंडारा रोड का म्हणतात?" सिद्धार्थने प्रश्न दागला.

संजू: हा भंडारा जिल्हा आहे, जो दूरवर ओळखला जातो. आणि हे ठिकाण भंडाऱ्याजवळ आहे... नाव आहे 'वरठी.' वरठी जास्त प्रसिध्द नाही पण हा स्टेशन भंडाऱ्याला जोडते आणि म्हणून कदाचित त्याला 'भंडारा रोड' हे नाव दिले असेल. रुद्र आणि सिद्धार्थ मान डोलावू लागले.

मी संभाषणात सहभागी झालो, 'आता इथे एक लोखंडाचा मोठा कारखाना पण उघडला आहे- "सनफ्लॅग नावाचा." आता

वरठी गावही हळूहळू प्रसिद्ध होईल कारण भूगोलाच्या पुस्तकात हे नाव आता आलेले आहे.'

रुद्र: भूगोल म्हणजे काय ?

जया: भूगोल म्हणजे जिओग्राफी. नाव- गाव- पत्ता- फळ-फुल हे सांगणारा आणि शिकवणारा विषय. म्हणजे कुणालाही जागेचे वैशिष्ट्य हवामान-शेती विषयक किंवा कारखाना वगैरेची माहिती सांगणारा विषय. तुम्हीही लवकरच शिकाल."

जया, मग संजूकडे बघत बोलली, 'भाऊ तुम्हीही छान मराठी बोलू शकता.'

संजू हसू लागला आणि बोलला, 'पण वहिनी असली मजा आपल्या झाडीपट्टीच्या मराठीतच आहे- खाल्लू-पिल्लू, आलू-गेलू.' आणि हसू लागला.

मीही थम्सअप दाखवून त्याचे समर्थन केले.

जया, 'शी! म्हणत' पोरांकडे वळली आणि बोलली "आपण ट्रेनमध्ये एक खेळ खेळणार आहोत- ***नाव-गाव-पत्ता-फळ-फुल***."

'कसा खेळ आहे ग आई?' सिद्धार्थने विचारले.

'मी बी खेळीन व मोठी आई' रुद्र बोलला.

जया, 'हो सर्वच खेळू' असे बोलली. पण रुद्रला सुधारित... 'मीही खेळणार' असे म्हण. रुद्रने होकार दिला.

जया: हो की नाही? ते स्पष्ट म्हण.

मी: तो म्हणल ना व.

म्हणत रुद्रला बघू लागलो. तशीच जया उत्तरली, 'तुम्ही थांबता का?'

रुद्र: मोठी आई, मी खेळणार.

म्हणत त्याने विषय संपवला. संजू त्याला कुरवाळत, खुश झाला.

सिद्धार्थ: खेळ कसा राहील ग?

जया: एक कुठलेही अक्षर घ्यायचे आणि त्यावरून नाव म्हणजे माणसाचे नाव, गाव म्हणजे गावाचे नाव, फळ म्हणजे फळाचे नाव, फुल म्हणजे फुलाचे नाव सांगायचे. जो नाही सांगणार तो हरेल. सर्वच 'क' ने सुरू होतील, जसे एक अक्षर घ्या 'क.' क वरून नाव-कमला, गाव-कोलारी, फळ-काजू, फुल-कमळ.

रुद्र, 'सोपाच आहे,' म्हणत डोळे मोठे केले.

तेवढ्यात माइकवर घोषणा झाली. 'मुंबई-हावडा मेल प्लॅटफॉर्म नंबर तीनवर येईल.'

गाडी आली. आम्ही चढलो. संजूने हात दाखवत टाटा केला... "भैयासारखा बनजो" गांभीर्याने हसत निघून गेला.

कदाचित मुलगा दूर जातोय म्हणून गंभीर झाला असावा आणि चांगल्या शाळेत शिकणार, असे गृहीत धरून हसला असावा.

संध्याकाळी आम्ही 'चांपा रेल्वे स्टेशनवर' उतरलो. एनटीपीसीची स्टाफ बस हजर होती. चार कुपन दिले. पार्थ छोटा होता. त्याला कुपनची काही आवश्यकता नव्हती.

रुद्र, या आधीही एनटीपीसी कोरबा टाऊनशिपमध्ये आलेला होता. पण आता तो राहायला आला होता. कधी कधी तो

हिरमुसल्यासारखा व्हायचा, तेंव्हा जया आवर्जून त्याला अशा मनस्थितीतून बाहेर काढण्याचा, आटोकाट प्रयत्न करायची.

रस्त्यामध्ये **'माँ कोसगाईचे'** मंदिर दिसले.

'रुद्र, हे दुर्गा मातेचे मंदिर आहे. या भागात दुर्गा मातेला 'माँ कोसगाई' म्हणतात'- जयाने सांगितले.

पार्थ, आपल्या आईला, रुद्रला प्रत्येक गोष्ट सांगताना लक्ष देऊन बघत होता. आणि तो स्वतः काहीतरी सांगण्याचा प्रयत्न पण करत होता, जसा तो खूप मोठा जाणकार आहे.

समोर ऊर्जाद्वार येता-येता निर्माणाधीन असलेली एका थर्मल प्लांटच्या धुराची चिमणी दिसली.

पार्थ, 'एनटीपीसीचा प्लांट' म्हणत रुद्रला आपल्या हिशोबाने काहीबाही सांगू लागला.

सिद्धार्थ त्या दिसणाऱ्या प्लांटला बघत बोलला, 'हे एनटीपीसीचे नाही ना, पप्पा?'

रुद्र, आता माझ्याकडे बघू लागला.

मी म्हणालो, 'हा केएसके पॉवरचा कारखाना आहे. रुद्र येथे कोळसा जाळून ऊर्जा तयार करतात आणि त्या उर्जेने पाण्याची वाफ तयार करतात. त्या वाफेने टर्बाइन फिरते आणि वीज तयार होते, म्हणून याला **ताप विद्युत किंवा थर्मल प्लांट** म्हणतात.'

जया माझ्याकडे बघून, 'तुम्ही अशा भाषेत का नाही बोलत, नेहमी.'

मी, 'तू राय ना व' म्हणत दुर्लक्ष केले.

कोरबा पोहोचलो- **'ऊर्जाधानी में आपका स्वागत है.'**

ट्रान्सपोर्ट नगरसमोर कोरबामधील सीएसईबी रोड लगतच्या चौकात लावलेले एक हिरव्या रंगाचे बोर्ड, रुद्रने मोठ्या आवाजात वाचले. त्याचे स्पष्ट वाचन ऐकून, जया खुश झाली.

पोरं पुन्हा विचारू लागली, 'ऊर्जाधानी म्हणजे काय?'

'ऊर्जाधानी म्हणजे ऊर्जेची राजधानी. येथे खूप जास्त वीज निर्माण होते कारण आजूबाजूला भरपूर कोळसा आहे आणि अनेक कारखानेही आहेत, म्हणून याला छत्तीसगढची ऊर्जाधानी म्हणतात. ऊर्जा म्हणजे एनर्जी-शक्ती, म्हणून ऊर्जाधानी. तसेच रायपूरला 'राजधानी' व बिलासपुरला 'न्यायधनी' म्हणतात, कारण बिलासपुरला उच्च न्यायालय म्हणजे 'हायकोर्ट' आहे.

सिद्धार्थ आणि रुद्र एकामागून एक प्रश्न विचारत होते. जया उत्तर देत होती. बोबडा पार्थही 'मी का मागे राहू?' म्हणूनच काहीतरी विचारण्याचा वा सांगण्याचा प्रयत्न करत होता.

आम्ही घरी पोहोचलो.

30. ओबीसी: ओरिजनल बायफर्केटेड कॅटेगिरी

रुद्रचा नवीन पत्ता: कृष्णाविहार, जमनीपाली, एनटीपीसी टाऊनशिप, जिल्हा कोरबा छत्तीसगढ.

एकाच दिवसात तो महाराष्ट्र राज्यातून येऊन इथे छत्तीसगढी बनला होता. त्याची भौगोलिक स्थिती बदलली होती.

दुसऱ्या दिवशी रुद्रला 'सिल्वर जुबली पार्क' लगतच्या **'डीपीएस एनटीपीसी, कोरबा'** शाळेत प्रवेश मिळाला. मूळ 'टीसी' लवकरच जमा करणार, हे मी लिहून दिले.

सिद्धार्थ आणि रुद्र अभ्यासात रमू लागले होते.

त्या दोघांना शाळेत जाताना बघून, पार्थ 'मीही शाळेत जाणार' अशी जिद्द करू लागला. म्हणून जयाने त्याला 'टायनी कॉटेजमध्ये' दाखल केले.

फटाफट दिवस सरकू लागले आणि वर्षेही.

पार्थ, टायनी कॉटेजमधून डीपीएसमध्ये पोहचला. सिद्धार्थ-रुद्र शाळेच्या विभिन्न स्पर्धेत नाव कमावू लागले. सिद्धार्थ, अभ्यासात थोडा पुढे होता पण रुद्रही मागे नव्हता.

सायंकाळी तुळशीसमोर दिवा लावल्यानंतर, सात ते नऊ दोघेही जयासोबत अभ्यासाला बसत. उपाय नव्हता, बसावेच लागत होते.

नवव्या वर्गात 'आंतर डीपीएस क्रिकेट स्पर्धेत' सिद्धार्थ आणि रुद्रने मैदान गाजवले होते. दोघांना **'दाऊ-भाऊ'**ची जोडी म्हणायचे.

छत्तीसगढमध्ये मोठ्या भावाला 'दाऊ' म्हणून हाक मारतात आणि छत्तीसगढमध्ये मराठी लोक कमी आहेत. जे आहेत, ते नोकरीत, व्यापारात आणि एनटीपीसीमध्ये. तर अशा प्रत्येक मराठी माणसाला त्याचे नाव घेण्यापेक्षा छत्तीसगढमध्ये 'भाऊ' म्हणून संबोधले जाते.

दाऊ-भाऊच्या जोडीने डीपीएस क्रिकेटच्या मैदानात दिल्ली गाठले होते.

आयपीएल नुकतेच सुरू झाले होते. आमची पोरे सचिन तेंडुलकर, राहुल द्रविड, सेहवाग, धोनी, क्रिस गेल बनायची, स्वप्ने पाहू लागले होती.

महेंद्र सिंह धोनीच्या नेतृत्वात भारत देश 2007 आणि 2011 मधील क्रिकेटचे दोन्ही विश्व कप जिंकून, एक नवीन रोल मॉडेल बनला होता. डीपीएस शाळेतील खेळाचे शिक्षक 'शैलेंद्र सिंह सर' पोरांना खूप प्रोत्साहित करत होते. शाळेत अभ्यासाव्यतिरिक्त क्रिकेटवर जास्त ऊर्जा जात होती. अभ्यास थोडा मागे पडू लागला होता. घरी 'सचिन श्रेष्ठ की धोनी सरस' ही चर्चा व्हायची. सिद्धार्थ आणि रुद्र धोनीची बाजू मांडायचे आणि मी सचिनची. पार्थ, माझे समर्थन करायचा आणि जयाला ऑस्ट्रेलियाची टीम आवडायची.

घरी अभ्यासाची चर्चा मंदावली होती. आयपीएल खेळले की लखपती होऊ शकतो, हे त्या दोघांना वाटू लागले होते. दहाव्या वर्गात क्रिकेटच्या नशेत अभ्यास खूप कमी होऊ लागला. जया दररोज सायंकाळी दोघांवर भिडायची. 'अजून ते लहान आहेत... क्रिकेटमध्ये पण कॅरिअर असते' असे बोलून मी त्यांना भर देत होतो.

'छत्तीसगढ अंडर सिक्सटीन'मध्ये दोघांची निवड नाही झाली आणि दहावीत नेमका फर्स्ट क्लास आला.

वर्गातील बाकी विद्यार्थी नव्वद टक्क्यांपेक्षा जास्त टक्केवारी घेऊन खूप समोर असल्यासारखे दिसू लागले होते. वर्गातील दहा विद्यार्थ्यांना शंभरपैकी शंभर भेटले होते आणि या दोघांनाही गणितात जेमतेम सत्तर आणि पासष्ट असे गुण मिळाले होते.

संजू आणि माया थोडे चिंताग्रस्त झाले होते आणि आई सुध्दा. आई जयाला वारंवार विचारत होती, 'तू अच्छा ना पायस नाही का व?'

माया, 'ताई, जर रुद्र जास्त अभ्यास नाही करल त कसा होयल? तुम्ही त नोकरीवाले आहा?'

मामाच्या संभाषणानंतर, माया अधामधात 'कास्तकार आणि नोकरी' ह्या गोष्टीवर अनभिज्ञतेने बोलू लागली होती.

जया आतून हलली होती. 'भैय्यासारखा बनजो' हे वाक्य माझ्या आसपास गुंजत राहत होते.

अकरावीत दोघांना कोचिंग क्लासला पाठवण्याचा निर्णय आम्ही घेतला. नेमका त्याच वेळेस राजस्थानच्या कोटाहून 'बंसल क्लासेस' कोरबाला आले होते.

शाळा आणि कोचिंग हेच दोन आता उपक्रम सुरू झाले. जया, आवर्जून दोघांच्या वह्या-पुस्तके बघायची. टेस्ट सिरीजची प्रगती तिने जवळून बघण्याचा निर्धार केला. तिने दोघांसाठी एक डायरी बनवली होती.

पोरं क्रिकेटला विसरून आता गणितावर भर देऊ लागली होती. त्यांची प्रगती बाकी मुलांपेक्षा जलद गतीने होऊ लागली होती. आईपीएलची स्वप्न आता फुर्र झाली होती आणि घरी आयआयटीच्या गोष्टी होऊ लागल्या होत्या.

पहिली पसंत आयआयटी बॉम्बे मग दिल्ली, कानपूर, मद्रास, खडकपूर...

'आयआयटी बॉम्बे जाऊ' असे ते दोघेही बोलत असत. जया आणि मी त्यांच्या नवीन स्वप्नामध्ये रंग भरत होतो.

संगणकाची दुनिया **'कम्प्युटर सायन्स'** ही इंजिनिअरिंगची शाखा सर्वप्रिय होती. सर्व मुले कम्प्युटर सायन्स शिकून टीसीएस, इन्फोसिस, गुगल अशा मोठ्या कंपन्यांत रुजू होऊ, असेच बोलत.

एरवी आमच्या घरीही असेच बोलणे ऐकायला मिळू लागले. सिद्धार्थ, कोरबा शाखेत टॉपर होता, रुद्र पहिल्या दहामध्ये असायचा.

रुद्रला कधी काही समजले नाही तर तो सिद्धार्थला विचारायचा. जया थोडी स्थिरावली होती. दोघांच्या अभ्यासाची गती तिला थोडा आनंद देऊ लागली होती. मीही, सिद्धार्थ आयआयटी मुंबईमध्ये कम्प्युटर सायन्स शिकेल, अशी स्वप्ने बघत होतो. रुद्रही छान करतोय म्हणून आनंदी होतो.

जया, सिद्धार्थकडे जास्त लक्ष देते, म्हणून रुद्रला कमी गुण मिळतात, असा मामाचा व्हाट्सअपवर मेसेज आला होता.

घरी पुन्हा थोडी अशांती संचारू लागली होती. 'या मामाचे काय करावे?' हेच कळत नव्हते.

'जाऊ दे ना, तो बह्याळ आहे' म्हणत आई दुर्लक्ष करायची.

जया, संजूला आणि मायाला वारंवार सांगायची, 'मी आता त्या दोघांना शिकवू नाही शकत, फक्त जेवण देते आणि तब्येत बघते.'

संजू, 'हो ना व म्हणत' निघून जायचा. पण माया काहीच बोलायची नाही, ती फक्त गप्प राहायची.

बारावीचे वर्ष सुरू झाले होते. एकदा आम्ही बंसल क्लासेसमध्ये पीटीएमला गेलो. दोघांची प्रगती पाहून 'संभावना चांगल्या आहेत', बोलून बंसल क्लासेसचे शिक्षक उत्साह वाढवायचे.

'आयआयटीचा कट ऑफ हा महत्त्वाचा असतो' असे ते वारंवार सांगायचे.

जयाने उठण्या-झोपण्यापासून ते रिविजनचे वेळापत्रक त्यांच्याकडून बनवून घेतले होते. सकाळी साडेचार ते रात्री दहा, असे वेळापत्रक तिने आखले.

बंसल क्लासवाले बोलले, 'तुम्ही कोणत्या कॅटेगरीमध्ये येता का? जनरल- ओबीसी- एसटी- एससी, कारण जनरलचा कट ऑफ जास्त असतो मग बाकी कॅटेगरी वाल्यांचा असतो.'

'ओबीसी आहे' मी बोललो.

बंसल क्लासवाले: जाती प्रमाणपत्र बनाकर वेरिफिकेशन कर लो, दोनो की अच्छी संभावनाएं हैं और दोनो के लिए नॉन-क्रिमीलेयर सर्टिफिकेट बना लो.

जया: म्हणजे... इसमें भी?

बंसल क्लासेस: देखो मॅडम, ओबीसी में जो नॉन-क्रीमी लेयर हैं मतलब जिनके पिता की इन्कम कम हैं, वो फायदा ले सकते हैं क्योंकि ज्यादा इन्कमवाले जनरल कॅटेगरी में गिने जाएंगे.'

जया: एससी-एसटी का कैसे हैं ?

बंसल क्लासेस: इनका कोई इन्कम से लेना देना नही है. एक आयएएस का बेटा और एक गरीब बेरोजगार का बेटा भी एकही पायदान पर रहते हैं. एक अरबपती का भी और एक भिकारी का भी. आप लोग अपना देख लीजिए.

मला, माझा मित्र रामू आठवला, ओसाड झाडाखाली माझ्या शेजारीच बसलेला.

जया: अहो आपले ओबीसीमध्ये येईल ना?

सर्व दुनियेचा ज्ञान ठेवणारी जया, पोराच्या ओपन आणि ओबीसीच्या कार्यक्रमात पूर्ण ज्ञान विसरुन गेली होती.

मी: नाही, सिद्धार्थचे नाही होणार पण रुद्रचे होईल. पण तसाही जास्त फरक पडत नाही.

तिला समजावत होतो पण मी स्वतःही थोडा निराश झालो होतो. 'मी आता ओबीसी राहीलो नाही' कॉलेजच्या दिवसात पोलीसवाल्याकडून ऐकलेले वाक्य वारंवार मनाच्या गाभाऱ्यात गुंजू लागले होते. इतके वर्ष न उलगडलेले कोडे अचानक माझ्यासमोर उलगडू लागले.

मी 'ओबीसी' नाही आहे का? पण मी 'कुणबी' तर आहे ना? कुणबी असेल तर ओबीसी राहायला पाहिजे ना? अन्य पिछडा वर्ग, अन्य मागासवर्गीय...

'साला, पैसा आला म्हणजे जात बदलते का बे? स्वतःशीच भांडू लागलो.

जयाला समजावत होतो, 'जास्त फरक पडत नाही, फक्त जवळपास आठ-दहा टक्क्यांचा.'

पहिल्यांदाच जयाला काहीतरी समजावत होतो.

'अहो दहा टक्के कमी होतात का? ओबीसीचे 80% म्हणजे जनरलचे 90% मानले जाईल.

मलाही कळत होते. सिद्धार्थपेक्षा रुद्र समोर जाईल का? पहिल्यांदाच एक नवीन यक्षप्रश्न समोर उभा झाला होता.

जर गेला तर?

जीवनात पहिल्यांदाच पुत्र मोहामध्ये सिद्धार्थ आणि रुद्रची तुलना केली होती. तुलना केली??? केली तर नक्कीच नव्हती, ती आपोआपच झाली होती.

'नाही-नाही, दोघेही पुढे जातील. देवा बघ रे. दोघेही आमचेच आहेत.'

जया आणि मी, विचार केला की त्या दोघांसोबत या मुद्द्यावर चर्चा करायची नाही. बघू, वेळ कुठे-काय दाखवेल ते?

जया, लहानपणापासून दोघांचेही सारखेच संगोपन करत होती. तिला भान होते की संजूने किती त्याग केला... घरासाठी आणि माझ्यासाठी, माझ्या नोकरीसाठी. त्याची परतफेड शक्यच नाही, कदाचित म्हणून ती सिद्धार्थवर आणि रुद्रवर इतके वर्ष जीवापाड मेहनत करत होती.

घरात प्रेम तर होतेच पण हे ओबीसीचे सर्टिफिकेट घरामध्ये अशांतता पसरवत होते.

संजूला, रुद्रचे नॉन-क्रीमी लेयरचे सर्टिफिकेट तयार करायला बोललो.

दोघांचा अभ्यास सुरूच होता. सिद्धार्थ, अजूनही टॉप करत होता आणि रुद्रपण व्यवस्थित करत होता.

रुद्रचे सर्टिफिकेट तयार करून संजू आला होता. दोन दिवस थांबला. सिद्धार्थ आणि रुद्रला आशीर्वाद देत, रुद्रला पुन्हा बोलला, 'भैय्यासारखा चांगला बनजो.'

'चांगला म्हणजे अक्षरशः कसा रे?'

माझ्यासारखा नोकरीवाला की माझ्या नोकरीसाठी माझ्यापेक्षा जास्त त्याग करणाऱ्या संजूसारखा? की माझ्यासारखा रुद्र आणि सिद्धार्थला सांभाळणारा, फक्त?

मी तर एकाचा मोठा पप्पा आणि दुसऱ्याचा पप्पा आहे, त्यात एवढे नवीन काय आहे? प्रश्न फिरू लागला.

दोन जातीचे घर

घरात सर्वात लहान असतानाही घर सांभाळणारा संजू आणि घरात मोठा असून छोट्याच्या मेहनतीच्या उपयोग व उपभोग घेणारा मी... कोण चांगला रे?

मनात प्रश्न युद्ध करत होते.

मन म्हणाले," तुम्ही दोघंही संजूसारखे मोठे बना." शब्द बाहेर काढण्यासाठी हिम्मत लागली असती.

संजू खरंच मोठा दिसत होता... खूपच मोठा.

अधून-मधून जया बोलायची, 'अहो, दोघांना आयआयटी भेटेल ना?'

मी 'हो' म्हणून द्यायचो.

दोघांना आयआयटी भेटायला हवा, नाहीतर लोक नावे ठेवतील. जर रुद्रला भेटले नाही तर म्हणतील, स्वतःचा मुलगा नाही आहे म्हणून मेहनत घेतली नाही, वगैरे-वगैरे. रुद्रला मिळेल आणि सिद्धार्थला मिळाले नाही तर स्वतःच्या पोरासाठी काही करू शकले नाहीत आणि सांगतात की रुद्रला आम्ही शिकवलं वगैरे- वगैरे.

'साला, या ओबीसीच्या क्रीमी लेयर आणि नॉन-क्रीमी लेयरच्या नियमाने माझी व जयाची मनस्थिती पार बदलवून टाकली होती. दोन पोरांमध्ये आपोआप अंतर दिसू लागले होते. मी जयाला म्हणायचो, 'सिद्धार्थ ओपन ओबीसीच्या गुणांचे अंतर भरून काढेल.' पण ही इच्छाच होती, फक्त.

आतापर्यंत कर्मयोगावर जास्त भर देणारी जया, 'दैवयोगाकडे' वळू लागली होती.

'देवा देवा' म्हणत ती हात जोडायची. स्वतःच्या पोराबद्दल प्रेम किंवा आपसातील स्पर्धा किंवा शर्यतीत मागे राहण्याची भीती किंवा मेहनत निष्फळ व सार्थकी न लागण्याची भीती किंवा दुसऱ्याला कमी मेहनतीत जास्त मोबदला मिळतोय ही खंत, कुठलीतरी... काहीतरी असावी.

इतके वर्ष स्वतःहून दोघांच्या प्रगतीच्या मागे धावणारीचे पाय एकाएकी का कंप पावू लागले होते? जेईईचा फॉर्म भरताना वा क्रीमी लेयर व नॉन-क्रीमी लेयरची बाब आल्यानंतर, कुणास ठाऊक?

कोचिंग मधून येताना सिद्धार्थ आणि रुद्र नेहमीप्रमाणे आपली अभ्यास चर्चा करत राहायचे, पण आता ते दोघेही ओबीसी, नॉन-ओबीसीची चर्चा करू लागले होते. अभ्यासाकडून दुर्लक्ष होऊ नये, म्हणून मी त्यांना अधूनमधून ताकीद देत होतो.

रुद्र म्हणाला, 'मोठे पप्पा, सिद्धार्थचे सर्टिफिकेट बनवा कारण जेईईमध्ये ओबीसीचा कट ऑफ खाली असतो तर त्याला आयआयटी बॉम्बे नक्कीच भेटू शकेल, तो सर्व क्लासमध्ये अव्वल आहे.'

मी: नाही रे बाबा, ते शक्य नाही आहे. माझी सॅलरी नॉन-क्रीमी लेयरच्या नियमात दिलेल्या लिमिटपेक्षा जास्त आहे.'

सिद्धार्थ: पप्पा एवढी सॅलरी आहे तर फक्त मारुती अल्टो घेऊन का फिरता? माझ्या मित्राकडे इनोव्हा आहे आणि त्याची नॉन-क्रीमी लेयरची सर्टिफिकेट बनली आहे. त्याला कोचिंगमध्ये सोडायला कार का येते? तो आमच्यासारखा ऑटोने का नाही जात?

मला राग येऊ लागला, मी त्याला बोललो "तुला अल्टोची लाज वाटते की ऑटोची की बापाची?" “बापाले शिकवतेस का

बे?" एकाएकी झाडीपट्टीची मराठी निघत होती. आत मधला अस्सलपणा बाहेर येऊ लागला होता.

मला सिद्धार्थ मधला मी व माझ्या मधला हिटलर दिसू लागला. माझ्या मधला हिटलर, मी लपवण्याचा प्रयत्न करत होतो- 'साम-धाम-दंड-भेद' करत, पण ते शक्य होत नव्हते.

मी: जास्त डोक्यावर चढून राहिल्या का रे? अभ्यास करावाचा भेव लागते का बे?

रुद्र, एकाएकी थोडा घाबरल्यासारखा दोन-तीन पावले मागे सरकला.

सिद्धार्थ: पप्पा मी घाबरत नाही, उलट जास्त मेहनत करतो. बंसल क्लासच्या बॅचमध्ये सातत्याने टॉप करत आहे. तो इनोव्हावाला माझ्यापेक्षा सात-आठ पर्सेंटाइल कमी आणतो पण त्याला माझ्यापेक्षा चांगली ब्रांच व कॉलेज भेटू शकते. म्हणजे कमी मेहनत आणि जास्त फायदा, त्यात माझी काय चुक आहे?

गोष्ट खरी होती. मला त्याचे सर्व मान्य पण होते पण मी काय करू शकलो असतो?

"तुम्हा लोकांनी रुद्रचे सर्टिफिकेट पण बनवले, तो कमी गुण घेऊन चांगली ब्रांच मिळवू शकतो. माझेही सर्टिफिकेट बनवा ना."

मी: तुला रुद्रशी काही प्रॉब्लेम आहे का?

इतक्या वर्षांत कधीही हा दुरावा न अनुभवलेला रुद्र, थोडे वेगळेपण अनुभवतो, हे त्याच्या चेहऱ्यावर उमटू लागले होते.

सिद्धार्थ: मला रुद्रशी काय प्रॉब्लेम असणार? काहीही बोलता का तुम्ही? जर माझ्यापेक्षा जास्त गुण घेऊन त्याला कोणतीही ब्रांच भेटो, मला आनंद होईल. पण कमी गुण घेऊन चांगली ब्रांच व कॉलेज भेटेल तर मला खरंच दुःख होईल, पप्पा.

मी: रुद्र तुझा भाऊ आहे.

सिद्धार्थ: माहित आहे पप्पा. मीही त्याला गणित वगैरे सोडविण्यास मदत करतो. तुम्हीच सांगा ना ज्याला कमी गुण आहेत, त्याला चांगली संधी... हे काही बरोबर आहे का?

मी: अरे! तो सरकारी नियम आहे, गरिबांच्या मदतीसाठी.

सिद्धार्थ: रुद्र आणि मी तर सोबतच राहतो ना? मग गरीब-श्रीमंत कुठे आला? आम्ही एकाच रूममध्ये राहतो. एकाच ताटात जेवतो. जेवताना तीच प्रार्थना करतो. एकाच कोचिंगमध्ये, एकाच ऑटोने जातो. एकाच शाळेत शिकतो. मग कुठला फरक आला पप्पा?

मला त्याची व्यथा कळत होती. पण काहीच करणे शक्य नव्हते. रुद्र थोडा भावशून्य दिसू लागला. कधी कधी भावशून्य दिसणाऱ्या मायासारखा, पण त्याचा काहीच दोष नव्हता. मी सिद्धार्थला पहिल्यांदाच असे आणि एवढे बोलताना पाहिले होते. कसे समजावावे, हेच म्हणून शब्द सापडत नव्हते. स्वतःच्या न आवडणाऱ्या वडिलांसारखा, मी त्याला रागावू लागलो.

मी: बापासमोर एवढी बहस करतेस? आम्ही आपल्या वडिलांसमोर एक शब्द बोलत नव्हतो.

सिद्धार्थ आज पहिल्यांदाच पूर्ण शक्तीनिशी भांडत होता.

सिद्धार्थ: वडील? तुम्ही तर त्यांना हिटलर म्हणत होते ना?

आजीने सांगितले मला सर्व. आकाशात वर बघून थुंकलेले आपल्याच तोंडावर आल्यासारखे वाटले.

'तू एवढी ताकद अभ्यासावर लावशील तर चांगले कॉलेज आणि ब्रांच भेटेल, असा वकील बनून काही होवाचा नसे तुझा.'- मी.

दुरूनच बघून सर्व चुपचाप ऐकणारी व माझ्या आजच्या झाडीपट्टी मराठीवर, एकही शब्द न बोलणारी जया आली. मी, रुद्र आणि सिद्धार्थला आपल्या रूममध्ये जायला सांगितले. रुद्र, सिद्धार्थच्या खांद्यावर हात ठेवून त्याला रूमकडे नेण्याच्या प्रयत्न करू लागला. तसाच सिद्धार्थने त्याचा हात झटकला. मला खूपच राग आला. त्याच्या गालावर एक सटाकन दिली.

तो रागारागाने आपल्या रूममध्ये घुसला आणि त्याने जोरात दार आपटले आणि जोरात ओरडला, **"तो ट्रांसपोर्ट नगरचा इनोव्हावाला वर्मा, ज्याच्या घरी एलएमएल बाईकची एजन्सी आहे, मोठा बंगला आहे. तो सर्टिफिकेट मिळवू शकतो, आणि तुम्ही नाही बनवू शकत का? तुमच्यात काही दमच नाही आहे."**

माझा राग अनावर झाला, "बापाले कसा बोलतेस बे? तोंडच फोडतो तुझा, दरवाजा खोल."

"मला मारूच शकता तुम्ही, अजून काय करू शकणार?"- सिद्धार्थ.

जया, त्याला रागावू लागली. त्याने तिला काही उत्तरही दिले नाही. ती समजावू लागली.

तो एकच वाक्य बोलला, 'माझी काय चूक आहे, आई?'

आमची पण काय चूक होती? फक्त दम नव्हता हेच खरे. दम असता ओबीसीमध्ये तर क्रिमीलेयर नॉन क्रिमीलेअर कशाला आले असते?

साला, सर्व प्रयत्न आणि प्रयोग फक्त ओबीसीवरच का? भारतात सर्वात जास्त जवळपास बावन्न टक्केवारी ओबीसीची आहे आणि त्यांच्यामध्येच दोन फाड केली होती, कारण दमच नव्हता ओबीसीमध्ये. **ओबीसी म्हणजे ओरिजनल बाय फर्केटेड कॅटेगिरी.**

सिद्धार्थ, रात्री जेवला नाही. रुद्रही बरोबर नाही जेवला. जयाची आणि माझी भूक मरून पडली होती.

नेहमीप्रमाणे रात्री संजूचा फोन आला. एरवी अर्धा तास चालणारे संभाषण तीन-चार मिनिटात संपले.

सरते शेवटी, संजू रुद्रला बोलला, 'भैय्यासारखा बनजो.'

भैय्यासारखा म्हणजे काय रे?

भैय्यासारखा म्हणजे कसा?

केविलवाणा?

बापाला हिटलर म्हणणारा?

पोरावर हात उचलणारा?

न झालेल्या परीक्षेचा निकालाबद्दल चिंता करत बसणारा?

ओबीसीसाठी कधी काही न करणारा?

दोन पोरांमध्ये भेदभाव करणारा?

दम नसणारा?

'भैय्यासारखा नको बनूस, संजूसारखा बनजो.' मनातच बोललो.

दुसरा दिवस उजाडला.

सिद्धार्थ आणि रुद्रची शाळा. पार्थची आपलीच वर्ग आठची व्यवस्था, वेगळीच. शाळा... नंतर क्रिकेटचे कोचिंग.

घरच्या वातावरणामुळे त्यालाही समाजाबद्दल थोडीफार जाणीव होऊ लागली होती पण तरीही तो आपल्याच दुनियेत रमलेला, ओबीसीसारखा.

मी ऑफिसात गेलो.

सायंकाळी सिद्धार्थ व रुद्र बंसल क्लासेसला गेले सोबतच, ऑटोने.

दोन-तीन दिवसात घरातील अबोला संपला होता.

पुन्हा सर्व पूर्ववत सुरू झाले.

परीक्षेचे फॉर्म भरून झाले होते. आता अवघे दोन महिने उरले होते. सर्व शक्ती अभ्यास आणि फक्त अभ्यासावरच लावली होती.

सामान्य घराची एकच खास बाब असते की जेव्हा मनुष्य आणि त्याचे मन दुखी असते व प्रगतीच्या गोष्टी मनात उलाढाल करत असतात, तेव्हा सर्व शक्ती फक्त अभ्यासावर लावली जाते. कारण त्याच्या बुद्धीवर एकच गोष्ट कोरलेली असते, पुढे जायचे असेल तर 'फक्त अभ्यास' हाच एक मार्ग आहे. पण पुढे जाणे म्हणजे कुठे जाणे किंवा कसे जाणे? यावर त्याची विवेकशक्ती लक्ष देत नाही.

दोघेही भाऊ अभ्यासाला लागले होते आणि जयाही.

पार्थ मागे-पुढे होऊ लागला, 'भैय्या पाणी पाहिजे? दूध आणू का? वगैरे-वगैरे.'

पूर्ण घर सर्व शक्तीनिशी एकाच ध्यासात होते. पूर्ण घर... पूर्ण म्हणजे संपूर्ण, शंभर टक्के एकच घर.

31. आयआयटीचा गुंता

दहा जानेवारी होताच दोघांची जेईई मेन्सची पहिली परीक्षा झाली. अपेक्षेनुसार दोघांचे पेपर चांगले गेले होते. सिद्धार्थ 99 परसेंटाइल म्हणून आश्वस्त होता, रुद्र 98 परसेंटाइलपर्यंत अपेक्षा बाळगत होता.

जया, दोघेही जेईई अॅडव्हान्सच्या परीक्षेसाठी पात्र ठरतील अशी अपेक्षा व प्रार्थना घेऊन फिरत होती. फेब्रुवारीच्या दुसरी आठवड्यात, जयाची प्रार्थना- मेहनत-अपेक्षा सार्थकी आली.

सिद्धार्थ 99.9 व रुद्र 99.0 परसेंटाइल.

दोघेही पुढच्या फेरीसाठी पात्र ठरले होते. सोबतच एनआयटीमध्ये प्रवेश मिळण्याची शाश्वती झाली होती. तरीही दोघांचे लक्ष फक्त आयआयटीवर होते आणि तेही आयआयटी बॉम्बेतील संगणकाच्या शाखेवर. म्हणजे लक्ष अजून कठीण होते, दूर होते... पण ते दृष्टीपलीकडे नव्हते.

थोडे हात अधिक लांब करायची गरज होती आणि पायाच्या टाचाही उचलाव्या लागणार होत्या. जया आता इथून माघार घेणार, हे शक्य नव्हते.

संजू, माया, आई, बहीण-भाऊजी सारे जाम खुश झाले होते. 'भैय्यासारखा बनजो' म्हणत संजू, रुद्रला प्रोत्साहन देत होता. घरची पोरं आयआयटीत जातील असे मनात-ध्यानात फिरू लागले होते.

सिद्धार्थ आणि रुद्र, तसेच बंसल क्लासेसची सारी मुले आयआयटी बॉम्बे कुणालातरी मिळायला हवे असे प्रयत्न आणि प्रार्थना करत होते. आयआयटी बॉम्बे म्हणजे सर्वात वरचे, बॉम्बे भेटणे म्हणजे डोक्यावर तुरा येणे, राजांमध्ये सम्राट बनणे. काहीतरी वेगळीच बात असते बॉम्बे भेटणाऱ्या विद्यार्थ्यांत, त्याच्या पालकात, त्याला शिकवणाऱ्या कोचिंग क्लासमध्ये, असे सर्वांना वाटत होते.

आयआयटी बॉम्बे मिळाल्यावर त्याचे सुख दिल्ली, मद्रास, चेन्नई, कानपूर आणि खडकपूर आयआयटीच्या विद्यार्थ्यांना काय कळणार? पोरांमध्ये अशी चर्चा रंगायची पण मला या फक्त मानसिक समजुती वाटायच्या.

मला... माझ्यासारख्याला जो गावातील कोणत्याही कॉलेजमधून इंजिनिअर बनायचे स्वप्न पाहत होता, ज्याला हिटलरशाहीमुळे साधी इंजिनिअरिंग करता आले नाही, त्याला ही हुशार पोरांना अपमानास्पद वाटणारी बाब मात्र हास्यास्पद वाटत होती.

साला, पुन्हा दिमाखात हिटलर फिरू लागला.

'इंजिनियर नको बनजो, बीएससी कर...' डोक्यात पुन्हा कामठी-नागपूर-हिटलरचे घर सोडणे, संजूचा त्याग, भैय्या सर्व ठीक करेल- एक वेळ भैय्याले नोकरी लागली म्हणजे, सब व्यवस्थित होईल. जया, सिद्धार्थ, रुद्र, पार्थ, चिमणी पूर्ण प्रवास डोळ्यासमोरून गेला.

भानावर आलो.

पूर्ण शक्ती सिद्धार्थ आणि रुद्रच्या ॲडव्हान्सच्या परिक्षेवर लावण्याचा बेत केला.

'मे महिना' पूर्ण याच कामात गेला. रजिस्ट्रेशन करणे, फॉर्म भरणे, परीक्षा देणे.

महिन्याच्या शेवटच्या आठवड्यात उत्तरतालिका आली. पोरांनी आपली उत्तरे जुळवली. बंसल क्लासेसचे शिक्षकही लक्ष ठेवून होते. सर्व बॅच याच गोष्टीवर शक्ती लावत होती.

जून महिन्याच्या पहिल्या आठवड्यात निकाल लागणार होता...

सिद्धार्थ-रुद्रच्या मेहनतीचा,

जयाच्या परिश्रमाचा,

मायाच्या त्यागाचा,

संजूच्या विश्वासाचा,

माँ-दादाजीच्या अपेक्षेचा,

माझ्या दुविधेचा.

आतापर्यंतच्या ट्रेंडनुसार ओपनचा कट-ऑफ जास्त जाणार, हे सर्वांना ठाऊकच होते. आमच्या दोन्ही पठ्ठ्यांना मुंबई आयआयटीला सीएस हवे होते.

त्या दोघांनाच का? सर्व विश्वातील पोरांना ॲडव्हान्सद्वारे सीएस हवे होते, सीएस... कंप्युटर सायन्स.

निकाल आला.

सिद्धार्थ- 282 गुण, रुद्र- 240 गुण.

बंसल क्लासेसवाले घरी मिठाई घेऊन आले. सर्व मोहल्ल्यात सुगंधित पुष्पांचा वर्षाव होऊ लागला.

मोहाडीत पण आनंदाची लाट उलटली होती.

जयाने देवाला नवस फेडला.

माँ-दादाजी पोहोचले, ताई-भाऊजी, संजू-माया सर्वांच्या नजरेत पोरांसोबत जयाचेही भरभरून कौतुक होत होते आणि माझ्याकडे सर्वांचे दुर्लक्ष. फक्त संजूच मला बघत होता, 'भैय्यामुळे झाला' आणि रुद्रला, 'भैय्यासारखा बनजो' पुन्हा हीच ताकीद देत होता.

"अरे! तो खूप मोठा होयल, माझ्या दून बी मोठा", मी संजूला दिलासा देत होतो.

पण माझी मनस्थिती थोडी वेगळीच होती. दोन्ही पोरांना बॉम्बेमध्ये सीएस भेटावे, हीच ईश्वरचरणी प्रार्थना करत होतो.

झोप उडाली होती- अर्धी खुशीत आणि अर्धी चिंतेत. रुद्रला बॉम्बे भेटेल याची खात्री होती कारण तो ओबीसीमधून जाणार, पण चिंता आता सिद्धार्थची होती. माझ्या पोटचा पोरगा... सिद्धार्थ.

जीवनात पहिल्यांदाच माझा पोरगा सिद्धार्थ हा चिंतेचा विषय बनला होता कारण त्याला बॉम्बेमध्ये सीएसच हवे होते. रुद्रला कुठेही चालले असते कारण आतापर्यंतच्या सराव परीक्षेच्या गुणांच्या आधारावर आयआयटी बॉम्बेची त्याला अपेक्षा नव्हती. तो आपल्या सर्व यशाचे श्रेय मोठी आई जया व सिद्धार्थला देत होता.

जया अजूनही दोघेही सोबतच राहावे म्हणून दोघांच्या पाठीमागे आपल्या मेहनतीचा कस लावत होती.

तिला कुणाला काय दाखवायचे होते, कुणास ठाव? पण वाटायचे कधी ती संजूचे ऋण फेडू पाहत आहे, तर कधी वाटायचे ती माझा विश्वास जिंकू पाहत आहे, तर कधी वाटायचे माँ-दादाजीच्या मनात माझी पूर्वीची प्रतिमा पुन्हा स्थापित करू पाहत आहे. तिचे फक्त तिलाच माहित.

मी, मात्र सिद्धार्थच्या मेहनतीचे सार्थक व्हावे, ह्याच प्रार्थनेत होतो. कारण मेहनतीच्या काळ आता उलटून गेला होता. काउन्सलिंग सुरू झाले होते. कागदपत्रांची पडताळणी पार पडली आणि आयआयटीच्या जागा भरू लागल्या होत्या.

रुद्रला आयआयटी बॉम्बेत सीएस मिळाले, सिद्धार्थ फक्त एका सीटमुळेच आयआयटी बॉम्बेला मुकला होता. त्याला आयआयटी दिल्ली भेटले. एकाएकी घर कोलमडल्यासारखे झाले. सिद्धार्थ पार दुखी झाला.

काउन्सलिंग नंतर त्याने अबोलाच धरला. कुणाशीच काही बोलत नव्हता. जयासोबत नाही, रुद्रसोबत नाही, माझ्यासोबत नाही, आपल्या छोट्या भावासोबत नाही, चिमणीसोबतही नाही.

त्यांने स्वतःशीही बोलणे सोडले, असे वाटू लागले.

आयआयटी दिल्ली आणि आयआयटी बॉम्बे म्हणजे खूप काही अंतर नव्हतेच. मी स्वतःला समजावण्याचा प्रयत्न करू लागलो.

सायंकाळी बंसल क्लासवाले आले. घरी पुन्हा मिठाई, फुलांचे हार व कॅमेरे घेऊन. दोन्ही भावांचे फोटो घेतले आणि मुलाखतही घेतली.

सिद्धार्थ काही बोललाच नाही.

रुद्रने बंसल क्लासेस व आपल्या मोठ्या आईचे नाव, मोठ्या अभिमानाने घेतले.

दुसऱ्या दिवशी 'दैनिक भास्कर' कोरबाच्या पहिल्या पानावर घरचे फोटो झळकले होते. ***'रुद्र आयआयटी बॉम्बे जाणार-सिद्धार्थ आयआयटी दिल्ली जाणार'*** अशी मोठी मोठी जाहिरात सगळीकडे झळकत होती. सगळीकडे वाहवाहीचे वारे वाहत होते. पण घरात आणि मनात कोंबल्यासारखेच वाटत होते.

घरात दोन भाग झाले, असे वाटू लागले. आयआयटी बॉम्बे-दिल्लीमुळे घरातील ताण वाढला होता.

तिसऱ्या दिवशी सिद्धार्थने डोळ्यातील अश्रूंनी बोलणे सुरू केले.

माझे काय चुकले पप्पा? मी कुठे कमी पडलो?

त्याला दुःख आयआयटी बॉम्बे न जाण्याचे होते की रुद्र बॉम्बे जाणार याचे होते, मला कळत नव्हते.

'मला चाळीस गुण जास्त आहेत रुद्रपेक्षा, तरी तो बॉम्बे जाणार सीएससाठी आणि मी नाही' म्हणत तो जोरात रडू लागला.

जया समजावत होती, बॉम्बे-दिल्लीमध्ये काय अंतर आहे? सारखेच आहेत, दोन्ही.

'तू गप्प रहा ना ग' म्हणत तिच्यावर ओरडला.

रुद्रही दोन पाय मागे सरकला, जयाजवळ. 'आई, मी पण दिल्लीला ॲडमिशन घेतो,' असे बोलला.

सिद्धार्थ: माझ्यावर उपकार किंवा दया दाखवू नकोस.

रुद्र: भाऊ, तुझ्यामुळे मला भेटले, सर्व काही.

सिद्धार्थ: तुला, तुझ्या पसंतीचे भेटले तर, तू गोड गोड बोलशीलच ना?

रुद्र: नाही रे भाऊ. आपण सोबतच राहू.

एरवी 'सिद्धार्थ' बोलणारा रुद्र, आज त्याला 'भाऊ' म्हणून संबोधत होता. फक्त दोन महिन्यांचे अंतर होते, दोघांमध्ये.

सिद्धार्थ: तुझा मोठेपणा मला नको आहे.

मी पहिल्यांदाच घरी असे संभाषण ऐकत होतो. जया दोघांच्या मधात बोलण्याचा प्रयत्न करत होती, पण मी गप्प होतो. कदाचित मला सिद्धार्थची बाजू पटत होती... नक्की माहित नाही.

खरंच त्याची बाजू पटत होती. रुद्रला कदाचित आणायला नको होते, असे त्या क्षणी वाटले.

मी काय विचार करतोय? म्हणून स्वतःची लाज वाटली.

पुन्हा सिद्धार्थचे पाणावलेले डोळे दिसले, चाळीस मार्कांचे अंतर दिसले, ओपन-ओबीसीचे अंतर दिसले, घरात जातींचा भेद दिसू लागला होता, एकाच घरात दोन जाती स्पष्ट दिसत होत्या.

मग पुन्हा मी सिद्धार्थची बाजू पाहू लागलो. रुद्र रडू लागला. सिद्धार्थही रडतच होता.

जया उभी होती दोघांच्या मधात रडत उभी होती... वाहत होती, वाटली जात होती, वैनगंगा नदीसारखी- एका काठावर रुद्र आणि दुसऱ्या काठावर सिद्धार्थ.

रुद्र, 'माझी काय चूक आहे, भाऊ?' म्हणत पुन्हा रडत होता.

दोन जातीचे घर

सिद्धार्थ हुंदके देत होता.

जया: सर्व ठीक होईल रे.

सिद्धार्थ: आई, मी कधीच आयआयटी बॉम्बेमध्ये सीएस करू शकणार नाही, तुला नाही कळायचे.

रुद्र: अरे मी पण दिल्लीला येईन, तू आईला असे बोलू नकोस.

सिद्धार्थ: तू रामचंद्र बनू नकोस रे.

जया फक्त रडत होती. इतके वर्ष दोघांना सारखेच सांभाळणारी जया, आता दोघांच्या मधात एकदम सारख्या अंतरावर उभी होती. ती रडत होती, कशासाठी... कळत नव्हते.

सिद्धार्थ बॉम्बे नाही जाणार म्हणून की रुद्रला बॉम्बे भेटले म्हणून? हे तिच्यासारख्या आईला थोडे अशक्यच होते.

ती रडतच होती तिची दोन्ही पोरं भांडत आहेत म्हणून की घरात अंतर दिसू लागले म्हणून की तिच्या बनवलेल्या ह्या घरात दोन जाती स्पष्ट दिसतात म्हणून.

तशीच जया बोलली, 'ह्यात रुद्रची काय चूक आहे? त्याच्यावर कशाला रागवतोस?'

सिद्धार्थ: माझी चुक आहे का ग? चाळीस मार्क जास्त आहेत तरी बॉम्बे नाही भेटले. दोघांनी सारखेच अन्न खाल्ले, सारखीच कोचिंग घेतली होती. मी सातत्याने मार्क जास्त कमावले तरी बॉम्बे नाही आणि याला भेटले.

म्हणत तो रागाने इकडे तिकडे पाहू लागला.

रुद्र: भाऊ, माझी काय चूक रे?

सिद्धार्थ: तुझी चूक आहे.

असे म्हणत रागाने बघू लागला होता. रुद्रही रडू लागला होता. आतापर्यंत लहानपण राखणारा रुद्र, थोडा सरसावत आणि थोड्याशा रागीट आवाजात 'काय चूक आहे रे माझी?'

सिद्धार्थ: तू ओबीसी आहेस ही चूक आहे तुझी. तू ओबीसी आहेस म्हणून तुला आयआयटी बॉम्बे भेटले. तू ओबीसी आहेस... ओबीसी-अदर बॅकवर्ड क्लास... अन्य मागासवर्ग.

सारे घर हादरले होते. एकाएकी घराचे दोन फाड पडले होते. घरात दोन जाती निर्माण झाल्या होत्या- ओबीसी आणि ओपन वा फर्जी ओबीसी.

माँ-दादाजी दुरून फक्त रडत होते. घर दोन जातीत विभागले जात आहे, हे जणू लाईव्ह मॅचसारखे ते बघत होते. आतापर्यंत घर असलेले हे घर, आता एका क्षणात दोन जातीचे घर बनले होते.

दादाजी अक्षरशः धो धो करून रडत होते, 'घराले तोडाल का रे?'- माँ, अश्रूंनी भिजली होती.

मी, संजूकडे बघत होतो आणि तो माझ्याकडे... निशब्द.

जया डोक्यावर हात ठेवून खाली बसली होती, माया तोंडात पदर खात... इकडे तिकडे बघत होती.

एका ओबीसीने दुसऱ्या ओबीसीला त्याची जात दाखवली होती. 'तू ओबीसी आहेस' सिद्धार्थचे वाक्य गुंजत होते, सर्वांच्या कानात आणि माझ्या कानफटात.

'माझी काय चूक आहे?' म्हणत रुद्र रडतच होता.

'साला, माझी काय चूक आहे?' म्हणत, सिद्धार्थही रडत होता.

एरवी, सभ्यतेने बोलणारा वागणारा सिद्धार्थ, पहिल्यांदाच घरात मर्यादेबाहेर बोलल्यासारखा दिसला, थोडाफार माझ्यासारखा.

'ओबीसी असण्याचे दुःख होते की ओबीसी नसण्याचे' हेच खरे कोडे होते.

'मेरे घर में दिवार बना दी सरकारने' दादाजी ओरडले, रडू लागले.

मग सिद्धार्थला समजवण्यासाठी समोर सरसावले, 'बेटा, कॉलेज कोई भी रहे, पढ़ाई तो खुद को ही करनी पड़ती है, क्या दिल्ली- क्या बॉम्बे?.'

'तुम्हाला नाही माहित दादाजी. माझे स्वप्न होते आयआयटी बॉम्बे. मी खूप मेहनत केली. दोन वर्ष सण नाही, लग्न नाही, पिकनिक नाही, क्रिकेट नाही, मित्र नाही.' सिद्धार्थ.

दादाजी: रुद्रने भी तो मेहनत की है.

सिद्धार्थ: मेरे से कितने मार्क्स कम है उसके, फिर भी उसको आयआयटी बॉम्बे?

अचानक संजू सरसावला.

'भैया, रुद्र बी दिल्ली ले शिकू शकते, दोघेही संगा राहतील.'

सिद्धार्थ, आपल्या काकाकडे एका वेगळ्या दृष्टीने बघू लागला. 'काका, आता उपकाराच्या ओझ्याखाली किंवा दयेच्या वजनाखाली दाबून मारतील का?' कदाचित असे त्याला वाटत असावे.

'साला, ह्या घरी वेगळाच चालते.' असे म्हणत तो पाय आपटत निघून गेला. पहिल्यांदाच त्याची भाषा झाडीपट्टीच्या भाषेत सम्मिलीत होण्याचा प्रयत्न करत असल्याचे आढळले.

संजू: भैया, दोघेही पोरांना एकाच जागी ठेवून.

जया, 'नाही-नाही' बोलली. तशीच माया चवताळल्यासारखी समोर आली.

'नाही माझा पोरगा मुंबईले शिकल, यायच्या कारणाने माझा नवरा बी शिकू नाही शकला. अन माझा पोरगा बी आता नाही शिकल का? आम्हाले मंगाच ठेवाल का?' अचानक मामा कुठेतरी अवतरल्यासारखा आढळला... एकदम आसपास.

जया: नाही ग रुद्र मुंबईला शिकेल.

'तू दूर राय व, बहुत चांगली बनावाचा प्रयत्न करतेस.'-माया.

माया जे बोलली, हे एकदम अनपेक्षित होते. कुठून दुरूनच मामाश्री हसताना दिसला.

संजूने, मायावर हात उगारले. रुद्रही आपल्या आईकडे बघत राहिला. जया रडत बसून होती. पार्थ आणि चिमणी हरवल्यासारखे बघत होते.

रुद्र, जयापाशी बसला. तोही रडू लागला.

'माझा पोरगा बी हिसकशील का आता?' माया पुन्हा सुरू झाली. एरवी न बोलणारी माया आज वेगळ्या जोमात होती.

'आई, तू जा ना ग'- रुद्र बोलला. तो मायाकडे रागाने बघत होता.

'आजकाल, हा आमची भाषा बी नाही बोले' माया रुद्रवर राग काढत होती.

दोन जातीचे घर

घरची दोन पोरं आयआयटीला जाणार ही बाब आता खुशीची राहिलीच नव्हती. जवळपास आठ लाख विद्यार्थ्यांना आयआयटी मिळणार नव्हते- काय मुंबई? काय दिल्ली? आणि आमच्या घरी एक वेगळीच कथा आणि व्यथा सुरू होती.

घरात खरोखरच दोन जातींचा उद्‌गम झाला होता. खरं पाहिले तर आम्हाला जातीबाहेर काढले होते. ओबीसीची व्यथा खरंच मार्मिक आहे. एससी-एसटी ह्यामध्ये असा भेद नाही, म्हणून ते सोबत मिळून राहतात. एकाच ध्येयासाठी एकत्र येऊ शकतात, काय गरीब आणि काय श्रीमंत?

परशुराम जयंतीच्या निमित्ताने सर्व ब्राह्मण, अग्रसेन जयंतीच्या निमित्ताने सर्व वैश्य एकत्रित येऊ शकतील... एकाच आदराने. पण शिवाजी जयंतीला सर्व कुणबी किंवा ओबीसी त्याच आदराने गोळा होतील की शिवाजी जयंती - क्रिमीलेयर मंच आणि शिवाजी जयंती - नॉन क्रिमीलेयर मंच बनवतील?

देशातील सर्वात मोठा वर्ग ओबीसी अन्य मागासवर्गीय... बावन्न टक्के लोकसंख्या असलेला स्वतःमध्ये दुभागल्यासारखा उभा आहे. जर या योजनेमुळे वंचित ओबीसीला फायदा होत असेल तर तीच योजना एससी-एसटी समाजामध्ये कशी काय फायद्याची नाही ठरणार? खरंच हा एक यक्ष प्रश्न माझ्यासमोर झाला होता. कारण जर आम्ही एससी किंवा एसटी असतो तर दोन्ही पोरं आयआयटी मुंबईला असती किंवा आज घरात फूट पडली नसती, आज घरात दोन जाती निर्माण झाल्या नसत्या.

32. दोन चुली

आजचा दिवस... फ्लाईट नागपूर एअरपोर्टवर उतरली. कॉलेजच्या दिवसात एरवी आपलासा वाटणारा नागपूर आज जास्तच परका वाटत होता. खैरीला जाण्याची घाई होती. जया आणि पार्थ बेल्ट नंबर तीनजवळ सामानासाठी वाट बघत होते. बेल्ट वेगवेगळ्या बॅगा घेऊन फिरत होता, पण आमच्याच बॅगा दिसत नव्हत्या.

फोन वाजला.

कॉलेजचा मित्र संदीपक होता, "अबे! मैं गाडी लेकर एअरपोर्ट पर आ गया हूं, जैसे बाहर निकलेगा फोन कर देना."

संदीपकचा फोन आल्यावर पुन्हा माझी घाई वाढू लागली. बेल्ट दोन फेऱ्या पूर्ण करून तिसरा चक्कर फिरत होता. पण अजूनही एक बॅग दिसली नव्हती. माझ्यातील उतावळा नवरा बाहेर येण्यासाठी डोकावत होता.

'राहू दे व, एक बॅग. सामान घेऊन बाद मंधी. तिकडं संदीपक बी आला आहे.'

'अय्या माझी बॅग आहे आणि ही तुमची भाषा पुन्हा गोंधळत आहे. आपण इथे एअरपोर्टवर आहोत, निदान हे तरी लक्षात ठेवा.'

'हट व, दिल्ली एअरपोर्टवर पण तुले माझ्या भाषेचा तरास होता, जेथी ते भाषा कोणाले समजत बी नव्हती. येथी बी तरास आहे. येथे सर्व लोक हेच भाषा बोलतेत.'

जयासमोर माझी गावठी बोली अस्सलवाली निघायची, जी भाषा मी कधी आई वा संजूसोबत पण वापरत नव्हतो. कारण मलाही माहिती नाही.

'अहो हळू.'

पार्थ डोळ्यांनी, आपल्या आईला गप्प राहण्याचा इशारा करत होता. नेहमी माझ्या बाजूला राहणारा पार्थ आजही माझी बाजू घेत होता. पण मला आज एक वेगळीच सनक चढली होती. मी त्याच्याकडे रागाने बघत, "का हो बे तुझा? प्रत्येक वेळेस जज बनाले पाहतेस, येथीच खाशील का?"

एकाएकी तो शांतपणे माझ्या डोळ्यात पाहू लागला आणि त्याचे दोन्ही डोळे अश्रूंनी बोलू लागले. मला स्वतःची लाज वाटली. मी सामान सोडून त्याला चिपकलो, 'सॉरी बेटा, मला काही समजून बी नाही राहिला. माझी माँ खूप बिमार आहे. अन साला सामानासाठी बहुत लेट होऊन राहला.'

सामान घेऊन बाहेर आलो.

संदीपकला फोन केला. संदीपक आर्टिगा घेऊन आला- पांढरी चक्क, एकदम चकाकणारी. कॉलेजचा माझा मित्र संदीपक, कामठीमधला... एचडीएफसी बँकमध्ये मॅनेजर झाला होता.

गळाभेट सुरू होती, तसाच मागेहून एक आवाज आला. "मेरे से भी मिल ले, भाई..." सोबत आमोद नायडू आला होता.

त्याच्यासोबतही एकदम गळाभेट झाली. तशीच एका महिलेचा आवाज आला, 'हेss हाऊ आर यू?'

मागे वळून पाहणार, तसाच नाकात काहीतरी घुसल्यासारखे वाटले. हवा हळूहळू वाहत असल्याचा भास झाला. दीर्घ श्वास घेतला. नाकात गुलाबाचे अत्तर शिरले. मला माझ्या उत्साहात एक वेगळीच गती वाटू लागली. जोमात मागे वळून पाहिले. एक महिला मोठ्या स्मितहास्यासह महागड्या सलवार सूटमध्ये उभी होती, 'गुलाबाचे अत्तर.' हातात एक महागडा मोबाईल फोन... एप्पलचा मोबाईल.

चेहरा पार बदलला होता. हसण्यात थोडी कृत्रिमता वाटत होती. पण अत्ताराचा गंध तसाच जाणवला.

संदीपक: इसका हजबंड एअर फोर्स में है...

तसेच ती उत्तरली, 'केम हेअर जस्ट थ्री मन्थस बॅक. हॅड इशू रेंगार्डिंग अवर जॉईंट बॅंक अकाउंट, सो वेन्ट टू एचडीएफसी बॅंक अँड आय मेट विथ संदीपक.'

जया, आम्हाला मोठ्या आश्चर्याने बघत होती. मी जयाला तिच्याबद्दल कधीच काही सांगितले नव्हते.

पार्थ फोनवर कुणाशी तरी बोलत होता.

मी: यु वेअर आऊट ऑफ टच फॉर सो मेनी इयर्स अँड इट्स ब्युटीफूल सरप्राईज टू सी यु... ऑल.

एकाएकी माझी युरोपियन एक्सेंटवाली इंग्लिश भाषा ऐकून जया दचकावली होती, कदाचित. ती एकाएकी मध्ये शिरली, 'हॅलो, मी यांची बायको आणि हा माझा लहान मुलगा, पार्थ.' पार्थला दाखवीत ती बोलली.

'दुसरा इससे भी बड़ा हैं, आयआयटी में पढ़ रहा हैं... फायनल इयर में हैं.'

एकाच श्वासात तिने मी दोन पोरांचा बाप आहे, हे सांगून टाकले. संदीपक आणि नायडू हाहा करून हसू लागले.

'इट्स ग्रेट टू सी यु ऑल, इफ पॉसिबल कम टू अवर हाऊस. बिफोर प्रॉसिडिंग फॉर युवर व्हिलेज.'

मी 'ओके' म्हणणार होतो. तशीच जया उद्गारली, 'थँक्यू फॉर यूर वर्ड्स, आम्हाला उशीर होतोय.'

आमच्यासोबत खैरी येणार असे संदीपकने ठरवले होते. नायडूही यायची जिद्द करून आला होता. ती ड्रायव्हरसोबत आपल्या गाडीने निघून गेली.

आमची गाडी कामठी रोडवर आली. रामटेककडून जाऊ असे संदीपकने सुचवले होते.

एरवी गप्प असणारा पार्थ बोलला, 'पापा ती आंटी कोण होती?'

कॉलेजची सीढी (पायऱ्या), केमिस्ट्रीचे वर्ग, कॅन्टीन, आईच्या कँटीनचा समोसा आणि सर्व डोळ्यासमोर फिरू लागले.

तेवढ्यात जया उद्गारली, "अहो... पार्थ काही विचारतोय? संदीपक भैय्या, आप तो बताओ."

नायडू: 'मेरे से मत पुछना रे बाबा.' आणि 'हा हा'... हसू लागला.

मी: साले, अब तो ठीक से हसना सीख ले.

नायडू: गुस्सा नहीं रे भाई, तेरे से बहुत डर लगता है.

त्याचे बोलणे ऐकून पार्थ धाडधिप्पाड आमोदकडे बघू लागला. त्याची देहयष्टी माझ्यापेक्षा खूप मोठी होती.

तसाच संदीपक मधात शिरला, 'भाभी, वो गजू पर लाईन मारती थी, मगर यह सिर्फ पढाई करते रह गया.'

नायडू (आश्चर्याने): क्या बात कर रहा है.

पुन्हा हसू लागला.

शम्मा के बारें में पूछे क्या? -संदीपक.

एकाएकी नायडू गप्प झाला. पण जया आता जोमात आली होती, 'क्या बोले भैया?'

संदीपक सांभाळू लागला, 'सामान के बारे में पूछा भाभी?'

जया: कुठला?

मी: अगं तुझी बॅग, जी सापडत नव्हती... तिच्याबद्दल.

जया: एकाएकी तुमची मराठी कशी सुधारली हो?

मी: साला प्रॉब्लेम काय आहे? तुमची मराठी की आमची मराठी.

जया: पार्थ ऐकतोय, किती वेळ 'साला-साला' करत असता.

मी: असा का होता व त्या बॅगमध्ये? ज्याले सोडावाले तुले तकलीफ होत होती.

जया: शीss पुन्हा तुमची भाषा बिघडली.

आणि हो त्या बॅगमध्ये रुद्र, माया, संजू भाऊ यांच्यासाठी काही सामान घेतलाय... तो होता.

एकाएकी माझ्या मनात तिच्याबद्दल खूप आदर वाढला.

'साला, मी कधी चांगला बोलतच नाही.' मनातच पुटपुटलो. थोडी लाज वाटली. मी कधी काही कुणाबद्दल विचारच केला नाही.

मन पुन्हा गावात शिरले.

'कई पोहोचशील बेटा?' आजीचे शब्द पुन्हा कानात पोहचले. वारंवार गुंजन करू लागले.

मी: येतो व जल्दी.

शब्द बाहेर पडले.

नायडू: क्या हुआ भाई?

मी: कुछ नहींsss. संदीपक थोडा जल्दी चल.

रामटेकच्या पुढे आलो.

खिंडसी डॅम दिसले. कॉलेजच्या पिकनिकचा मेटॅडोर आठवला. सर्व मित्र-मैत्रिणी एकदा मनाच्या स्क्रीनवर फिरून गेले.

पुढे वाढलो.

तुमसरच्या वीस किलोमीटर आधी आमच्या महादेवाचे स्थान **'गायमुख'** दिसले. गायमुख येताच डोकं आपोआप खाली वाकले. मानाचा मुजरा दिला.

शिवरात्रीला इथेच आमच्या घरची सर्व मुलं बालपणी पहिल्यांदा आपले केस मुंडन करायला येतात. दादाजी नंतर पप्पाजी, पप्पाजी नंतर मी व संजू, नंतर सिद्धार्थ, रुद्र आणि पार्थ. जीवनातील पहिले मुंडन, याला आमच्या गावाकडे 'भार' म्हणून संबोधले जाते.

माँ, घेऊन आली होती आम्हाला...माझा व संजूचा भार काढण्यासाठी. सर्व आठवणींना उजाळा पडला.

कधी आजीकडे पोहोचतो, असे होऊ लागले. माझ्या आणि संजूच्या भाराच्या वेळेस पूर्ण यात्रा पायी चालणारी माझी.... माँ. सिद्धार्थ, रुद्र व पार्थ यांच्या वेळेस गुढग्याच्या त्रासामुळे चालू न शकण्याची खंत बाळगून होती. पण पूर्ण यात्रेत ती माझ्याच कारमध्ये बसून होती.

मी: चल रे संदीपक, जल्दी पोहोचते हैं.

'बपेरा' गाव आले होते. 'बावनथडी नदीचे' दर्शन झाले. ही नदी 'मोहाड आणि बपेरा' ह्या दोन गावांच्या मधोमध आहे आणि महाराष्ट्राला, मध्य प्रदेशशी जोडते.

'भोरगढ' नावाच्या गावानंतर 'किन्ही' गाव आले. मी संदीपकला, किन्हीवरून उजव्या दिशेला वळायला सांगितले.

जया: अहो! खैरलांजीवरून नाही जाणार का?

मी: हा रस्ता आपल्या 'रंगोडी' नावाच्या शेताजवळून जाईल, आणि वेळही वाचेल.

संदीपक: रोड तो ठीक है ना भाई, गाडी खराब तो नहीं करेगा?

'अबे चलो ना'- नायडू संदीपकला बघत ओरडला. 'गाडी खराब होगी तो होगी, मैं हूँ ना.'

संदीपक: तू क्या करेगा बे?

नायडू: अबे! मैं सब ठीक कर लुंगा. भाई, गजू की सायकल कॉलेज में कौन ठीक करता था?

मी: अबेऽऽ ये सायकल नहीं, आर्टिगा कार है. सायकल से बड़ी है.

नायडू: मैं भी तो बड़ा हो गया हूँ भाई.

पुन्हा 'हा हा', हसू लागला.

किन्हीवरून वळण घेणार, तेवढ्यात तिथे गर्दी आढळली. मोर्चा होता.

हिंदीमध्ये काही बॅनर बनवलेले होते. काही म्हातारी माणसे- महिला-पुरुष लुगडा आणि धोतर घातलेली. मध्यम

वयोगटातील महिला-पुरुष साडी आणि पॅन्ट घातलेली तर काही जीन्स घातलेली मुलं-मुली हाती बॅनर्स घेऊन- '**अन्य पिछडा वर्ग सशक्तिकरण यात्रा**,' जवळपास शंभर लोक.

बाजूलाच ग्रामपंचायतचे कार्यालय होते. तिथे एका बोर्डावर गावातली जनसंख्या लिहिलेली-3 हजार 922.

मी: गांव में लगभग चार हजार लोग हैं, लेकिन इस मोर्चे में पांच सौ लोग भी नही हैं.

नायडू: काम रहते हैं रे भाई... लोगोंको.

मी: अरे 52 टक्के ओबीसी आहेत. म्हणजे ओबीसी 6000 तर इथे असतीलच आणि मोर्च्यामध्ये फक्त 500. साला ओबीसीलाच काम राहतेत का बे? ऐसा रहता तो समाज में सबसे समृद्ध ओबीसी को ही रहना चाहिए ना?

संदीपक: सही बोला यार, बहुत कम लोग हैं.

मी: अबे! एससी-एसटी समाजाचा मोर्चा असता तर खूप गर्दी झाली असती और वो लोग क्या काम नहीं करते?

आतापर्यंत गप्प बसलेली जया... अचानक दुर्गा अवतारात बोलू लागली, 'तुम्ही कधी गेला आहात का अशा मोर्चात, नोकरी लागल्यानंतर?'

मी स्वतःच घुसमळाल्यासारखा झालो.

मला नागपुरातील आमच्या होस्टेलच्या मोर्चाची आठवण झाली. तिथला एक ओबीसी पोलीस कर्मचारी दिसला. त्याच्या तोंडातून एकच वाक्य निघत होते, 'आता ओबीसी नाही राहिलो.' फक्त त्याच्या धडावर माझे थोबाड दिसत होते.

संदीपक: चल आगे निकलते हैं.

डोक्यात रुद्र आणि सिद्धार्थ यांच्या आयआयटी ॲडमिशनची वेळ फिरू लागली.

काय खरे? काय खोटे? काय बरोबर? काय चूक? हेच कळेनासे झाले.

किती दिवस वा वर्षे झाली होती की मी रुद्रशी धड बोललोच नव्हतो. फक्त जया बोलत राहायची.

सिद्धार्थला, आयआयटी मुंबई मिळाले नाही' तर असा कोणता पहाड तुटला? असे वाटू लागले.

संजूला स्वतःहून कितीदा फोन लावला हे मोजू लागलो. तो तर नेहमी फोन करायचा मला पण मी क्वचितच केला असेल. वाढदिवस, लग्नाची एनिवर्सरी आणि चिमणीची चौकशी सोडून मी जास्त काही बोलतच नव्हतो.

फक्त चिमणीसोबत मनातून बोलत होतो, असे जाणवले. स्वतःचीच कीव वाटू लागली.

चार वर्षानंतर खैरीला पोहोचलो.

मन कुठेतरी होते. मुद्दाम घड्याळातच बघत होतो. हृदयाचे ठोके 'ठक-ठक' असा आरडा-ओरड करत होते.

माँ कशी असेल? दादाजी कसे वागतील? आई, संजू-माया, आक्का, ताई, काकाजी-काकू, मोठी आई... अजून घरी कोण-कोण आले असतील?

स्वतःला कुठेतरी गुन्हेगार समजत होतो. पण माझा गुन्हा खरंच किती मोठा आहे वा किती छोटा आहे वा खरंच तो गुन्हा आहे की नाही? याबद्दल उलाढाल सुरूच होती.

घरात पूर्वीसारखे सर्व सण-त्यौहार झालेच नव्हते. घरात आधीसारखी चहलपहल उरलीच नव्हती.

सर्व मलाच गुन्हेगार मानत होते... कदाचित. असे कुणी बोलले नव्हते पण 'तू गुन्हेगार नाहीस' असेही कोणी सांगितले नव्हते. मी स्वतःलाच आवरून ठेवले होते. फक्त माँ कधी तरी फोनवर बोलली होती, "कसा होतास? अन कसा झालास?

सिद्धार्थला आयआयटी मुंबई मिळाले नाही तर त्याचे वाईट वाटणे काय गुन्हा होता? सिद्धार्थला नाही भेटले त्याचे दुःख तर नक्कीच होते, पण रुद्रला भेटले याचे मात्र दुःख कधीच नव्हते असे सांगणे कठीण होते. पण पोराच्या दुःखाला न सांभाळल्यासारखे कुठेतरी वागलो होतोच.

ज्या रुद्रला एवढा जीव लावून शिकवले होते त्यालाही कधी धड फोनच केला नाही, यात त्याची काय चूक होती?

ओबीसीचा फायदा रुद्रला मिळाला पण रुद्रने काही नियम बदलले नव्हते ना. मग त्याची काय चूक?

'हट बे सालाss चांगल्याने सांभाळू शकलो असतो.'

"भैय्यासारखा बनजो, रुद्र" संजूचे वाक्य कानावर सेकत होते.

जर सिद्धार्थला कमी गुण मिळाले असते आणि त्याने असा हट्ट केला असता आणि त्या हट्टाला जर मी समर्थन दिले असते, तर ते पूर्ण चूक होते.

अशा परिस्थितीत दुसऱ्या कोणत्या बापाला वाईट वाटले नसेल का? मी जगातला एकटाच बाप असेल का ज्याला अशी भावना उद्भवली होती? त्याच्यापेक्षा कमी गुण असणाऱ्यांना सीट मिळाली, कारण ते नियमात आहे. पण

जास्त गुण घेऊनही सीट न मिळालेल्या मुलाच्या बापाला वाईटही वाटू नये, असा नियम बनवता येईल का?

दिमाखाचा दही-रायता-फालूदा सर्वकाही होऊ पाहत होता. स्वतःला सांत्वन देण्याचे काही ना काही बहाणे शोधत होतो. पण मनाच्या गाभाऱ्यात कुठेतरी वाईट नक्कीच वाटत होते...

मी बाप...

मी पोरगा...

मी भाऊ...

मी नवरा...

मी मोठे पप्पा...

मी ओबीसी...

मी ओबीसी...क्रीमी लेयर.

मी भारतीय...

कुठेतरी वाईट वाटू नये, असा मार्ग शोधण्याचा प्रयत्न करत होतो.

एकाएकी जया उद्‌गारली, 'काय हो? काय झाले?'

मी तंद्रीतून बाहेर आलो.

नायडू: क्या भाई, कहां खो गया था?

मी स्वतःशीच बोललो, *'रिश्ते खो रहे हैं, भाई.'*

घराच्या छतावरील कवेलू दुरून दिसू लागल्या. त्याही माझ्याकडे दुर्लक्ष करत आहेत, असे भासू लागले.

दोन जातीचे घर

कवेलूच्या कोपऱ्यातून दशकाआधी गेलेली ‘बुड्ढी आई’ माझ्याकडे दुर्लक्ष केल्यासारखी दिसत होती.

मातीने लिपलेल्या भिंती डोळ्यासमोर येऊ लागल्या. गाईचे हंबरणे कानावर येऊ लागले पण त्यात दशकाआधी गेलेल्या शिंगरीच्या हंबरण्याचा आवाज माझ्याकडे रागाने येतोय, असे वाटू लागले.

"चाचू, आगे से लेफ्ट ले लो"- पार्थ बोलला.

घरी पोहोचलो.

कारची खिडकी उघडली. नाकात गोमूत्र, बैलमूत्र, म्हशीमूत्र व शेणाचा... सर्वांचा गंध शिरू लागला. बैलगाडीच्या मागेच कार लावली.

संदीपकने दोन-तीन हॉर्न दिले.

घरात थोडी हलचल झाली. पार्थने, जयाला आतमध्ये घेऊन जाण्यासाठी पुढाकार घेतला. जयाने गाईला नमस्कार घातला. वरांड्यात आजीची, माझ्या माँ ची बाज (खाट) लावली होती. कित्येक वर्ष मी या बाजेवर माँ सोबत झोपायचो... तब्बल कॉलेज संपेपर्यंत. आता त्याच घरात जाण्यासाठी वजाबाकी करत होतो.

नायडू आणि संदीपक डिक्कीतून सामान काढू लागले.

मी घराकडे पाठ करून आणि गाडीकडे तोंड ठेवून तसाच हळूहळू मागे सरकत होतो.

कुणीतरी पाठीवर आपली बोटे टोचली.

कोण असणार हे? दुसरे कोण...?

मी काही बोलणार तसेच, 'प्यारे पप्पा' म्हणत ती मला चिपकली.

चिमणी माझ्यापाशी आली. दुसरी अजून कोण येणार? तशी अपेक्षाही नव्हती.

तशीच ती कडेवर सिदली. एक हात माझ्या खांद्यावर ठेवत, दुसऱ्या हाताने माझ्या गालाला ओढत... मला म्हणाली, 'तुम्ही शेविंग नाही केली का बरोबर?'

इतर प्रश्न टाळावे म्हणून मी तिला तिच्या अभ्यासाबद्दल विचारले. तशीच ती एकदम चिमणीसारखी 'चिव-चिव' करत बोलली, 'माहित आहे प्यारे पप्पा, मी दिल्लीला शिकणार आहे.'

एकाएकी नवीन आणि अनपेक्षित वाक्य डोक्यावर आपटले... काहीतरी वेगळेच ऐकल्यासारखे वाटले.

मी, इकडे तिकडे नजरा चोरीत फक्त तिच्याकडे बघत होतो.

मी: अच्छा तू काय बनणार आहेस?

चिमणी: प्यारी मम्मी जे बनवेल ते...

एकाएकी डोक्यावरून कोणीतरी खूप मोठे दडपण दूर ढकलले, असे भासले.

'चिमणी, तुला काय म्हणायचे आहे, मला नाही कळत आहे.' मी बोललो.

चिमणी: तुम्हाला कधी काय माहीतच नसते.

'हो... हे ही खरंच आहे. मला कधी काय माहीतच नसते.'

'पप्पा दूर गेले. संजूच्या खांद्यावर जबाबदारी आली. जया, पोरांना सांभाळू लागली. पण मला खरंच कधी काय माहितच नाही पडले. तुम्ही सर्वांनी माहिती पळूही नाही दिले आणि मी माहिती काढण्याचा प्रयत्नही नाही केला. आपल्या हिशोबाने राहिलो एकलकोंड्यासारखा.' स्वतःशीच बोलू लागलो.

मी (चिमणीशी): नाही, मला कोणी काही सांगत नाही. मला खरंच काही माहिती नाही.

चिमणी: मी सांगेन ना, विचारा मला.

मी (तिला लाडवात): सांग चिमणी.

चिमणी, संजूची आणि माझी झाडीपट्टीची भाषा कधी बोललीच नाही. अद्याप तिने खाल्लू-पिल्लू असे काही वापरलेच नव्हते. आमची बोली संपणार का? अशी भीती वाटू लागली. हसू पण येऊ लागले.

चिमणी: मी प्यारी मम्मी जवळ शिकणार आहे... दिल्लीत.

मी: पण ती तर नोएडामध्ये राहते आणि नोएडा म्हणजे दिल्ली नव्हे.

चिमणी: मला माहित आहे, मी विसरत नाही तुमच्यासारखी.

चिमणी बोलत होती आणि मी फक्त ऐकत राहावे, असेच वाटत होते.

मी: तुला हे कोण सांगितले, चिमणी?

'माझी आई', चिमणी म्हणाली.

'कोण माया?'

'मग कोण आहे... माझी आई?'

काहीतरी अनपेक्षितच घडत होते.

चिमणी: रुद्र आणि सिद्धार्थ दादा, मुखर्जी नगरला जाणार आहेत आणि प्यारी मम्मी त्यांच्यासोबतच राहणार आहे आणि मी तिच्यासोबत राहणार.

मला हे सर्व नक्कीच नवीन वाटत होते. पण चिमणी निरागस मनाने बोलतच होती.

मी: हे तुले कोण सांगलन व? कोण ठरवल न व?

चिमणी: कशी तुमची भाषा... प्यारे पप्पा?

वाटले आज जया घुसली हिच्या अंगात.

मी: म्हणजे कुणी आणि कधी ठरवले?

चिमणी: सिद्धार्थ आणि रुद्र दादाने...

मी (आश्चर्याने): सिद्धार्थ आलाय? कधी?

चिमणी: कालच.

सिद्धार्थ न सांगता आला होता. सर्व काही नवीन आणि अनपेक्षितच घडत होते.

चिमणीला कडेवर घेऊनच घरात शिरलो.

माँ, आपल्या बाजेवरच लेटली होती. माझी आणि माझ्या माँ ची बाज म्हणजे खाट.

कित्येक वर्षे माझी सर्वांगीण इस्टेट असलेली खाट, आता थोडी निस्तेज दिसत होती.

पण माँ च्या चेहऱ्यावर हास्य खेळत होते.

रुद्र आणि सिद्धार्थ दोघेही हसत-गप्पा करत होते. सोबतच माझ्या आजीचे म्हणजे माँ चे हात-पाय चेपत होते आणि तिला काहीतरी ऐकवत होते. तिच्या कानात हेडफोन लावले होते.

ती काहीतरी गंमतीदार ऐकत असावी असे तिच्या चेहऱ्यावरून दिसत होते. दादाजी खाली बसून अंबाडीच्या झाडाच्या सालपाटाची म्हणजे बोरूची दोरी बनवत होते. दादाजी, गाईच्या वासरासाठी 'गेठा' म्हणजे गळ्यातील दोर बनवत होते, असे वाटले.

रुद्र आणि सिद्धार्थचे एकत्रीकरण खूपच सुखदायी जाणवले.

माँ ने कानातील हेडफोन काढला. तसाच मी अंतकरणातून आवाज मारला, 'माँ माझी, माँ.'

'गजू आलास?'

तिच्या डोळ्यातून अश्रू येऊ लागले.

चिमणी बोलली, 'माँ, प्यारे बाप्पा आले.'

माँ: हो वरखताना तुया प्यारे पप्पाले... माझा गजू हो.

कित्येक वर्षे झाली होती हे ऐकले नव्हते, 'माझा गजू हो.'

चिमणी: माँss शुद्ध बोलायचं.

'हट तिकडे' म्हणत, माँ ने तिच्याकडे दुर्लक्ष केले.

पार्थ समोर आला आणि माँ च्या पाया पडला.

सिद्धार्थ आणि रुद्रही माझ्या पाया पडले.

पार्थला बघताच चिमणी त्याच्या पाठीवर चढली. या दोघांची वेगळीच बोंडिंग होती.

तो तिला पाठीवर बसवूनच मागे निघून गेला.

संजू, जया आणि माया आले. मी, माँ च्या पायावर डोके ठेवूनच होतो. तिच्या डोक्यावर मग पप्पी केली.

"माई याद नाही ये का बेटा?" माँ बोलली.

'येते ना व.' माझे डोळे पाणावले होते.

'मग आलास नाही ना, लगीत दिवस... वाट पाहत होतास का 'कारा घाटा' खाईन म्हणून?' माँ बोलली.

मी हुंदके देऊन रडू लागलो आणि माँ ला चिपकलो.

'कारा घाटा' शब्दच हृदयात धास्ती भरवून गेले. डोळ्यातून अश्रुधारा अविरत सुरू होत्या.

तसेच दादाजी हातात नुकतीच बनवलेली दोरी घेऊन उभे झाले. पाठ थोडी वाकलेली होती पण उर्जेवर अजूनही वयाने ताबा केला नव्हता.

"क्या बात करती है? बच्चा अभी आया है, आड़ा-तेड़ाही बोलेगी क्या? - दादाजी.

माँ: मी अरा का म्हणलू त? कायले बिघडता?

मी: काही नाही हो ना व, माझी गलती आहे. मीच नाही येऊ शकलो, आता हर गन येईन.

संदीपक आणि नायडूने सर्व बॅगा आणि सामानाचे ओझे खाली ठेवले. पण सर्वात जास्त हलके माझे मन झाले असे मला स्पष्ट जाणवले.

प्रवासाचा शीण आणि सर्वांच्या नजरेत भरलेला माझ्याबद्दलचा थकवा, एकाएकी संपल्याचा अनुभव आला.

मन शांत वाटले.

सर्वांच्या चेहऱ्यावर हसू दिसत होते.

रुद्र: मोठे पप्पा, मी आणि सिद्धार्थ यूपीएससीची तयारी करणार आहोत.

मी: हे काय नवीन आता?

सिद्धार्थ: आम्ही दोन-तीन वर्ष आधी जॉब करणार मग यूपीएससीची तयारी करणार. घरी कोणीतरी ऑफिसर हवा आहे ना. या निर्णयावर दादाजी आणि माँ ही खुश आहेत.

रुद्र: हो मोठे पप्पा. मोठी आई आमची तयारी करवेल... आयआयटीच्या तयारीसारखी.

डोक्यात पुन्हा आयआयटीच्या ॲडमिशनचा घोळ फिरू लागला. क्रीमी लेयर- नॉन क्रीमी लेयरच्या दोन परती हलताना दिसू लागल्या. थोड्या वेळापूर्वी कुशीत शिरणारी चिमणी, दूर होताना दिसू लागली.

मी: सिद्धार्थ, मग तुला रुद्रसारखा ओबीसीचा फायदा भेटणार नाही.

तसाच रुद्र बोलला, ‘मलाही नको आहे, मोठे पप्पा. जर माझे सिद्धार्थपेक्षा कमी गुण असतील तर त्याला जे मिळेल तेच मी निवडणार. मला घरात दोन जाती नकोत पण दोन आई पाहिजेत आणि डोळे पुसू लागला.

तसाच सिद्धार्थ बोलला, ‘मलाही घरात दोन चुली नकोत.’

असे बोलत तो रुद्रच्या खांद्यावर हात ठेवत त्याला सांभाळू लागला.

सिद्धार्थ पुन्हा बोलू लागला, 'जगात खूप प्रतिस्पर्धा आहे पप्पा. पण मी माझ्या घरी... माझ्या भावासोबत प्रतिस्पर्धा करायला लागलो होतो, हे मला आयआयटीला गेल्यावर कळले. घराचे दोन भाग होत आहेत, अशी स्वप्नं दिसत होती. मला घरातील देवांची विभागणी झाल्यासारखे दिसत होती. असे मला काही नको आहे. कधीही नको.'

पुन्हा रुद्रला बघत, 'आपल्या दोघांपैकी कोणालाही सर्वश्रेष्ठ कॅडर भेटेल ती घ्यायची. नाहीतर कुठल्यातरी तिसऱ्याला त्याचा फायदा होईल.'

पोरं मोठी झाली होती.

आतापर्यंत कानावरचे पिकलेले केस लपवण्याचा प्रयत्न करत होतो, त्यांना मोकाट सोडून दिले आणि दोघांकडे गर्वाने पाहू लागलो.

तिकडे चिमणी पार्थच्या पाठीवर बसून पूर्ण घराच्या चकरा मारत होती.

जया आणि माया चटाईवर बसून बरबटीच्या शेंगा तोडीत होत्या. शेंगा तोडता-तोडता कुठल्यातरी नवीन-जुन्या गोष्टीची आठवण करून एकमेकांना हातवारे करत हसत होत्या. नेमके संभाषणाचा विषय कुठला? हे जरी समजत नव्हते. तरीही छान वाटत होते.

माँ आणि दादाजी कुठल्यातरी पिकाबद्दल चौकशी करत होते.

काका-काकू खैरीच्या नदीच्या गतीबद्दल तर्कवितर्क करून हसत होते. भाऊजी-ताई आणि आक्का त्यांना साथ देत होते.

आई आणि मोठी आई जवळच बसल्या होत्या आणि आई घरच्या देवाची आंघोळ घालून पुसत बसली होती.

संजूचे शब्द "भैय्यासारखा बनजो" अवकाशात कुठेतरी वितळ होत होते आणि अदृश्य व्हायला लागले होते.

संजू, गाई म्हशींना चारा टाकत होता...

अंगणात वाळत घातलेल्या तुरीच्या दाळीवर खूप सारे पक्षी भुर्रकन यायचे आणि कोणी बघायच्या आत, दाणे खाऊन भुर्रकन उडत जात होते.

तशीच कानावर माँ चा जोरदार आवाज आला, जो तिच्या बिमारीच्या सीमेला तोडत होता, 'अवं काही रांदता का नाही? का फक्त गोष्टी सांगत राहाल, माझा गजू आला आहे, त्याले उपाशीच ठेवाल का... माझाss भैय्या हो.

तिचा 'भैय्या' म्हणजे माझे पप्पा.

मी मनातल्या मनात पप्पाबद्दल केलेल्या स्वतःच्या क्रुर व्यवहारासाठी माफी मागत होतो. ते दूर कुठून तरी हसत आहेत आणि त्यांनी माझा राग कधी केलाच नाही, असे जाणवत होते.

माँ: मले बेसन भात खावाचा आहे, भाजी-गिजी खावाचा मन नसे.

तशीच मला पुन्हा गरजली, "बेसन भात रांदा व. मी, माझ्या गजूसंगा जेवीन."

---------------- पूर्ण -------------------

लेखकाबद्दल माहिती

'पुष्पेय' ओमप्रकाश गोंदुळे

(Email: OP.GONDULE@GMAIL.COM)

पिता: श्री पुरुषोत्तम गोंदुळे

माता: श्रीमती पुष्पा गोंदुळे

M.Sc (Chemistry), B.Ed (Nagpur University). NTPC Ltd मध्ये कार्यरत, प्रयागराज, उत्तरप्रदेश.

बालपण वैनगंगा नदीच्या परिसरात गेले आणि शिक्षण महाराष्ट्रातील विदर्भातील विविध ठिकाणी पूर्ण झाले–समर्थ विद्यालय, लाखनी; जिल्हा परिषद शाळा, मोहाडी; जवाहर नवोदय विद्यालय, साकोली व गडचिरोली; पोरवाल कॉलेज, कामठी; तसेच नागपूर विद्यापीठाच्या रसायनशास्त्र विभागातून M.Sc पूर्ण केले. B.Ed. पदवी डॉ. वानखेडे कॉलेज, नागपूर येथून उत्तीर्ण केली.

अनेक कविता आणि लेख विविध पत्रिकांमध्ये प्रकाशित झाले आहेत. 'पुष्पेय' या टोपण नावाने लेखन करतो.

हिंदीतील 'बचपन के रंग' (कथासंग्रह – अमेझॉन आणि फ्लिपकार्टवर पाच-तारांकित मानांकन), 'नवोदय के रंग' (कथासंग्रह – अमेझॉन आणि फ्लिपकार्टवर पाच-तारांकित मानांकन), आणि 'मैं अकेला दाना मांझी' (हिंदी कवितासंग्रह) ही तीन पुस्तके प्रकाशित झाली आहेत. तसेच इंग्रजीतील 'Childhood Whispers' हे पुस्तक किंडलवर उपलब्ध आहे.

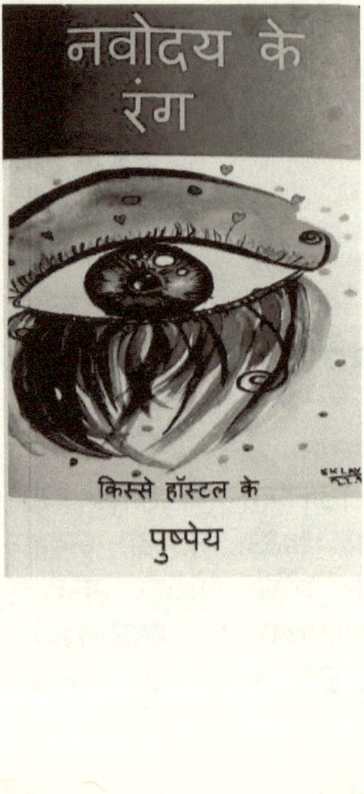

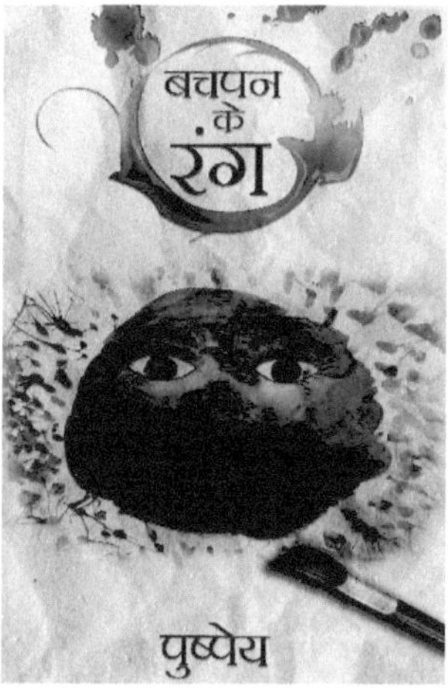
बचपन
के
रंग
पुष्पेय

मैं अकेला दाना
माँझी
पुष्पेय

दोन जातीचे घर

PUSHPEY's
Childhood
Whispers
Bed Time stories from Bachpan ke rang

www.ingramcontent.com/pod-product-compliance
Lightning Source LLC
LaVergne TN
LVHW100258210926
848480LV00003B/960

9798905606953